आपल्या स्नेहीजनांना पुस्तके भेट द्या

महागाई एक चक्रव्यूह

न संपणारा उंदीर-मांजराचा खेळ

हिमसागर जयवंत ठाकूर

AF517693

मेहता पब्लिशिंग हाऊस

All rights reserved along with e-books & layout. No part of this publication may be reproduced, stored in a retrieval system or transmitted, in any form or by any means, without the prior written consent of the Publisher and the licence holder.
Please contact us at **Mehta Publishing House,** Pune 411030.
✆ +91 020-24476924 / 24460313 / Mob. No. 9545000513
Email : production@mehtapublishinghouse.com
Website : www.mehtapublishinghouse.com

- *या पुस्तकातील लेखकाची मते, घटना, वर्णने ही त्या लेखकाची असून त्याच्याशी प्रकाशक सहमत असतीलच असे नाही.*

MAHAGAI EK CHAKRAVYUHA by HIMSAGAR JAYWANT THAKUR

महागाई एक चक्रव्यूह : हिमसागर जयवंत ठाकूर / माहितीपर

© हिमसागर जयवंत ठाकूर

author@mehtapublishinghouse.com

प्रकाशक : सुनील अनिल मेहता, मेहता पब्लिशिंग हाऊस,
१९४१, सदाशिव पेठ, माडीवाले कॉलनी, पुणे ४११०३०.

अक्षरजुळणी : एडी कोऑथर्स डॉक्युमेन्टेशन सर्व्हिसेस प्रा. लि.,
न्यू अजंठा अॅव्हेन्यू, कोथरुड, पुणे – ३८.

मुद्रक : पार्कसन्स ग्राफिक्स

मुखपृष्ठ : सतिश भावसार

प्रथमावृत्ती : एप्रिल, २०२०

किंमत : ₹ २५०

P Book ISBN 9789353174699
E Book ISBN 9789353174705
E Books available on : amazonkindle Apple Books Google Play Books

---

* पायरेटेड पुस्तकांची खरेदी-विक्री हा कायद्याने गुन्हा आहे आणि अशा गुन्ह्याविरोधात कायदेशीर कारवाई होऊ शकते.

माझी आई कै. सौ. दीपलक्ष्मी जयवंत ठाकूर जी कुठल्याही समस्येने घाबरून न जाता सर्व काही ठीक होईल, मी आहे ना असा धीर देणारी, सतत कामात मग्न असणारी, समोरच्याला मदत करण्यास नेहमी आसुसलेली, मैत्री करावीशी वाटणारी. ती नेहमी म्हणायची, 'सर्व काही होते ते चांगल्यासाठीच होते.' कदाचित माझे हे पुस्तकरूपी विचार लोकांसमोर त्याच अनुषंगाने आले असतील. अशा तिच्या पुण्य स्मृतीस नम्रतापूर्वक अर्पण

प्रस्तावना

एखादी गोष्ट का घडते, कशाला घडते, ती करणाऱ्याचा त्याच्यामागे कोणता हेतू असू शकतो, असे प्रश्न स्वत:लाच विचारल्यावर आपल्याला कुठल्याही गोष्टीचे उत्तर मिळू शकते. तसे बघायला गेले, तर कुठचीही गोष्ट शंभर टक्के चूक किंवा शंभर टक्के बरोबर नसते. कुठचीही गोष्ट ठरवताना किंवा कुठलाही निर्णय घेताना जास्त जणांचे हित कशात जोपासले जाईल, याचा विचार करूनच निर्णय घेतला जातो आणि घेतला जावा. कसे असते, प्रत्येक गोष्टीमागे एक कारण असते आणि ते कारणच आपल्याला शोधायचे असते आणि एखाद्या गोष्टीचे किंवा एखाद्या समस्येचे मूळ कारण समजल्यावर ती समस्या सोडवायला आपल्याला फार मोठी मदतच होते असे मला वाटते. आपल्या शरीरात सर्वांत शक्तिशाली कुठची गोष्ट असेल, तर ते म्हणजे आपले मन. जर का आपण मनापासून ठरवले की एखादी गोष्ट करायची तर ती होतेच, आणि हो, माझे असे प्रामाणिक मत आहे की मानवनिर्मित सर्व समस्यांचे निराकरण होऊ शकते. तशा प्रकारे मनाचा निग्रह असायला हवा.

इंग्रजी पुस्तक 'रिच डॅड आणि पुअर डॅड' हे पुस्तक वाचल्यावर महागाई या विषयावर माझ्या माहितीत भर पडली. महागाई का वाढते? किंवा महागाईचे चक्र कसे फिरते? महागाई आपल्याच चुकीच्या धोरणामुळे वाढते का? महागाई कमी करण्यासाठी भारत सरकार आणि रिझर्व्ह बँक कुठकुठली पावले उचलतात? अशा गोष्टींवर प्रकाश टाकण्याचा प्रयत्न मी केला आहे. तसेच, काही गोष्टींचा

प्रत्यक्षरीत्या किंवा अप्रत्यक्षरीत्या महागाईवर आणि पर्यायाने आपल्या रोजच्या जीवनावर कसा फरक पडतो, यावरसुद्धा मी या पुस्तकात प्रश्नोत्तराच्या माध्यमाने काही भाष्य केले आहे. महागाईवाढीस कारणीभूत असलेल्या गोष्टीवर मी माझ्यापरीने काही छोटेमोठे उपाय सुचवायचा प्रयत्न केला आहे. वाचताना काही काही गोष्टी अशा वाटतील की याचा महागाईशी काय संबंध? पण संपूर्ण पुस्तक वाचून झाल्यावर आपल्याला त्या गोष्टीचा आणि महागाईचा संबंध जाणून येईल. काही काही गोष्टींचा संबंध दोन विविध लेखांत असल्याकारणाने ती गोष्ट दोन किंवा तीन विविध लेखांद्वारे मांडण्याचा प्रयत्न केला आहे. विषयाच्या मुळापर्यंत जाण्यासाठी काही ठिकाणी पुनरावृत्ती अपरिहार्य ठरत गेली, तरी पण ती जास्तीत जास्त टाळण्याचा प्रयत्न केला आहे.

मनोगत

माझे प्रेरणास्थान – माझी आजी श्रीमती मालती भालचंद्र ठाकूर, जिला ऐन तरुणपणी विधवेचे जीवन जगावे लागूनही जिने तुटपुंज्या शेती उत्पादनाच्या जिवावर आपल्या तीन मुली व दोन मुलांना फक्त पदवीधरच केले नाही, तर त्यांना आपल्या पायावर उभे राहायला शिकवले. तिच्या अनुभवाच्या कथा तुटकतुटकपणे ऐकत असतानाच माझ्या मनात या तऱ्हेचे लिखाण करावे ही गोष्ट ठसत गेली व तीच माझी प्रेरणास्थान बनली.

२०१४ मध्ये एमबीए (ऑपरेशन मॅनेजमेंट) केल्यावर मनामध्ये नोकरी शोधण्याच्या विचारापेक्षा अर्थकारण कसे चालते यासंबंधी विचार जास्त घुटमळू लागले. २०१५च्या अखेरीपर्यंत त्या विचारांनी मनाचा पूर्ण ताबा घेतला व २०१६च्या मध्यापर्यंत ते विचार पुस्तकरूपाने मांडण्यात यशस्वी झालो याचे समाधान वाटते.

एखादी गोष्ट का घडते, कशाला घडते, ती करणाऱ्याचा त्यामागे कोणता हेतू असू शकतो, असे प्रश्न स्वत:लाच विचारल्यावर आपल्याला कुठल्याही गोष्टीचे उत्तर मिळू शकते. तसे बघायला गेले, तर कुठचीही गोष्ट शंभर टक्के चूक किंवा बरोबर नसते. कुठचीही गोष्ट ठरवताना किंवा कुठलाही निर्णय घेताना जास्त जणांचे हित कशात जोपासले जाईल, याचा विचार करूनच निर्णय घेतला जातो आणि घेतला जावा. कसे असते, प्रत्येक गोष्टीमागे एक कारण असते आणि ते कारणच आपल्याला शोधायचे असते आणि एखाद्या गोष्टीचे किंवा एखाद्या समस्येचे मूळ

कारण समजल्यावर ती समस्या सोडवायला आपल्याला फार मोठी मदतच होते असे मला वाटते. आपल्या शरीरात सर्वांत शक्तिशाली कुठची गोष्ट असेल, तर ते म्हणजे आपले मन. जर का आपण मनापासून ठरवले की एखादी गोष्ट करायची तर ती होतेच आणि हो, माझे असे प्रामाणिक मत आहे की मानवनिर्मित सर्व समस्यांचे निराकरण होऊ शकते, तशा प्रकारे मनाचा निग्रह असायला हवा.

वाचताना काही गोष्टी अशा वाटतील की याचा महागाईशी काय संबंध? पण संपूर्ण पुस्तक वाचून झाल्यावर आपल्याला त्या गोष्टीचा आणि महागाईचा संबंध जाणून येईल. काही काही गोष्टींचा संबंध दोन विविध लेखांत असल्याकारणाने ती गोष्ट दोन किंवा तीन विविध लेखांद्वारे मांडण्याचा प्रयत्न केला आहे. विषयाच्या मुळापर्यंत जाण्यासाठी काही ठिकाणी पुनरावृत्ती अपरिहार्य ठरत गेली, तराही ती जास्तीत जास्त टाळण्याचा प्रयत्न केला आहे.

मी मांडलेले विचार व सुचवलेले उपाय हेच १०० टक्के बरोबर, १०० टक्के लोकांनी ते मान्य करावे व तेच फक्त उपाय असे मी मानत नाही, पण समोरचा कसा चुकतो हे सिद्ध करण्यास आपण जो वेळ खर्च करतो त्यातला अल्पसा वेळ आपण कुठे चुकतो हे शोधण्यास कारणी लावला तरी बऱ्याच समस्या सुटतील, अन् बऱ्याच समस्या निर्माणच होणार नाहीत याची १०० टक्के खात्री तुम्हीही द्याल. बरोबर ना? या पुस्तक वाचनाने महागाई या विषयाचे ज्ञान भरपूर वाढेल असे मी म्हणत नाही, पण हा विषय जाणून घ्यायची थोडीशी जिज्ञासा जरी वाढली व तशी जागृती वाढावी एवढीच एक लेखक म्हणून माफक अपेक्षा बाळगायला काही हरकत नसावी, खरे ना?

या पुस्तकातील माहिती विविध ठिकाणांवरून गोळा झालेली आहे. त्या सर्व स्त्रोतांचा ऋणनिर्देश, माझे गुरुजन, सहकारी व आप्तेष्ट यांनी वेळोवेळी केलेल्या मार्गदर्शन व सहकार्याबद्दल त्यांचे शतशः आभार.

या पुस्तकाचे प्रकाशक,त्यांचे सर्व सहकारी यांचे पुस्तकाच्या सुबक व आकर्षक प्रकाशनाबद्दल मनापासून आभार व अभिनंदन. लिखाणामुळे कोणा व्यक्तीचा किंवा समाजाचा अधिक्षेप झाला असे वाटण्याची शक्यता आहे, तरीही संबंधिताबद्दल लेखकाच्या मनात अतोनात आदर व प्रेमच आहे याबद्दल शंका नसावी.

अनुक्रमणिका

भारताची अर्थव्यवस्था

आपण एक गोष्ट नेहमी ऐकतो की भारताची अर्थव्यवस्था (Economy) दहा टक्क्यांनी वाढेल असे. याचा अर्थ असा असतो की या वर्षभरात भारतीय अर्थव्यवस्थेचा आर्थिक विकास दर (Growth Rate) हा मागील वर्षापेक्षा दहा टक्क्यांनी जास्त असेल किंवा आपण असेही म्हणू शकतो की भारताचा जीडीपी (GDP – Gross Domestic Product) मागील वर्षापेक्षा दहा टक्क्यांनी जास्त असेल. २०१५ सालाचा जीडीपी म्हणजे २०१५ साली भारतात विकल्या गेलेल्या सर्व अंतिम वस्तू (Goods) आणि सेवा (Service) यांचा पैशांमधील एकूण अंतिम बाजार भाव.

आर्थिक विकास दर (Growth) म्हणजे काय?

एखाद्या देशाचा आर्थिक विकास कसा होतो हे समजण्यासाठी आपण एका कंपनीचे उदाहरण घेऊ या.

एखाद्या कंपनीचा आर्थिक विकास दोन प्रकारे होऊ शकतो. जर त्या कंपनीच्या वस्तू गेल्या वर्षीपेक्षा या वर्षी जास्त विकल्या गेल्यावर किंवा त्या कंपनीने त्यांच्या वस्तूची किंमत वाढवली म्हणून त्यांचा नफा (Profit) गेल्या वर्षीपेक्षा या वर्षी जास्त झाला व त्या कंपनीचा आर्थिक विकास गेल्या वर्षीपेक्षा या वर्षी जास्त झाला.

उदाहरणार्थ :

होणारा विकास	२०१४			२०१५			आर्थिक विकास (Growth)
	वस्तू	किंमत	एकूण	वस्तू	किंमत	एकूण	
जास्त वस्तू विकल्या गेल्याने	१००	१० रुपये	१००× १० = १०००	११०	१० रुपये	११०× १० = ११००	११००-१००० = १००; १००/१००० = १०%
वस्तूची किंमत वाढवल्या मुळे	१००	१० रुपये	१००×१० = १०००	१००	११ रुपये	१००×११ = ११००	११००-१००० = १००; १००/१००० = १०%

१) वर दाखवल्याप्रमाणे समजा २०१४ साली अ कंपनीच्या शंभर वस्तूंची विक्री झाली आणि प्रत्येक वस्तूची किंमत दहा रुपये होती. याचाच अर्थ अ कंपनीला २०१४ साली एक हजार रुपये मिळाले (१००×१० = १०००). २०१५ साली, अ कंपनीच्या एकशे दहा (११०) वस्तूंची विक्री झाली आणि २०१५ सालीसुद्धा प्रत्येक वस्तूची किंमत दहा रुपये होती. याचाच अर्थ अ कंपनीला २०१५ साली अकराशे रुपये मिळाले (१००×१० = ११००). अ कंपनीला २०१४ साली एक हजार रुपये आणि २०१५ साली अकराशे रुपये मिळाले. याचाच अर्थ, २०१५ साली २०१४ सालापेक्षा शंभर रुपये जास्त मिळाले. म्हणजेच अ कंपनीचा आर्थिक विकास दहा टक्क्यांनी वाढला (११००-१००० = १००; १००/१०००= १०%).

२) वर दाखवल्याप्रमाणे समजा २०१४ साली, अ कंपनीच्या शंभर वस्तूंची विक्री झाली आणि त्या प्रत्येक वस्तूची किंमत दहा रुपये होती. याचाच अर्थ अ कंपनीला २०१४ साली एक हजार रुपये मिळाले (१००×१० = १०००) आणि २०१५ सालीसुद्धा अ कंपनीच्या शंभर वस्तूंचीच विक्री झाली, पण २०१५ साली त्यांनी प्रत्येक वस्तू अकरा रुपयांना विकली. याचाच अर्थ अ कंपनीला २०१५ साली अकराशे रुपये मिळाले (१००×११ = ११००). अ कंपनीला २०१४ साली एक हजार रुपये आणि २०१५ साली अकराशे रुपये मिळाले. याचाच अर्थ, २०१५ साली २०१४ सालापेक्षा शंभर रुपये जास्त मिळाले. म्हणजेच त्यांचा आर्थिक

विकास दहा टक्क्यांनी वाढला (११००-१००० = १००; १००/१०००= १०%).

पहिल्या उदाहरणात दाखवल्याप्रमाणे २०१४ सालापेक्षा २०१५ साली जास्त वस्तू विकल्या गेल्याने कंपनीचा खप वाढला व त्या कंपनीचा विकास मागच्या वर्षीपेक्षा जास्त झाला. दुसऱ्या उदाहरणात दाखवल्याप्रमाणे वस्तूची किंमत वाढवूनसुद्धा एखाद्या कंपनीचा विकास होऊ शकतो. म्हणजेच आपण असे म्हणू शकतो की एखाद्या राष्ट्रात मागच्या वर्षीपेक्षा जास्त वस्तू विकल्या गेल्याने त्या राष्ट्राचा विकास होऊ शकतो किंवा त्या राष्ट्रात एकूणच महागाई वाढल्यावरसुद्धा त्या राष्ट्राचा विकास होऊ शकतो.

कुठल्याही राष्ट्राची अर्थव्यवस्था ही त्या राष्ट्राच्या अर्थव्यवस्थेत एकूण ग्राहकांची संख्या वाढल्याने होत असेल तर ते त्या राष्ट्रासाठी चांगले लक्षण असते, पण जर का महागाई वाढवल्यामुळे त्या राष्ट्राची अर्थव्यवस्था वाढत असेल तर ते त्या राष्ट्रासाठी चांगले नाही कारण महागाई वाढीचा फायदा हा फक्त मोजक्याच लोकांना होतो (सर्वांत जास्त श्रीमंत लोकांना), सर्वसामान्यांना नाही आणि महागाईमुळे गरीब व श्रीमंत यांच्यातील दरी वाढत जाते.

आपण एक गोष्ट नेहमी ऐकतो की महागाई सात टक्क्यांनी किंवा आठ टक्क्यांनी वाढली आहे. आता सात टक्क्यांनी किंवा आठ टक्क्यांनी वाढली, म्हणजे नक्की काय? तर जर एखादी वस्तू आपण २०१५मध्ये शंभर रुपयाला विकत घेतली असेल, अन् आता एका वर्षानंतर म्हणजे २०१६मध्ये जर तीच वस्तू घेण्यासाठी आपणास एकशे सात (१०७) रुपये द्यावे लागत असतील याचाच अर्थ महागाई सात टक्क्यांनी वाढली आहे (१०७-१०० =७; ७/१०० =७%), नाही का?

समजा, महागाई ही दहा टक्क्यांनी वाढली आणि तुमचा पगार पाच टक्क्यांनी वाढला.

महागाई दहा टक्क्यांनी वाढली म्हणजेच आपण असे बोलू शकतो की ज्या ज्या गोष्टी तुम्ही मागच्या वर्षी विकत घेतल्या, त्या सर्व गोष्टींची किंमत दहा टक्क्यांनी वाढली. पगार पाच टक्क्यांनी वाढला म्हणजेच तुम्हाला मागच्या वर्षीपेक्षा या वर्षी जास्त पगार मिळणार व तो पाच टक्क्यांनी जास्त असणार.

समजा, मागच्या वर्षी तुमचा पगार हा दहा हजार रुपये होता आणि मागच्या वर्षी तुमचा एका महिन्याचा एकूण खर्च नऊ हजार रुपये होता. याचाच अर्थ,

मागच्या वर्षी दर महिन्याला तुमची एक हजार रुपयांची बचत (Saving) होत होती.

	मागील वर्ष	सध्याचे वर्ष	गणना (Calculation)
पगार	१०,०००	१०,५०० (५% वाढला)	१०,०००X ५/१०० = ५००; १०,०००+५०० = १०,५००
खर्च	९,०००	९,९०० (महागाईवाढी मुळे खर्च १०% वाढला)	९,०००X १०/१०० = ९००; ९,०००+९०० = ९,९००
महिना अखेरील बचत	१,०००	६००	१०,०००-९,००० = १००० १०,५००-९,९०० = ६००

(दहा हजाराचे पाच टक्के पाचशे रुपये होतात, म्हणजेच पगारात पाचशे रुपयांची वाढ होणार. नऊ हजाराचे दहा टक्के नऊशे होतात, म्हणजेच एकूण खर्चात नऊशे रुपयांची वाढ होणार.)

समजा, मागच्या वर्षी तुमचा पगार दहा हजार होता आणि तुमचा पगार पाच टक्क्यांनी वाढल्यावर तुमचा पगार दहा हजार पाचशे होणार. महागाई दहा टक्क्यांनी वाढवल्यामुळे आपण असे म्हणू शकतो की ज्या वस्तू तुम्ही मागच्या वर्षी नऊ हजार रुपयांना विकत घेतल्या, त्याच वस्तू (त्याच कंपनीच्या, त्याच वजनाच्या, त्याच गुणवत्तेच्या (Quality) विकत घेण्यासाठी तुम्हाला नऊ हजार आणि नऊशे रुपये द्यावे लागतील. जरी तुमचा पगार पाच टक्क्यांनी वाढला तरी महागाई दहा टक्क्यांनी वाढल्यामुळे महिनाअखेरी (सर्व खर्च झाल्यावर) तुमच्या हातात कमी पैसे शिल्लक राहतात. वरील उदाहरण बोलकेच आहे.

सहसा, आपण पगार वाढल्यावर काय करतो? तर नवीन वस्तू विकत घेतो, पण वस्तुतः तुमचा पगार महागाईपेक्षा जास्त वाढल्यावरच महिनाअखेरी तुमच्या हातात जास्त पैसे शिल्लक राहातात किंवा महागाईएवढा वाढल्यावर तुमच्या हातात मागच्या वर्षी एवढेच पैसे शिल्लक राहतील.

महागाई का वाढते?

आपण हे महागाईचे चक्र कसे फिरते किंवा महागाई वाढण्याचे का थांबत

नाही, हे एका उदाहरणाच्या साहाय्याने जाणून घेऊ या.

समजा, राम एक दुकानदार आहे. आपण असे समजू या की रामने जानेवारी २०१५पासून त्याच्या दुकानात असलेल्या वस्तूंची किंमत वाढवली. श्याम रामच्या दुकानातून दर महिन्याला किराणामालाचे सामान विकत घेतो. आता रामने वस्तूंची किंमत वाढवल्यामुळे श्यामला त्याच वस्तू विकत घेण्यासाठी दर वेळीपेक्षा जास्त पैसे मोजावे लागतील व महिनाअखेरी श्यामकडे कमी पैसे शिल्लक राहातील, अन् ते टाळण्यासाठी श्याम ज्या कंपनीत कामाला आहे, त्या कंपनीच्या मालकाच्या मागे लागणार की माझा पगार वाढवा, माझा पगार वाढवा.

म्हणजेच काय, तर श्याम दुसऱ्याच महिन्यापासून (फेब्रुवारी २०१५पासून) तो ज्या कंपनीत कामाला आहे, त्या कंपनीच्या मालकाच्या मागे लागणार की माझा पगार वाढवा, माझा पगार वाढवा. प्रत्येक कंपनीच्या धोरणानुसार (Policy) कंपनीचा मालक आपल्या कामगारांचा पगार वाढवत असतो. आता समजा त्या कंपनीच्या धोरणानुसार ऑगस्ट महिना हा पगारवाढीचा महिना असेल (ज्या महिन्यात पगार वाढतो तो महिना), तर त्या कंपनीचा मालक कंपनीच्या धोरणानुसार आपल्या कामगारांचा पगार २०१५ सालच्या ऑगस्ट महिन्यातच वाढवणार.

(याचाच अर्थ, फेब्रुवारी २०१५ ते ऑगस्ट २०१५ हा काळ श्यामसाठी फार जिकिरीचा असणार; कारण रामने वस्तूंची किंमत वाढवल्यामुळे महिनाअखेरी श्यामकडे कमी पैसे शिल्लक राहतात, पण त्याचा पगार मात्र २०१५ सालच्या ऑगस्ट महिन्यातच वाढवणार असतो.)

आता आपण त्या कंपनीबद्दल बोलू या. ती कंपनी गाड्यांना लागणारे वंगण (Lubricant) बनवते, असे आपण गृहीत धरू या. त्या कंपनीचा मालक काही एकट्या श्यामचा पगार नाही वाढवू शकत, तर त्याला कंपनीत काम करत असलेल्या सगळ्या कर्मचाऱ्यांचा पगार वाढवायला लागणार. आता कर्मचाऱ्यांचे पगार वाढवल्यामुळे त्या वंगणाच्या/ तेलाच्या कंपनीचा नफा कमी होईल व ते टाळण्यासाठी त्या कंपनीचा मालक, वंगणाची किंमत वाढवेल (ऑगस्ट २०१५मध्ये कर्मचाऱ्यांचा पगार वाढवेल आणि सप्टेंबर २०१५पासून वंगणाची किंमत वाढवेल) म्हणजेच वंगण विकत घेणाऱ्या एखाद्या रिक्षाचालकाचा महिनाकाठी जास्त खर्च होणार, अन् तो खर्च भरून काढण्यासाठी रिक्षाचालक त्याच्या रिक्षाचे भाडे वाढवेल.

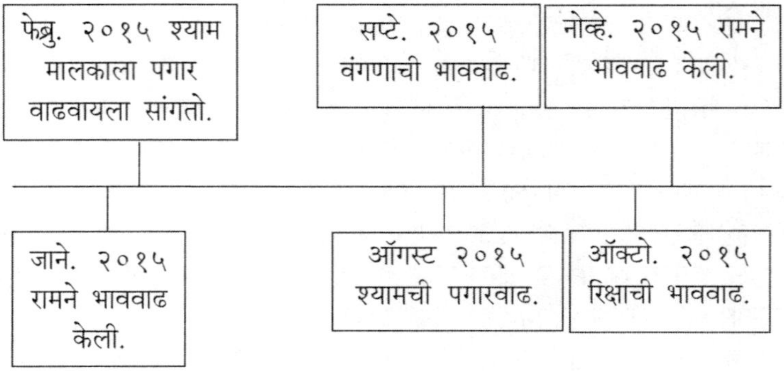

रिक्षावाला त्याच्या रिक्षाचे भाडे ऑक्टोबर २०१५पासून वाढवेल असे आपण गृहीत धरू या. आता रिक्षाचे भाडे वाढवल्यामुळे त्या रिक्षातून जाणाऱ्या रामच्या मुलांना जास्त पैसे द्यावे लागतील.

म्हणजे इथे काय होणार? महिनाअखेरीस (ऑक्टोबर महिन्यापासून) रामकडे, म्हणजे ज्याने पहिल्यांदा भाववाढ केली होती, त्या दुकानदाराकडे कमी पैसे शिल्लक राहातील व ते टाळण्यासाठी तो दुकानदार परत आपल्याकडील वस्तूंची, जी श्यामला हवी असते, त्याची किंमत वाढवणार व श्यामला ती वस्तू अजून जास्त पैसे देऊन विकत घ्यावी लागणार, मग तो परत मालकास सांगणार की पगार वाढवा म्हणून, अन् हे चक्र असेच चालू राहणार म्हणजेच महागाई ही वाढतच जाणार.

याचाच अर्थ, अर्थव्यवस्थेत एखादी व्यक्ती गरजेपेक्षा जास्त नफा कमवण्याचे उद्दिष्ट ठेवत असेल, तर ती गोष्ट महागाईवाढीस कारणीभूत ठरते व त्या महागाईची झळ त्यालाही कालांतराने लागते.

आपण परत आपल्या मूळ प्रश्नावर येऊ या, तो म्हणजे महागाई का वाढते?

तुम्ही त्याच पगारात वर्षानुवर्षे काम करू **शकाल का?** जशी तुम्हाला पगारवाढ हवी असते तशी ती सर्वांनाही हवी असतेच, बरोबर ना? आता अर्थव्यवस्थेतील सर्वांच्या पगारात वाढ झाली आहे म्हटल्यावर, ती माणसे ज्या कंपनीत काम करत आहेत, त्या कंपनीचा नफा कायम राखण्यासाठी (Profit Maintain करण्यासाठी) त्या कंपनीचा मालक, त्याच्या कंपनीत बनणाऱ्या सर्व वस्तूंची भाववाढ करणार आणि म्हणूनच तुम्ही कुठलीही वस्तू विकत घेतल्यावर, तुम्हाला ती वस्तू मागच्या वर्षीपेक्षा जास्त पैसे देऊन विकत घ्यावी लागते. याच

कारणास्तव दर वर्षी महागाई वाढत असते व ती कधी थांबतच नाही. पगारवाढ किंवा कामात बढती या सर्व प्रेरणेच्या (Motivation) गोष्टी झाल्या. या गोष्टी ज्शा आपल्याला हव्या असतात, तशा सर्वांना हव्या असतात. आपग सर्व जण दर वर्षी पगार वाढण्याची वाट बघत असतो व आपला पगार वाढल्यावरही महिनाअखेरी आपल्या हातात कमी पैसे शिल्लक राहतात; कारण एकूण अर्थव्यवस्थेतील महागाई वाढलेली असते. (या उदाहरणामध्ये आपण फक्त चार ते पाचच जणांचा विचार केला, पण हेच वर्तुळ अनेक जणांचेही असू शकते.)

तुम्ही कुठलीही वस्तू विकत घेतली, तर ती वस्तू कुठल्या ना कुठल्या तरी कंपनीत बनलेली असते. आता त्या कंपनीत काम करत असलेली माणसे काय एकाच पगारात वर्षानुवर्षे काम करू शकतील का? (महागाईचा सामना त्यांनाही करायचा असतो.) दर वर्षी त्या कंपनीच्या मालकाला सर्व कर्मचाऱ्यांचा पगार वाढवायला लागणारच. आता कर्मचाऱ्यांचा पगार वाढवल्यावर त्या कंपनीचा नफा कमी होणार आणि ते टाळण्यासाठी त्या कंपनीचा मालक त्याच्या कंपनीत बनत असलेल्या वस्तूची किंमत वाढवणार. याच कारणास्तव तुम्ही कुठलीही वस्तू/ सेवा विकत घेतली, तर ती वस्तू/ सेवा सहसा तुम्हाला मागच्या वर्षीपेक्षा महागच मिळते.

कामगारांचा पगार वाढवल्यावर (कंपनीचा) झालेला तोटा भरून काढण्यासाठी त्या कंपनीचा मालक त्याच्या कंपनीत बनत असलेल्या सर्व वस्तूंची किंमत का वाढवतो?

एखादी कंपनी वर्षानुवर्षे कशाच्या जोरावर चालते, तर त्या कंपनीच्या वस्तू विकल्या जातात म्हणून आणि कंपनीला फायदा होत असतो म्हणून. कुठचाही व्यवसाय तोट्यात जास्त काळ तग धरू शकेल का? त्या कंपनीच्या मालकाला दर वर्षी नफा कमावण्यासाठी त्याच्या कंपनीत बनत असलेल्या वस्तूची किंमत वाढवावीच लागते. जर कंपनीतल्या सर्व कर्मचाऱ्यांचा पगार वाढवल्यावर कंपनीचा झालेला तोटा भरून काढण्यासाठी, त्या कंपनीचा मालक त्याच्या कंपनीत बनत असलेल्या सर्व वस्तूंची किंमत वाढवत नसेल, तर ती कंपनी तोट्यात जाऊ शकते आणि भरपूर वर्षे तोट्यात गेल्याने, त्या कंपनीच्या मालकाला ती कंपनीच बंद करावी लागेल आणि त्या कंपनीतल्या सर्व लोकांवर बेरोजगार होण्याची वेळ येईल.

समजा, कंपनीतल्या कर्मचाऱ्यांचा पगार वाढवल्यानंतर झालेला तोटा भरून काढण्यासाठी त्या कंपनीच्या मालकाने त्याच्या कंपनीत बनत असलेल्या सर्व वस्तूंची किंमत नाही वाढवली, तर त्या कंपनीचा नफा कमी होऊ शकतो.

- नफा कमी झाला, तर शेअर मार्केटमध्ये त्याच्या कंपनीच्या शेअर्सची

किंमत कमी होऊ शकते.

- समजा, त्या कंपनीला नवीन मशीन विकत घ्यायचे असेल, तर कमी पैशांच्या साठवणुकीमुळे कंपनीला ते मशीन विकत घेता येणार नाही.
- तसेच, पुढच्या वर्षी जेव्हा कर्मचाऱ्यांचा पगार वाढवायची वेळ येईल तेव्हा कमी पैसे असल्याकारणाने कर्मचाऱ्यांचा पगार जास्त वाढवू शकणार नाही.

माझा सांगायचा मुद्दा हाच आहे की कर्मचाऱ्यांचा पगार वाढवल्यावर, सहसा कुठलीही कंपनी त्यांच्या कंपनीत बनत असलेल्या सर्व वस्तूंची किंमत वाढवते. (समजा, मार्केट खराब असल्याकारणाने कंपनीच्या फार कमी वस्तू विकल्या जात असतील किंवा कंपनीकडे भरपूर पैसा असल्यावर किंवा कंपनी नवीन आहे आणि जास्त लोकांनी कंपनीच्या वस्तू विकत घ्याव्या असे जर का कंपनीच्या मालकाला वाटत असेल, तर तो वस्तूची किंमत वाढवणार नाही.)

म्हणजेच काय, तर महागाई हा एक न संपणारा उंदीर-मांजराचा खेळ आहे.

आपण हे वाक्य नेहमी ऐकले असेल की आमच्या काळी दहा रुपयात संपूर्ण महिना चालायचा किंवा एक रुपयाला काय काय वस्तू मिळायच्या आणि आता एक रुपयाला काही किंमतच नाही राहिली.

हो, बरोबर आहे. जर का महागाई सात टक्के असेल तर जी वस्तू मागच्या वर्षी शंभर (१००) रुपयांना मिळत होती, त्याच वस्तूसाठी आपणास या वर्षी एकशे सात (१०७) रुपये मोजावे लागतात आणि आपले आजी-आजोबा चाळीस किंवा पन्नास वर्षांपूर्वीच्या काळाबद्दल बोलत असतात. जी वस्तू चाळीस वर्षांपूर्वी एका रुपयाला मिळत होती आणि चाळीस वर्षांमध्ये महागाई ही दर वर्षी सात टक्क्यांनीच वाढली असे आपण गृहीत धरले, तर आज तीच वस्तू विकत घ्यायला आपणास चौदा (१४) रुपये मोजावे लागतील. बरोबर ना? आपण असेही म्हणू शकतो की जसजशी महागाई वाढत जाते तसतशी रुपयांची किंमत कमी होत जाते.

दुकानदार आणि भाववाढ

किंवा वरील उदाहरणात आपण बघितले की श्याम रामकडून किराणामालाचे सामान घेतो आणि रामने भाववाढ केल्यावरसुद्धा श्याम दुसऱ्या दुकानातून किराणामालाचे सामान न घेता परत रामकडूनच किराणामालाचे सामान विकत घेतो, असे का?

वरील प्रश्नाच्या उत्तराकडे जाण्याआधी काही गोष्टी जाणून घेऊ या.

आपण एखाद्या कंपनीचा बिस्किटचा पुडा म्हणा किंवा चॉकलेट विकत घेतो, तेव्हा तो आपल्याकडे येताना कुठल्या कुठल्या मार्गाने जातो ते बघू या. जवळपास सर्वच कंपन्या मोठ्या घाऊक विक्रेत्याबरोबर (Wholesaler) असा करार करतात की पुढील पाच किंवा दहा वर्षांसाठी एक ठरावीक माल त्या घाऊक विक्रेत्याला कंपनीकडून विकत घ्यावा लागेल (कंपनीतून ठरावीक किमतीच्या वस्तू विकत घ्यायच्या).

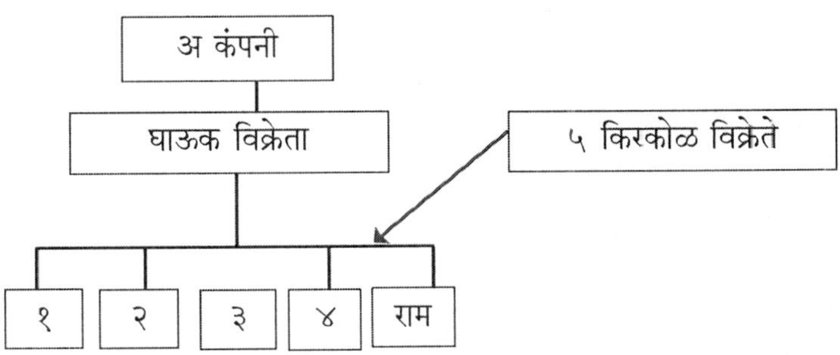

आपण उदाहरणादाखल असे समजू या की एक घाऊक विक्रेता अ कंपनीत बनणाऱ्या सर्व बिस्किटचा माल विकत घेतो आणि तो, ती बिस्किटे स्वत:चा नफा

काढून पाच किरकोळ विक्रेत्यांना (Retailer) विकतो. हे जे पाच किराणामालाचे व्यापारी/ किरकोळ विक्रेते आहेत, त्यातील एक राम आहे.

आता जर का फक्त रामने त्याच्याकडील विकल्या जाणाऱ्या किराणामालाची किंमत वाढवली तर ग्राहक दुसऱ्या दुकानातून (उरलेल्या चार दुकानांतून) वस्तू विकत घेतील आणि रामकडून किराणामालाचे सामान घेणारे ग्राहक कमी होतील. तसे न होण्यासाठी, सर्व व्यापारी मग तो घाऊक विक्रेता असो किंवा किरकोळ विक्रेता, जेव्हा केव्हा वस्तूची किंमत वाढवतात तेव्हा ते एकसाथ वस्तूची किंमत वाढवतात.

आता तुमच्या मनात प्रश्न उभा राहू शकतो की समजा एखाद्या व्यापाऱ्याने ठरवले की तो भाववाढ करणार नाही, तर? वरील उदाहरणात आपण बघितले की पाच किराणामालाचे व्यापारी/ किरकोळ विक्रेते आहेत. त्यातील एका व्यापाऱ्याने ठरवले की जरी मार्केटमध्ये सर्वांनी भाववाढ केली तरी आपण भाववाढ करायची नाही, तर पुढच्या खेपेला घाऊक विक्रेता (Wholesaler) जो त्याला किराणामालाचे सामान पुरवतो, तो त्याला किराणामालाचे सामान देणार नाही. तुम्ही प्रत्यक्ष पण या गोष्टीचा अनुभव घेतला असेल. समजा, आदल्या दिवशी टोमॅटोचा भाव हा किलोमागे २० रुपये असेल आणि दुसऱ्याच दिवशी तो किलोमागे ४० रुपये होतो.

आता हे असे का होते? रातोरात भाज्यांचे भाव का वाढतात?

कसे असते, प्रत्येक गोष्टीमागे एक कारण असते आणि ते कारणच आपल्याला शोधायचे असते. असो, रातोरात भाज्यांचे भाव का वाढतात बरे? म्हणजे जास्त नफा कमावणे ही एक गोष्ट झालीच, पण अजून एक कारण असू शकते. अर्थशास्त्राच्या नियमानुसार जेव्हा एखाद्या गोष्टीची मागणी (Demand) ही पुरवठ्यापेक्षा (Supply) जास्त असते तेव्हा त्या वस्तूची/ गोष्टीची किंमत वाढते. टोमॅटो हा एक नाशवंत (Perishable) पदार्थ आहे. जर कुठल्याही मार्केटमध्ये टोमॅटोसारखा नाशवंत पदार्थ उशिरा पोहोचला तर तो खराब होऊ शकतो आणि त्या मार्केटमध्ये टोमॅटो खराब झाला म्हणजेच दुसऱ्या मार्केटमधून त्या मार्केटमध्ये टोमॅटोचा पुरवठा करावा लागणार, पण ज्या मार्केटमधून टोमॅटोचा पुरवठा होणार, त्या मार्केटमध्ये कमी टोमॅटो पोहोचवला जाईल. म्हणजेच काय, तर टोमॅटोच्या मागणीपेक्षा त्याचा पुरवठा कमी होणार आणि अर्थशास्त्राच्या नियमानुसार टोमॅटोची किंमत वाढणार.

अजून एक गोष्ट सांगावीशी वाटते. सहसा व्यापाऱ्यांना कुठल्या भागात कुठली भाजी लावली आहे, किती भाजी लावली आहे याची माहिती असते. आता

व्यापाऱ्यांना ती माहिती कशी असते? तर, ते व्यापारी त्यांच्या रोजच्या बांधलेल्या शेतकऱ्यांना फोन करून माहिती करून घेतात की कुठल्या शेतकऱ्याने कुठले पीक किंवा कुठली भाजी लावली आहे ती. समजा, दोन किंवा तीन प्रकारच्या भाज्या लावल्या असतील, तर कुठली भाजी विक्रीसाठी कधी तयार होऊ शकते, अशी सगळी माहिती शेतकरी व्यापाऱ्यांना पुरवत असतो. व्यापाऱ्यांना कुठच्या मार्केटमध्ये कुठची भाजी विकली जाऊ शकते आणि किती भाजी विकली जाऊ शकते, याची कल्पना असते. वर्षानुवर्षे ते याच व्यवसायात असल्याकारणाने ते त्यांच्या ग्राहकांच्या म्हणजेच सामान्य माणसाच्या सवयी जाणून असतात. तसेच, शेतातून मार्केटमध्ये आणायला किती खर्च होऊ शकतो याचीसुद्धा माहिती त्यांच्याकडे असते व या सर्व माहितीच्या आधारे प्रत्येक मार्केटमध्ये किती रुपयाला भाजी विकली जावी, हे त्या मार्केटमधील व्यापारी वर्ग ठरवत असतो. ते मार्केट कुठच्या शहरात आहे, त्या शहरात महागाई किती आहे व त्यानुसार प्रत्येक व्यापाऱ्याच्या हातात किती पैसे असले पाहिजेत किंवा व्यापाऱ्यांचा किती नफा झाला पाहिजे, त्या शहरातील कुठच्या पक्षाचे सरकार आहे व त्या पक्षाचे व्यापाऱ्यांसोबत कसे संबंध आहेत, या गोष्टींमुळेसुद्धा मार्केटमधील भाज्यांचे भाव (रेट) कमी-जास्त होत असतात. बरोबर ना?

रिझर्व्ह बँक, बँक आणि महागाई परस्परसंबंध

- बँक गुंतवणूकदाराकडून पैसे घेते व गरजू व्यक्तींना कर्ज देते.
- गरजू व्यक्ती; तो एखादा सामान्य माणूस असू शकतो किंवा एखादी कंपनी.
- गुंतवणूकदारसुद्धा एखादा सामान्य माणूस असू शकतो किंवा एखादी कंपनी.

गुंतवणूकदार बँकेत बचत खाते (Saving Account), चालू खाते (Current Account), मुदत ठेव (FD), आवर्ती खाते (Recurring Account) अशा विविध योजनेअंतर्गत पैसे ठेवतात व बँक गुंतवणूकदाराला त्यावर व्याज (Interest) देते.

बचत खात्यावर बँक गुंतवणूकदाराला त्याने गुंतवलेल्या रकमेवर एका वर्षामागे साधारण चार टक्के व्याज देते. उदाहरणार्थ : जर का या वर्षी तुम्ही बँकेत शंभर रुपये ठेवले असतील आणि वर्षभरात तुम्ही तुमच्या खात्यात एकही नवीन पैसा टाकला नाही किंवा तुमच्या बँकेच्या खात्यातून एकही पैसा बाहेर काढला नाही तर पुढच्या वर्षी तुमच्या खात्यात (Account मध्ये) एकशे चार रुपये असतील. शंभर रुपयांचे चार टक्के (म्हणजेच ४ रुपये) तुम्हाला व्याज म्हणून मिळते (१००+४ = १०४)

चालू खात्यावर (Current Account) बँक गुंतवणूकदाराला व्याज देत नाही. आवर्ती खात्यावर (Recurring Account) आणि मुदत ठेवीवर (Fixed Deposit) वेगवेगळ्या बँकेच्या वेगवेगळ्या योजना असतात.

सध्या सीपीआयच्या (CPI- Consumer Price Index) निर्देशांकानुसार महागाई ही ५.३९ टक्के आहे. (सीपीआय, जी एखाद्या देशात महागाई किती आहे ते सांगते. रिझर्व्ह बँक विविध गोष्टींच्या महागाईची सरासरी (Average) काढून सीपीआय जाहीर करते.) महागाई ही ५.३९ टक्के आहे. म्हणजेच आपण असे म्हणू शकतो की जी वस्तू मागच्या वर्षी शंभर रुपयांना विकत घेतली, तीच वस्तू

या वर्षी विकत घ्यायला एकशे पाच रुपये आणि एकोणचाळीस पैसे (१०५.३९ रुपये) मोजावे लागतील आणि जर का आपण मागच्या वर्षी बचत खात्यात शंभर रुपये गुंतवले असतील तर या वर्षी आपल्याला चार टक्क्यांच्या व्याजाप्रमाणे, एकशे चार रुपये मिळतात.

याचाच अर्थ, जर का आपण महागाई आणि बचत खात्याची तुलना केली तर आपण असे म्हणू शकतो की दर वर्षी आपले आपण गुंतवलेल्या रकमेतील १.३९ टक्के रुपये वाया (Waste) जातात. आपण १०० रुपयातील १.३९ रुपये म्हणत आहोत, म्हणजेच ते १.३९/१०० = १.३९% होतात. (काही बँकांतील बचत खाते आपल्या गुंतवणूकदाराला त्याच्या गुंतवणुकीवर सहा टक्के पण व्याज देते.) आपण गमतीने बचत खात्याला, जे आपली बचत खाते, ते खाते म्हणू शकतो. यातला गमतीचा भाग सोडला, तर आपल्या घरी पैसे ठेवण्यापेक्षा, आपण ते पैसे बँकेत जमा केलेले केव्हाही चांगले, कारण आपण पैसे घरी ठेवले, तर आपणास त्यावर कुठल्याही प्रकारे व्याज मिळत नाही. परत बँकेत आपली रक्कम सुरक्षित राहते ते वेगळेच.

आपण असेही म्हणू शकतो की गुंतवणूक (Investment) म्हणजे जी तुम्हाला महागाईपेक्षा जास्त परतावा (Return) देते ती (जर गुंतवणूक पाच वर्षांसाठी असेल तर पाच वर्षांनंतर जेवढी महागाई वाढण्याची अपेक्षा आहे त्याच्यापेक्षा जास्त पैसे आपल्याला मिळायला हवेत). दर महिन्याला गरज असतील तेवढेच पैसे बचत खात्यात ठेवावे व जास्तीचे पैसे चांगल्या ठिकाणी गुंतवावे (बचत खात्यात जास्त पैसे नसल्यास आणि जर का तुमचे एटीएम कार्ड (ATM Card) हरवले आणि ते चुकीच्या माणसाच्या हातात लागले, तरी तुमचे जास्त नुकसान होणार नाही.)

काही जणांना काही बँकेतील पैसे बुडले जाण्याचा धोका वाटत असतो. कर्जदाराने वेळच्या वेळी कर्जाचे हप्ते भरले नाही किंवा अन्य कुठल्याही कारणाने जर बँक बुडली तर प्रत्येक ठेवीदाराचा प्रत्येक बँकेत (शाखेमागे नाही), त्याच्या ठेवीवर आणि गुंतवणुकीवर एक लाखापर्यंतचा विमा (Insurance) असतो. (ठेवी आणि गुंतवणूक म्हणजे बचत खाते, मुदत ठेव, आवर्ती खाते वगैरे, (Saving A/C, FD etc.) जर का एखादी बँक बुडली किंवा बँकेचे दिवाळे निघाले तर रिझर्व्ह बँकेच्या नियमाप्रमाणे, ठेवीदाराला प्रत्येक बँकेमागे जास्तीत जास्त एक लाख रुपये मिळू शकतात. (ही मर्यादा एका लाखावरून पाच लाख करायला पाहिजे, असे नाही का तुम्हाला वाटत?)

आपण एका उदाहरणातून ही गोष्ट जाणून घेऊ या. टेबल ड मध्ये असे

दाखवले आहे की स्वप्निलचे तीन बँकांत खाते (Account) आहे. आपण असे गृहीत धरू या की स्वप्निलने अ बँकेत पन्नास हजार रुपये, ब बँकेत एक लाख रुपये आणि क बँकेत दोन लाख रुपये ठेवले आहेत व तिन्ही बँका बुडल्या, तर स्वप्निलला प्रत्येक बँकेतून किती रुपये मिळणार?

स्वप्नीलची तीन बँकेत खाती आहेत.			
बँक	**अ**	**ब**	**क**
ठेवी	५०,०००	१,००,०००	२,००,०००
जर बँक डुबली तर मिळणारी रक्कम	५०,०००	१,००,०००	१,००,०००

टेबल ड

स्वप्निलला रिझर्व्ह बँकेच्या नियमाप्रमाणे अ बँकेतून पन्नास हजार रुपये, ब बँकेतून एक लाख रुपये आणि क बँकेतूनसुद्धा एक लाख रुपयेच मिळतील. रिझर्व्ह बँकेचा नियम काय म्हणतो की तुम्हाला प्रत्येक बँकेमागे जास्तीत जास्त एक लाख रुपये मिळू शकतात. जास्तीत जास्त एक लाख रुपये म्हणजेच जर का तुमची ठेव एक लाखापेक्षा कमी असेल तर ती जेवढी असणार तेवढी मिळणार, जशी अ बँकेत पन्नास हजार आहेत, तर तुम्हाला पन्नास हजार रुपये मिळणार. ब बँकेप्रमाणे एक लाख असल्यावर एक लाख रुपये मिळणार आणि क बँकेप्रमाणे एक लाखापेक्षा कितीही जास्त असली, तरी एकच लाख रुपये मिळणार.

टेबल ल मध्ये असे दाखवले आहे की स्वप्निलची एकाच बँकेच्या वेगवेगळ्या शाखांत (Branch) तीन खाती आहेत.

आपण असे गृहीत धरू या की स्वप्निलने एका बँकेच्या मुंबई शाखेत पन्नास हजार रुपये, त्याच बँकेच्या पुण्याच्या शाखेत एक लाख रुपये आणि नागपूरच्या

स्वप्नीलची एकाच बँकेच्या वेगवेगळ्या शाखेत तीन खाती आहेत.			
बँकेच्या वेगवेगळ्या शाखा	**मुंबई**	**पुणे**	**नागपूर**
ठेवी	५०,०००	१, ००,०००	२,००,०००
जर बँक डुबली तर मिळणारी रक्कम	१,००,०००		

टेबल ल

शाखेत दोन लाख रुपये ठेवले आहेत आणि जर का ती बँक बुडली तर त्याला किती रुपये मिळणार?

स्वप्निलला रिझर्व्ह बँकेच्या नियमाप्रमाणे एकूण एक लाखच रुपये मिळतील. रिझर्व्ह बँकेचा नियम काय म्हणतो? प्रत्येक बँकेमागे जास्तीत जास्त एक लाख रुपये मिळू शकतात, प्रत्येक शाखेमागे नाही.

आता आपण आपल्या मूळ प्रश्नावर येऊ या.
बँकेचा व्यवहार कसा चालतो हे एका उदाहरणातून बघू या.

खालील टेबलमध्ये दाखवल्याप्रमाणे अ, ब, आणि क हे तीन ठेवीदार आहेत. त्यांनी आपल्या ठेवी बँकेत (बचत खात्यात) ठेवल्या आहेत. 'अ'ने बँकेत २००० रुपये, 'ब'ने ३००० रुपये आणि 'क'ने ५००० रुपये बँकेत ठेवले आहेत आणि बँक अ, ब, आणि क ला त्यांच्या ठेवीवर चार टक्के व्याज देते, असे आपण गृहीत धरू या.

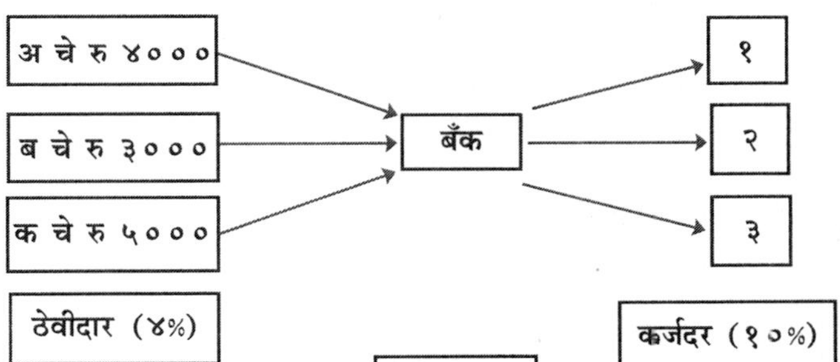

टेबल प

बँकेचे काम काय आहे, तर लोकांकडून पैसे घेणे व ते गरजू व्यक्तींना कर्जाच्या स्वरूपात देणे. बँक कर्जदारास १०% व्याजावर कर्ज देते असे आपण समजू या (प्रत्येक बँकेचा वेगवेगळा व्याजदर असतो, आपण येथे उदाहरणादाखल १०% व्याजदर गृहीत धरला आहे.) असो, तर बँक कर्जदाराला १०% व्याजावर कर्ज देते आणि ठेवीदाराला (बचत खात्याच्या बाबतीत) चार टक्के व्याज देते. हा जो (१०-४ = ६) ६% आहे, तो झाला बँकेचा नफा (Profit). म्हणजेच आपण असे म्हणू शकतो की, जास्त लोकांनी बँकेकडून कर्ज घेतल्यास, बँकेचा जास्त नफा होऊ शकतो. अर्थात, घेतलेले कर्ज व्याजासकट वेळच्या वेळी भरल्यावर बँकेचा नफा होतो.

एका उदाहरणाच्या माध्यमातून, आपण बँक आणि बँकेच्या कर्जाबाबत जाणून घेऊ या.

समजा, रामने बँकेकडून तीस हजाराचे कर्ज पाच वर्षांसाठी घेतले व त्याचा व्याजदर दहा टक्के आहे. तसेच श्यामने बँकेकडून तीस हजारांचे कर्ज तीन वर्षांसाठी घेतले व त्याचासुद्धा व्याजदर दहा टक्के आहे. तर राम आणि श्याम या दोघांनाही दर वर्षाला किती रुपये भरावे लागतील, पूर्ण कर्ज फेडेपर्यंत किती रुपये भरावे लागतील, हे एका उदाहरणाच्या माध्यमातून जाणून घेऊ या.

रामने बँकेकडून तीस हजाराचे कर्ज पाच वर्षांसाठी घेतले आहे म्हणजेच रामला पाच वर्षांत हे तीस हजार रुपये व्याजासकट फेडावे लागणार. तीस हजाराला पाचने भागल्यावर सहा हजार उत्तर येते. याचाच अर्थ, रामला दर वर्षी सहा हजार रुपये आणि मूळ रकमेवरील व्याज भरावे लागणार. (जसजसा दर वर्षी राम, मूळ रकमेतील सहा-सहा हजार रुपये बँकेत भरत राहणार तसतसे त्याला त्या रकमेवरील व्याजसुद्धा कमी द्यावे लागणार.)

रामला एकूण किती रक्कम भरावी लागणारी			
वर्ष	**मूळ रकमेतील दर वर्षी भरायची रक्कम (१)**	**दहा टक्के व्याज (२)**	**दर वर्षी एकूण भरावी लागणारी रक्कम (१+२)**
पहिले	६,०००	तीस हजाराचे दहा टक्के (३०,०००X१०/१००) ३,०००	९,०००
दुसरे	६,०००	चोवीस हजाराचे दहा टक्के (२४,०००X१०/१००) २,४००	८,४००
तिसरे	६,०००	अठरा हजाराचे दहा टक्के (१८,०००X१०/१००) १,८००	७,८००
चौथे	६,०००	बारा हजाराचे दहा टक्के (१२,०००X१०/१००) १,२००	७,२००
पाचवे	६,०००	सहा हजाराचे दहा टक्के (६,०००X१०/१००) ६००	६,६००
रामला एकूण भरावी लागणारी रक्कम			**३९,०००**

(पहिल्या वर्षी राम सहा हजार रुपये आणि तीस हजाराचे दहा टक्के तीन हजार, असे एकूण नऊ हजार रुपये बँकेत भरणार. रामने तीस हजाराचे कर्ज घेतले होते, त्यातील त्याने सहा हजार रुपये भरले. आता उरले चोवीस (२४) हजार. दुसऱ्या वर्षी रामला सहा हजार आणि चोवीस हजाराचे दहा टक्के म्हणजेच २४०० रुपये, असे एकूण आठ हजार चारशे रुपये भरावे लागतील. अशाच प्रकारे रामला, तिसऱ्या वर्षी सात हजार आठशे रुपये, चौथ्या वर्षी सात हजार दोनशे आणि पाचव्या वर्षी सहा हजार सहाशे रुपये भरावे लागतील.)

रामने बँकेकडून तीस हजाराचे कर्ज घेतले होते आणि पाच वर्षांनंतर राम बँकेला एकोणचाळीस हजार (३९,०००) रुपये भरून बँकेचे पूर्ण कर्ज फेडतो. याचाच अर्थ, तो नऊ हजार रुपये जास्त भरतो. हे जे नऊ हजार रुपये आहेत, त्यात बँक आपला प्रशासकीय खर्च भागवते व त्यातून जी रक्कम उरते, तो झाला बँकेचा नफा.

श्यामने बँकेकडून तीस हजाराचे कर्ज तीन वर्षांसाठी घेतले आहे. म्हणजेच श्यामला तीन वर्षांत हे तीस हजार रुपये व्याजासकट फेडावे लागणार. तीस हजाराला तीनने भागल्यावर दहा हजार हे उत्तर येते. याचाच अर्थ, श्यामला दर वर्षी दहा हजार रुपये आणि मूळ रकमेवरील व्याज भरावे लागणार. (जसजसा दर वर्षी श्याम, मूळ रकमेतील दहा-दहा हजार रुपये बँकेत भरत राहाणार तसतसे त्याला त्या रकमेवरील व्याजसुद्धा कमी द्यावे लागणार.)

श्यामला एकूण किती रक्कम भरावी लागणारी			
वर्ष	**मूळ रकमेतील दर वर्षी भरायची रक्कम (१)**	**दहा टक्के व्याज (२)**	**दर वर्षी एकूण भरावी लागणारी रक्कम (१+२)**
पहिले	१०,०००	तीस हजाराचे दहा टक्के (३०,०००X१०/१००) ३,०००	१३,०००
दुसरे	१०,०००	वीस हजाराचे दहा टक्के (२०,०००X१०/१००) २,०००	१२,०००
तिसरे	१०,०००	दहा हजाराचे दहा टक्के (१०,०००X१०/१००) १,०००	११,०००
श्यामला एकूण भरावी लागणारी रक्कम			**३६,०००**

श्यामने बँकेकडून तीस हजाराचे कर्ज घेतले होते आणि तीन वर्षांनंतर श्याम बँकेत छत्तीस हजार (३६,०००) रुपये भरून पूर्ण कर्ज फेडतो. याचाच अर्थ, तो

सहा हजार जास्त रुपये भरतो.

आपण वरील उदाहरणात काय बघितले? रामला श्यामपेक्षा दर वर्षी कमी पैसे जास्त कालावधीसाठी भरावे लागतात आणि सरतेशेवटी राम श्यामपेक्षा जास्त पैसे भरतो. जर का तुम्ही महिन्याला जास्तीचा हप्ता भरू शकत असाल तर तुम्ही कमी वर्षांसाठी कर्ज घेतलेले चांगले, बरोबर ना?

म्हणजेच आपण असे म्हणू शकतो की लोकांनी बँकेकडून मोठ्या काळासाठी कर्ज घेतल्यास, बँकेचा जास्त नफा होऊ शकतो. अर्थात, घेतलेले कर्ज व्याजासकट वेळच्या वेळी भरल्यावर बँकेचा नफा होतो.

आपण येथे बँक कशी चालते याची ढोबळ कल्पना घेतली. आता आपण रिझर्व्ह बँकेबद्दल आणि रिझर्व्ह बँक महागाई कमी करण्यासाठी काय काय उपाययोजना करते याची माहिती घेऊ या. रिझर्व्ह बँक (RBI) म्हणजेच जी संस्था बँकेचे नियम बनवते व बँकेच्या कारभारावर लक्ष ठेवते.

सीआरआर (CRR) व एसएलआर (SLR)

पैशांचा राखीव निधी (CRR- Cash Reserve Ratio) आणि त्वरित पैशांमध्ये हस्तांतरित होतील अशा गोष्टी (SLR- Statutory Liquidity Ratio)

रिझर्व्ह बँकेने (RBI) निश्चित केलेल्या नियमानुसार सर्व बँकांना आपला व्यवहार करावा लागतो. जर का एखादी बँक नियमाचे पालन करत नसेल तर रिझर्व्ह बँक त्या बँकेला दंड (पैशांच्या बाबतीत) करू शकते आणि एखादी बँक परत परत चेतावणी देऊनसुद्धा ऐकत नसेल, तर रिझर्व्ह बँक त्या बँकेचा भारतात काम करण्याचा परवाना (License) पण रद्द करू शकते. रिझर्व्ह बँक सीआरआर (CRR) आणि एसएलआरची (SLR) मर्यादा ठरवते आणि प्रत्येक बँकाना रिझर्व्ह बँकेने ठरवलेल्या सीआरआर आणि एसएलआरच्या मर्यादेप्रमाणे पैसे गुंतवायचे असतात. सीआरआर आणि एसएलआरबद्दल जाणून घेण्याआधी आपण काही गोष्टी जाणून घेऊ या.

माणसे बँकेतून पैसे काढत असतात, बँकेत पैसे भरत असतात. नवीन ठेवीदार बँकेत पैसे ठेवत असतो, एफडी (FD)मध्ये पैसे ठेवत असते. बँक गरजू व्यक्तींना कर्ज देत असते. याचाच अर्थ, दररोज बँकेत पैशांची देवाणघेवाण होत असते. बँक जेव्हा बंद होते, म्हणजेच संध्याकाळी जेव्हा बँकेत अंतिम ताळा (Final Tally) केला जातो आणि सरतेशेवटी जी निवळ रक्कम उरते, त्या रकमेला एनडीटीएल (NDTL - Net Demand & Time Liabilities) असे म्हणतात.

एनडीटीएल (NDTL) म्हणजे, बँकेची दिवसाअखेरील शेवटची शिल्लक रक्कम (Closing Amount.)

पैशांचा राखीव निधी (CRR) – रिझर्व्ह बँकेने सीआरआरची (CRR) मर्यादा ही चार टक्के ठेवली आहे. याचाच अर्थ, प्रत्येक बँकेला तिच्या एनडीटीएल (NDTL) रकमेच्या चार टक्के रक्कम, सीआरआर या योजनेत ठेवावी लागेल (योजना म्हणजे Tool.) जेव्हा बँक सीआरआरमध्ये पैसे गुंतवणार तेव्हा बँकांना ती

रोख रकमेतच (Cash) गुंतवावी लागते आणि रिझर्व्ह बँक, बँकांना त्या रकमेवर कुठल्याही प्रकारे व्याज देत नाही. याचाच अर्थ, बँक जी रक्कम सीआरआरच्या अंतर्गत (Under) ठेवते किंवा गुंतवते त्यावर बँकांना नफा (Profit) होत नाही. (आता कदाचित तुम्हाला कल्पना (Idea) येत असेल की काही बँकेचे अध्यक्ष, काही मीडियावाले आणि काही अर्थतज्ज्ञ रिझर्व्ह बँकेला, सीआरआरची मर्यादा कमी करायला का सांगतात ते.)

त्वरित पैशांमध्ये हस्तांतरित होतील अशा गोष्टी (SLR) – रिझर्व्ह बँकेने एसएलआरची (SLR) मर्यादा ही २१.२५% ठेवली आहे. याचाच अर्थ, प्रत्येक बँकेला तिच्या एनडीटीएल रकमेच्या २१.२५% रक्कम, एसएलआर या योजनेत ठेवावी लागेल. सोने, रोख रक्कम किंवा रिझर्व्ह बँकेने मान्यता दिलेल्या सिक्युरिटीजमध्ये (गुंतवणुकीमध्ये), बँक ही २१.२५% रक्कम गुंतवू शकते. बँकांना या गुंतवणुकीवर नफा (Profit) होतो.

	सीआरआर (CRR)	**एसएलआर (SLR)**
एनडीटीएलच्या किती टक्के रक्कम गुंतवावी लागते?	४%	२१.२५%
बँकांना नफा (Profit) होतो का?	नाही.	होय
कशामध्ये गुंतवावी?	रोख रकमेतच	सोने, रोख रक्कम, बँकेने मान्यता दिलेल्या सिक्युरिटीज

आता आपण खालील टेबल पाहू या.

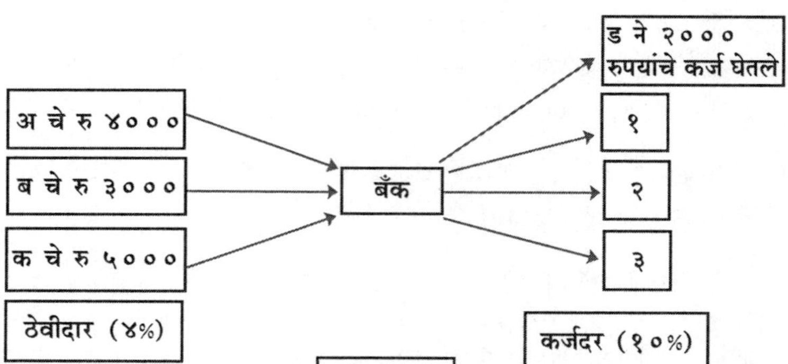

टेबल प

आपण असे गृहीत धरू या की ज्या दिवशी अ ग्राहकाचे चार हजार रुपये, ब ग्राहकाचे पाच हजार रुपये आणि क ग्राहकाचे तीन हजार रुपये बँकेत होते त्याच दिवशी ड ने बँकेकडून दोन हजार रुपयांचे कर्ज घेतले. मग आता बँकेचा त्या दिवशीचा एनडीटीएल दहा हजार होणार. (आता दहा हजार कसे? अ चे चार हजार रुपये, ब चे पाच हजार रुपये आणि क ग्राहकाचे तीन हजार रुपये बँकेत होते. या सर्वांची एकूण बेरीज बारा हजार होते. पण ड ग्राहकाने त्याच दिवशी बँकेकडून दोन हजार रुपयांचे कर्ज घेतल्यामुळे, जेव्हा संध्याकाळी बँक बंद करायची वेळ आली तेव्हा त्या दिवशी बँकेकडे बारा हजार वजा दोन हजार म्हणजेच दहा हजार रुपये शिल्लक होते आणि हे दहा हजार म्हणजेच त्या बँकेचे, त्या दिवशीचे एनडीटीएल (NDTL) होय. आता बँकेला या दहा हजार रकमेच्या चार टक्के रक्कम म्हणजेच चारशे रुपये ही सीआरआरमध्ये आणि दहा हजाराच्या सव्वाएकवीस टक्के (२१.२५%) म्हणजेच दोन हजार एकशे पंचवीस (२१२५) रुपये एसएलआरमध्ये गुंतवावे लागणार. आता दहा हजारातून चारशे आणि दोन हजार एकशे पंचवीस रुपये वजा केल्यावर जी रक्कम उरते, ती रक्कमच बँक त्या दिवशी कर्ज देण्यास वापरू शकते. बँक ठरवलेल्या नियमानुसार सीआरआर आणि एसएलआरमध्ये पैसे गुंतवत आहे की नाही, हे रिझर्व्ह बँक वेळोवेळी तपासत असते.)

याचाच अर्थ, बँक तिच्याजवळ असलेल्या एकूण रकमेतील ७४.७५ टक्के रक्कमच, लोकांना कर्ज देण्यास वापरू शकते. आता हा ७४.७५ आकडा कसा आला? तर शंभर वजा सीआरआर वजा एसएलआर (१०० – CRRचा ४ – SLRचा २१.२५. १००-४-२१.२५ = ७४.७५%)

याचाच अर्थ, जेव्हा बँकांना पैशांच्या राखीव निधीत (CRR) आणि त्वरित पैशांमध्ये हस्तांतरित होतील अशा गोष्टीत (SLR) जास्त पैसे गुंतवायचे असतात तेव्हा बँकेकडे लोकांना कर्ज द्यायला कमी पैसे असतात. याउलट जेव्हा सीआरआर आणि एसएलआरची मर्यादा कमी असते तेव्हा बँकांना (सीआरआर आणि एसएलआरमध्ये) कमी पैसे गुंतवावे लागतात आणि बँक जास्त लोकांना कर्ज देऊ शकते. बँक जेवढ्या जास्त लोकांना कर्ज देणार तेवढा त्यांचा नफा जास्त होणार. म्हणजेच आपण असे म्हणू शकतो की सीआरआर आणि एसएलआरची मर्यादा कमी असल्यावर बँक जास्त जणांना कर्ज देऊन जास्त नफा कमवू शकते.

खालील टेबलमध्ये दाखवल्याप्रमाणे, जर रिझर्व्ह बँक (RBI) सीआरआर आणि एसएलआरची मर्यादा वाढवते तर बँकांना जास्त पैसे सीआरआर आणि एसएलआरमध्ये गुंतवावे लागतील आणि लोकांना ते कमी प्रमाणात कर्ज देऊ शकतात.

सीआरआर (CRR)	एसएलआर (SLR)	बँक किती कर्ज देऊ शकते
४%	२१.२५%	७४.७५% (जास्त लोकांना)
५%	२५%	७०% (कमी लोकांना)

(सीआरआर चार टक्के आणि एसएलआर साडेएकवीस टक्के (२१.२५%) आहे. याचाच अर्थ, बँकांकडे जमा झालेल्या एकूण रकमेपैकी, बँकांना साडेपंचवीस टक्के (२५.२५%) रक्कम सीआरआर आणि एसएलआरमध्ये गुंतवावी लागेल. आता शंभरातून सव्वापंचवीस गेले, तर चौऱ्याहत्तर पूर्णांक पंचाहत्तर (७४.७५%) रक्कम राहील. म्हणजेच बँकेकडे जमा झालेल्या एकूण रकमेपैकी जास्तीत जास्त ७४.७५% रकमेचाच उपयोग, बँका कर्जदारांना कर्ज देण्यासाठी करू शकतात.)

सीआरआर आणि एसएलआरची मर्यादा वाढवल्यावर काय होते, महागाई वाढते की कमी होते, मार्केटमध्ये पैसा येऊन रोजगाराची संधी उपलब्ध होते का? या आणि अशा विविध गोष्टी आपण पुढे बघूच.

मागणी व पुरवठा : प्रमाण

आपण इथे, तूरडाळीचे उदाहरण समोर ठेवू या. आपल्याला जर का आठवत असेल तर २०१५ साली तूरडाळीचा भाव हा ६० रुपये किलोवरून २०० रुपये किलो झाला होता. तो का झाला होता, ते आपण एका उदाहरणाच्या माध्यमातून जाणून घेऊ या.

समजा, आपण एका दुकानात एक किलो तूरडाळ विकत घ्यायला गेलो आणि आपल्यासारख्या अजून पंधरा जणांना एक-एक किलो तूरडाळ हवी असेल, पण दुकानात फक्त दहा किलोच तूरडाळ असल्यावर काय होईल? तूरडाळीची मागणी पंधरा किलो आहे, पण दुकानदारांकडे फक्त दहा किलोच तूरडाळ आहे. आता तो सर्वांना तर तूरडाळ देऊ शकत नाही. मग त्यातील काही माणसे म्हणतील की मी तुम्हाला जास्त पैसे देतो, मला तूरडाळ द्या. अशा प्रकारे जर का एखाद्या गोष्टीची मागणी (Demand) पुरवठ्यापेक्षा (Supply) जास्त असल्यावर त्या गोष्टीची किंमत वाढते.

खरंतर, मार्केटमध्ये असे बोलले जाते की २०१३पासून चांगला पाऊस न पडल्यामुळे तूरडाळीचा पुरवठा (Supply) हा मागणीपेक्षा कमी होता. (तूरडाळीचा) पुरवठा एवढा पण कमी नव्हता की किलोमागे २०० रुपये द्यावे लागतील. हलक्या स्वरांत असे बोलले जाते की फक्त दहा जणांनी शेअर मार्केटमधून जास्त पैसे कमवण्यासाठी हा खेळ केला होता, पण याची पक्की अशी बातमी जगासमोर आली नाही. असो, हा आपला मुद्दा नाही. तर सांगायचा मुद्दा हा की अर्थशास्त्राच्या नियमानुसार एखाद्या गोष्टीची मागणी ही पुरवठ्यापेक्षा जास्त असल्यावर, त्या गोष्टीची किंमत वाढते.

याउलट एखाद्या गोष्टीची मागणी पुरवठ्यापेक्षा कमी असल्यावर त्या गोष्टीची किंमत कमी होते. यासाठी आपणास कच्च्या तेलाचे उदाहरण देता येईल. २०१४ आणि २०१५ साली तेलाची मागणी कमी झाली होती आणि त्यामुळे कच्च्या तेलाची किंमतसुद्धा कमी झाली होती.

मार्केटमधील पैसा आणि महागाई

तुमचा पगार २० टक्क्यांनी वाढल्यावर सर्वात प्रथम तुम्ही काय करणार? तुमच्याकडे फ्रिज (Fridge) नसल्यावर तुम्ही फ्रिज विकत घेणार. एसी नसल्यावर तुम्ही एसी विकत घेणार वगैरे वगैरे. म्हणजेच काय, तर तुम्ही कुठली तरी वस्तू विकत घेणार. आता समजा, मार्केटमध्ये सध्या फक्त शंभरच फ्रिज आहेत आणि शंभरपेक्षा जास्त लोकांना फ्रिज विकत घ्यायचा आहे, तर फ्रिजची किंमत वाढू शकते. हे झाले फ्रिजच्या बाबतीत. दुसऱ्या कोणालातरी चारचाकी (Four Wheeler) विकत घ्यायची आहे आणि त्याचा पण पुरवठा (Supply) हा मागणीपेक्षा (Demand) कमी असल्यावर चार चाकीची किंमत वाढणार, म्हणजेच काय, तर महागाई वाढणार.

तसेच, जर का रिझर्व्ह बँकेने सीआरआर (CRR) आणि एसएलआर (SLR)ची मर्यादा कमी केली, तर बँकांना कमी पैसे सीआरआर आणि एसएलआरमध्ये गुंतवावे लागतील आणि बँक ग्राहकांना जास्त कर्ज देऊ शकतात. आता बँक जास्त लोकांना पैसे देऊ शकते, म्हणजेच मार्केटमध्ये पैसा वाढणार आणि लोक कर्ज काढून विविध वस्तू विकत घेऊ शकतात म्हणजेच

सीआरआर (CRR)	एसएलआर (SLR)	बँकांना एकूण करावी लागणारी गुंतवणूक	बँक किती कर्ज देऊ शकते	महागाईवर परिणाम
४%	२१.२५%	४+२१.२५ = २५.२५%	७४.७५% (१००-२५.२५)	महागाई वाढू शकते.
५%	२५%	५+२५ = ३०%	७०% (१००-३०)	महागाई कमी होऊ शकते.

मार्केटमध्ये वस्तूंची मागणी वाढणार आणि जर का तेवढ्या वस्तूंचा पुरवठा झाला नाही तर त्या वस्तूंची किंमत वाढू शकते. म्हणजेच आपण असे म्हणू शकतो की रिझर्व्ह बँकेने सीआरआर आणि एसएलआरची मर्यादा कमी केल्यावर महागाई वाढू शकते.

याचाच अर्थ, रिझर्व्ह बँकेने सीआरआर आणि एसएलआरची मर्यादा वाढवल्यावर महागाई कमी होऊ शकते आणि सीआरआर आणि एसएलआरची मर्यादा कमी केल्यावर महागाई वाढू शकते.

मार्केटमध्ये जास्त पैसा आल्यावर किंवा लोकांच्या हातात जास्त पैसा आल्यावर माणसे विविध वस्तू विकत घेऊ शकतात आणि त्यामुळे वस्तूंची मागणी (Demand) वाढू शकते आणि मागणी पुरवठ्यापेक्षा (Supply) जास्त झाल्यावर महागाई वाढू शकते. याचाच अर्थ, आपण असे म्हणू शकतो की मार्केटमध्ये जास्त पैसा आल्यावर महागाई वाढू शकते.

आता काहींच्या मनात प्रश्न येऊ शकतो की सीआरआर आणि एसएलआरची मर्यादा कमी केल्यावर महागाई वाढू शकते तर मीडियातील काही माणसे आणि अर्थतज्ज्ञ रिझर्व्ह बँकेवर मर्यादा कमी करण्याचा दबाव का आणतात? त्या लोकांना ही गोष्ट माहीत नाही की त्यांच्या मागणीमागे दुसरे काही कारण आहे? मीडियावाले आपल्याशी खरं बोलतात की खोटे, हे तुम्हालाच जास्त माहीत. बरोबर ना?

मार्केटमध्ये जास्त पैसा आल्यावर...

किंवा जर का रिझर्व्ह बँकेने सीआरआर (CRR) आणि एसएलआर (SLR)ची मर्यादा कमी केल्यावर महागाई वाढणार असेल तर रिझर्व्ह बँक, सीआरआर आणि एसएलआरची मर्यादा का कमी करत असेल?

आपण वरील उदाहरणाबाबतच बोलू या. जर तुमचा पगार २० टक्क्यांनी वाढला तर सर्वांत प्रथम तुम्ही काय करणार? तुमच्याकडे फ्रिज (Fridge) नसल्यावर तुम्ही फ्रिज घेणार, एसी नसल्यावर तुम्ही एसी घेणार वगैरे वगैरे. म्हणजेच काय, तर तुम्ही कुठली तरी वस्तू विकत घेणार. आता जर का तुम्ही फ्रिज विकत घेतला आणि तुमच्यासारखा भरपूर जणांचा पगार वाढल्यामुळे त्यातील काही जणांनीसुद्धा तुम्ही जो फ्रिज घेतला, तोच फ्रिज विकत घेतला (त्याच कंपनीचे तेच मॉडेल) आणि काही जणांनी तेवढ्या फ्रिजचा पुरवठा नसल्याने, आगाऊ रक्कम (Advance) देऊन तो फ्रिज नोंदवला (Book केला) असे आपण गृहीत धरू या.

तर फ्रिज बनवणाऱ्या कंपनीचा नफा वाढणार. मग त्या कंपनीचा मालक

- तो नफा स्वत:कडे ठेवणार किंवा
- कंपनीत नवीन लोकांची भरती करणार किंवा
- कंपनीत काम करत असलेल्या कामगारांचा पगार वाढवणार किंवा
- नवीन कंपनी चालू करणार (सहसा कुठलाही उद्योजक बँकेकडून कर्ज घेऊन व्यवसाय चालू करतो, पण त्याला व्यवसायामध्ये स्वत:चे पण काही पैसे गुंतवावे लागतात)
- जर का तो नवीन कंपनी चालू करतो किंवा कंपनीत नवीन लोकांची भरती करतो तर साहजिकच आहे नवीन लोकांना रोजगाराची संधी उपलब्ध होणार आणि आपण असे म्हणू शकतो की मार्केटमध्ये जास्त पैसा आल्यावर, जास्त लोकांना नोकरीच्या संधी उपलब्ध होतात.
- आता आपण असे समजू या की त्या फ्रिजच्या कंपनीत मयूर काम करतो आणि त्या कंपनीच्या मालकाने कंपनीत काम करत असलेल्या सर्व

कामगारांचा पगार वाढवला. प्रत्येक कंपनीच्या धोरणानुसार (Policy) कंपनीचा मालक आपल्या कामगारांचा पगार वाढवत असतो. (म्हणजे समजा, त्या फ्रिजच्या कंपनीच्या धोरणानुसार ऑगस्ट महिना हा पगारवाढीचा महिना असेल, तर त्या कंपनीचा मालक कंपनीच्या धोरणानुसार आपल्या कामगारांचा पगार ऑगस्ट महिन्यात वाढवणार. पगारवाढीचा महिना म्हणजे ज्या महिन्यात पगार वाढतो तो महिना.)

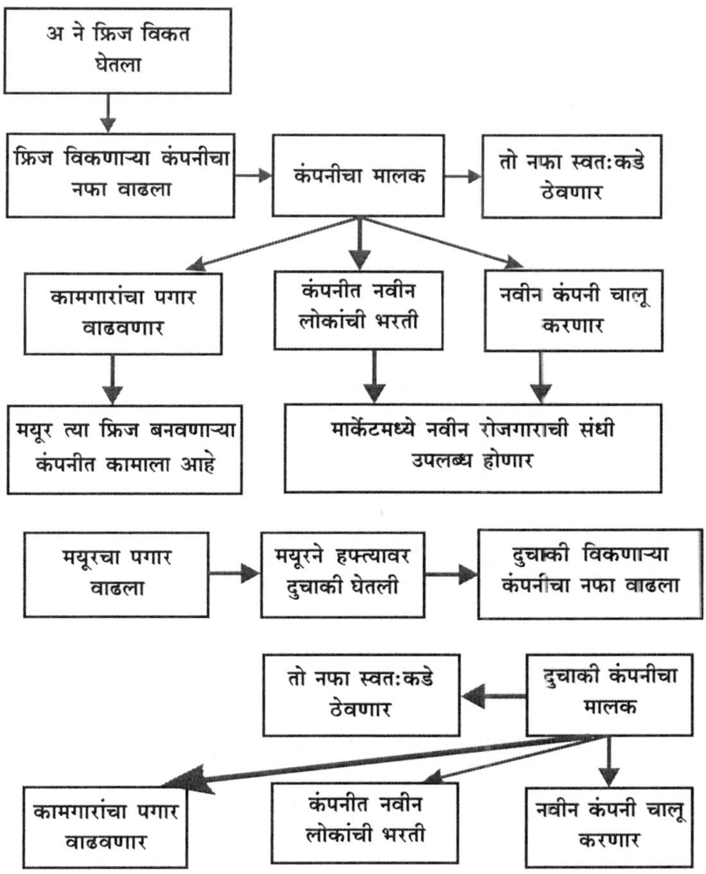

हे चक्र असेच चालत राहाणार व नवीन लोकांना रोजगार (Job) मिळत राहाणार. जेव्हा तुम्ही एखादी गोष्ट विकत घेता तेव्हा कुणाचातरी फायदा होतो व त्या व्यक्तीचा जास्त फायदा झाल्यावर ती व्यक्ती व्यवसाय मोठा करायला बघतो, पर्यायाने नवीन लोकांना रोजगाराची संधी उपलब्ध होते.

थोडक्यात काय, त्या फ्रिजच्या कंपनीत काम करत असलेल्या मयूरचा पगार वाढतो. आता मयूर पगार वाढल्यावर त्यातील काही पैसे कुठेतरी गुंतवणार आणि उरलेल्या पैशांतून एसी किंवा दुचाकी (Two Wheeler) विकत घेणार व बँकेला हफ्त्याने पैसे फेडणार.

आता मयूरने हप्त्यावर दुचाकी घेतली असे आपण गृहीत धरू या. दुचाकीची विक्री (Sale) वाढल्याने दुचाकी कंपनीचा नफा (Profit) वाढणार व दुचाकी कंपनीचा मालक तो नफा स्वत:कडे ठेवणार किंवा कंपनीत नवीन लोकांची भरती करणार किंवा कंपनीत काम करत असलेल्या कामगारांचा पगार वाढवणार किंवा नवीन कंपनी चालू करणार.

आता मयूरसारखे अनेक जण पगारवाढ झाल्याने किंवा हातात जास्त पैसा आल्याने, कुठली ना कुठली तरी वस्तू विकत घेणार. मग ते लोक ज्या ज्या कंपनीच्या वस्तू विकत घेणार त्या त्या कंपनीचा नफा वाढणार. कंपनीचा नफा वाढल्यावर, त्याही कंपनीचा मालक तो नफा स्वत:कडे ठेवणार किंवा कंपनीत नवीन लोकांची भरती करणार किंवा कंपनीत काम करत असलेल्या कामगारांचा पगार वाढवणार किंवा नवीन कंपनी चालू करणार. म्हणजेच रोजगार वाढणार, बरोबर ना? कुठल्याही देशाची अर्थव्यवस्था ही अशाच प्रकारे चालत असते.

एखादी कंपनी वर्षानुवर्षे कशी चालते? तर, त्या कंपनीत बनत असलेल्या वस्तू विकल्या जातात म्हणून. वस्तू विकल्या जातात म्हणून कर्मचाऱ्यांना पगार मिळतो. म्हणजेच, आपण असेही म्हणू शकता की जेव्हा आपण कुठलीही वस्तू विकत घेतो तेव्हा त्यामुळे कुणाला तरी रोजगार मिळतो.

अशा प्रकारे मार्केटमध्ये जास्त पैसा आल्यावर माणसे नवीन वस्तू विकत घेतात (कधीकधी गरज नसली तरीसुद्धा वस्तू विकत घेतात) आणि त्यामुळे नवीन लोकांना रोजगाराची संधी उपलब्ध होते, पण आपल्या देशातील लोकांनी आपल्याच देशातील वस्तू विकत घेतल्यावरच आपल्या देशातील व्यावसायिकांचा फायदा होणार. जर का आपण बाहेरच्या देशातील वस्तू वापरल्या तर त्या देशातील व्यावसायिकांचा फायदा होणार आणि त्या देशातील उद्योजक त्यांचा फायदा झाल्यावर तो नफा स्वत:कडे ठेवणार किंवा त्यांच्या देशातील कंपनीत नवीन लोकांची भरती करणार किंवा कंपनीत काम करत असलेल्या कामगारांचा पगार

वाढवणार किंवा त्यांच्या देशात नवीन कंपनी चालू करणार. म्हणजेच, आपण ज्या देशातील वस्तू विकत घेणार त्या देशातील नवीन लोकांना रोजगार मिळणार.

नाही, आपण शंभर टक्के भारतीयच वस्तू वापरा असे नाही, पण एखाद्या वस्तूचा आपल्याकडे चांगला पर्याय (Option) असेल, तर आपण ती भारतीय वस्तूच विकत घ्यावी, असे मी निश्चित म्हणेन.

आपण जेवढ्या जास्त विदेशी वस्तू वापरणार तेवढा आपल्या देशाचा विनिमय दर (Exchange Rate) कमी होणार व तेलासारख्या ज्या गोष्टीची आपल्याला आयात करावे लागते, त्या गोष्टीला जास्त पैसे मोजावे लागणार व त्यामुळे महागाई वाढणार.

अशा प्रकारे मार्केटमध्ये जास्त पैसा आल्यावर नवीन रोजगाराची संधी उपलब्ध होते, पण याचबरोबर मार्केटमध्ये जास्त पैसा आल्याने, महागाईसुद्धा वाढत असते. रिझर्व्ह बँकेला आणि सरकारला या दोन्ही गोष्टी सांभाळायच्या असतात, नाही का?

रिझर्व्ह बँकेचा इतिहास

१९२० साली इंग्रज सरकारने स्थापन केलेल्या कमिटीने (Hilton Young Commission) १९२६ साली एक केंद्रीय (Central) बँक बनवण्याचे सुचवले. या आधारावर रिझर्व्ह बँक कायदा (RBI Act) १९३४ साली अस्तित्वात आला आणि या कायद्याप्रमाणे रिझर्व्ह बँकेची स्थापना १ एप्रिल १९३५ रोजी झाली.

प्रथमत: खासगी गुंतवणूकदारांकडे रिझर्व्ह बँकेचे सर्वांत जास्त शेअर्स (Shares) होते आणि सरकारकडे फारच कमी शेअर्स होते. १९४८ साली भारत सरकारने रिझर्व्ह बँकेचे शेअर्स खासगी गुंतवणूकदारांकडून विकत घेतले. एक जानेवारी १९४९पासून, रिझर्व्ह बँक ही एक राष्ट्रीय बँक झाली.

रिझर्व्ह बँक (RBI)ची रचना (Structure)

रिझर्व्ह बँकेच्या सर्वोच्च पदावर केंद्रीय बोर्ड (Central Board) आहे. हे केंद्रीय बोर्ड सर्व महत्त्वाचे निर्णय घेते. केंद्रीय बोर्डात एकूण तेरा माणसे आहेत. त्यातील पाच जणांची निवड भारत सरकार करते व उरलेले आठ जण रिझर्व्ह बँक कायद्यानुसार (RBI Act) निवडले जातात. केंद्रीय बोर्डात एक गव्हर्नर (Governor) आणि चार उप-गव्हर्नर (Deputy Governor) आहेत ज्यांची निवड भारत सरकार करते व आठ असे संचालक (Director) आहेत की जे स्वातंत्र्यापूर्वी बनवलेल्या रिझर्व्ह बँक कायद्यानुसार (RBI Act) निवडले गेले आहेत.

रिझर्व्ह बँक कुठकुठले कार्य (Function) करते?

१) जेव्हा अर्थव्यवस्थेत गरज असेल तेव्हा नवीन भारतीय रुपये मार्केटमध्ये उपलब्ध करून देणे.

२) विनिमय दरावर नियंत्रण ठेवणे (To Maintain Exchange Rate).

३) भारत सरकारला कर्जाच्या स्वरूपात पैसे देणे.

४) बँकेसाठी नियम बनवणे, त्यांच्यावर लक्ष ठेवणे, बँकांना कर्ज देणे.
५) महागाईवर नियंत्रण (Control) ठेवणे (पुढे M10मध्ये यावर लिहिलेले आहे).

१) जेव्हा मार्केटमध्ये भारतीय रुपयाची मागणी वाढते तेव्हा भारत सरकारच्या संगनमताने, रिझर्व्ह बँक नवीन भारतीय रुपये छापते व नंतर ते पैसे स्वत:च्या (रिझर्व्ह बँकेच्या) अठरा कार्यालयांत (Office) पाठवते आणि ती कार्यालये विविध बँकांना पैसे देतात आणि सामान्य माणसाकडे ते पैसे बँकेच्या माध्यमाने येतात. (जुन्या नोटा बदलणे किंवा कर्जाच्या स्वरूपात किंवा उद्योजक ते पैसे बँकेकडून कर्जाच्या स्वरूपात घेतो, तो ते भांडवल आपल्या व्यवसायात लावतो आणि झालेला नफा आपल्या कर्मचाऱ्यांत वाटतो. कर्मचारी म्हणजे सामान्य माणूस.) याचाच अर्थ, रिझर्व्ह बँक नवीन भारतीय रुपये सामान्य माणसाला बँकेमार्फत पुरवते.

मार्केटमध्ये भारतीय रुपयाची किती मागणी आहे हे ठरवताना रिझर्व्ह बँक; विकासदर, महागाई, किती जुन्या नोटा बदलायच्या आहेत, राखीव साठा किती आहे, या गोष्टी विचारात घेऊन एक अहवाल (Report) बनवते व तो अहवाल भारत सरकारकडे सादर (Submit) करते. त्याच्यानंतर भारत सरकारच्या संगनमताने, रिझर्व्ह बँक नवीन भारतीय रुपये छापते. एक गोष्ट इथे नमूद करावीशी वाटते की रिझर्व्ह बँकेला भारतीय रुपये छापताना तेवढ्या किमतीचे सोने किंवा दुसरी कुठलीही वस्तू कुणाकडेही गहाण किंवा तारण ठेवावे लागत नाही.

२) विनिमय दरावर नियंत्रण ठेवणे (To Maintain Exchange Rate) – जेव्हा आपण कुठल्याही दुसऱ्या देशाशी व्यवहार करतो तेव्हा तो अमेरिकन डॉलर, युरो किंवा पौंडामध्ये करतो. एका डॉलरमागे आपणास सध्या जवळपास ६८ रुपये द्यावे (१$ = ६८ रुपये) लागतात. हा जो विनिमय दर (Exchange Rate) आहे, तो मागणी (Demand) आणि पुरवठ्यावर (Supply) अवलंबून असतो. विनिमय दर वाढल्यावर, कुठलीही वस्तू आयात करताना ती आपल्याला महाग पडणार.

आपण अमेरिकी डॉलर आणि भारतीय रुपये यांचा विनिमय दर कसा ठरवला जातो ते बघू या. अमेरिका हा जवळपास सर्वच गोष्टींत पहिल्या नंबरचा देश असल्याकारणाने, आपण अमेरिकेचे उदाहरण घेत आहोत. जर का बाजारात अमेरिकी डॉलरची मागणी त्याच्या पुरवठ्यापेक्षा वाढली तर अमेरिकी डॉलरची भारतीय रुपयांपेक्षा किंमत वाढते (चलन मूल्यवृद्धी किंवा Appreciation of Currency.) याचाच अर्थ, जर का आपणास एका डॉलरच्या मागे पासष्ट (६५)

रुपये द्यावे लागत होते, तर अमेरिकी चलनाच्या मूल्यवृद्धीनंतर (किंवा विनिमय दर वाढल्यानंतर किंवा अमेरिकी डॉलरची भारतीय रुपयाच्या तुलनेत किंमत वाढल्यानंतर आपणास एका डॉलरच्या मागे सत्तर (७०) रुपये द्यावे लागतील. म्हणजेच समजा, आपण दर वर्षी शंभर लिटर कच्चे तेल आयात करतो आणि आंतरराष्ट्रीय मार्केटमध्ये दहा डॉलरच्या एक लिटर कच्चे तेल मिळत असेल, तर विनिमय दर वाढल्यानंतर आपणास जास्त पैसे द्यावे लागतील.

खालील उदाहरणात दाखवल्याप्रमाणे कच्च्या तेलाचा आंतरराष्ट्रीय भाव सारखाच राहिला आणि विनिमय दर (Exchange Rate) वाढला, तर आपल्याला कच्चे तेल आयात करताना, आधीच्यापेक्षा जास्त पैसे द्यावे लागतील आणि पर्यायाने महागाई वाढू शकते. रिझर्व्ह बँकेकडे परदेशी चलनाचा साठा असतो. जेव्हा विनिमय दर वाढतो तेव्हा रिझर्व्ह बँक, त्यांच्याजवळ असलेले परकीय चलन मार्केटमध्ये विकतात. मार्केटमध्ये परकीय चलनाचा पुरवठा (Supply) वाढल्याने विनिमय दर कमी होण्यास मदत होते.

	आधी	**नंतर**
मागणी	**१०० लिटर**	**१०० लिटर**
कच्च्या तेलाचा आंतरराष्ट्रीय भाव	१ लिटर = १०$	१ लिटर = १०$
विनिमय दर	१$ = ६५ रुपये	१$ = ७० रुपये
१०० लिटरसाठी एकूण किंमत	१००×१०×६५ = ६५,००० रुपये	१००×१०×७० = ७०,००० रुपये

जेव्हा विनिमय दर कमी असतो तेव्हा आपण जास्त प्रमाणात वस्तू आयात करू शकतो. जास्त वस्तू आयात केल्या, तर भारतीय उद्योजकांचा (Businessman) कमी व्यवसाय होईल. हे टाळण्यासाठी रिझर्व्ह बँक मार्केटमध्ये असलेले परकीय चलन विकत घेऊ शकते.

मार्केटमध्ये परकीय चलनाचा पुरवठा कमी झाल्याने विनिमय दर (Exchange Rate) वाढू शकतो. विनिमय दर वाढल्याने आयात करणे महाग होते व आयात कमी होते. असे बोलले जाते की विनिमय दर वरखाली होण्यामागे टोकिओ, हाँगकाँग, सिंगापूर, सिडनी, बर्लिन, लंडन आणि न्यू यॉर्क या शहरांतील शेअर मार्केटमधील ब्रोकर्सचा मोठा वाटा असतो.

रिझर्व्ह बँकेकडे परदेशी चलनाचा साठा कुठून येतो?

जेव्हा भारतीय कंपन्यांना निर्यात केलेल्या गोष्टींचे पैसे मिळतात तेव्हा ते अमेरिकन डॉलर, युरो किंवा पौंडमध्ये असतात (तुम्ही कुठल्या देशात वस्तू निर्यात करतात यावर ते अवलंबून असते.) रिझर्व्ह बँक, भारतीय कंपन्यांना ते परकीय चलन हस्तांतरित करताना, त्या वेळच्या विनिमय दरानुसार परकीय चलनाचे, भारतीय रुपयात रूपांतर करून, ते रुपये (भारतीय कंपन्यांन) देते.

३) भारतीय सरकारला कर्जाच्या स्वरूपात पैसे देणे.

भारतीय सरकारची मागील वर्षाची आर्थिक कमाई, १२.५० लाख करोड होती. याउलट, सरकारचा खर्च हा १८ लाख करोड होता. (आपण जो आपला कर (Tax) भरतो, त्याला आपण सरकारची कमाई किंवा मिळकत म्हणू शकतो.) सरकार जे पैसे आपले संरक्षण करण्यासाठी खर्च करते (सीनेवर असलेले जवान आणि अंतर्गत सुरक्षा), रेशनच्या मार्गाने गरिबांसाठी स्वस्तात धान्य देते, रोड, रेल्वे, रुग्णालय (हॉस्पिटल), शाळा अशा विविध गोष्टींवर खर्च करते, तो झाला सरकारचा खर्च (Expenses). तो एका वर्षात १८ लाख करोड होता. आता ही ५.५ लाख करोडची वित्तीय तूट भरून काढण्यासाठी भारत सरकार रिझर्व्ह बँकेकडून किंवा आंतरराष्ट्रीय बँकेकडून कर्ज घेते. प्रामुख्याने, भारत सरकार आपल्या रिझर्व्ह बँकेकडून कर्जाच्या स्वरूपात ते पैसे घेते (जगातील सर्वच देश त्यांच्या त्यांच्या केंद्रीय बँकेकडून असे पैसे घेत असतात. जगात फक्त तीन महत्त्वाच्या देशांमध्ये केंद्रीय (Central) बँक नाही. इराण, क्युबा आणि उत्तर कोरिया या तीन देशांमध्ये केंद्रीय बँक नाही.)

जेव्हा आपण बँकेकडून कर्ज घेतो तेव्हा आपणास कुठली तरी वस्तू बँकेकडे गहाण ठेवावी लागते किंवा एक सुरक्षा ठेव (Security) ठेवावी लागते. भारत सरकारलासुद्धा रिझर्व्ह बँकेकडून कर्ज घेताना, एक सरकारी सुरक्षा प्रमाणपत्र (Government Security Certificate) द्यावे लागते. भारत सरकार एक सरकारी सुरक्षा प्रमाणपत्र रिझर्व्ह बँकेला देते आणि रिझर्व्ह बँक कर्जाच्या स्वरूपात भारत सरकारला गरज असलेले पैसे देते.

काय आहे हे सरकारी सुरक्षा प्रमाणपत्र?

वर सांगितल्याप्रमाणे भारत सरकारकडे मागील आर्थिक वर्षात १२.५० लाख करोड रुपये जमा (Revenue) झाले. याउलट सरकारी खर्च १८ लाख कोटी होता. याचाच अर्थ, भारत सरकारने मागील आर्थिक वर्षात ५.५ लाख कोटींचा

जास्त खर्च (Expenses) केला. आता हा पैसा आला कुठून? तर, सरकारी सुरक्षा प्रमाणपत्रातून (बॉण्ड कागदावरील एक वचननामा).

भारत सरकार, सरकारी सुरक्षा प्रमाणपत्र मार्केटमध्ये आणते आणि मार्केटमधून पैसा घेते. भारत सरकार, रिझर्व्ह बँकेला हे सुरक्षा प्रमाणपत्र देऊन, त्याच्या मदतीने पैसा घेऊ शकते. भारत सरकारला, त्या घेतलेल्या कर्जावर रिझर्व्ह बँकेला व्याजसुद्धा द्यावे लागते. (अशा प्रकारचे सरकारी सुरक्षा प्रमाणपत्र, जगातील जवळपास सर्वच देश काढत असतात आणि दुसरा देश किंवा दुसऱ्या देशातील बँक किंवा दुसऱ्या देशातील गुंतवणूकदारसुद्धा हे सरकारी सुरक्षा प्रमाणपत्र विकत घेऊ शकतात. आपण सरकारी सुरक्षा प्रमाणपत्राला, त्या सरकारचे कर्ज असेही म्हणू शकतो.)

आपण एका उदाहरणाच्या माध्यमातून जाणून घेऊ या की हे सरकारी सुरक्षा प्रमाणपत्र काय असते ते. भारत सरकारने, रिझर्व्ह बँकेला बॉण्ड कागदावर (Bond Paper) एक वचननामा (Promissory Note) दिला. त्यात असे म्हटले आहे, की भारत सरकार रिझर्व्ह बँकेकडून ५.५ लाख कोटी रुपये कर्जाच्या स्वरूपात पाच टक्के व्याजावर घेत आहे व भारत सरकार हे कर्ज दहा वर्षांत फेडेल.

थोडक्यात काय, तर भारतीय बँकांना आणि भारत सरकारला रिझर्व्ह बँक कर्जाच्या स्वरूपात पैसे देते आणि भारतीय बँक सामान्य लोकांना कर्जाच्या स्वरूपात पैसे देते. रिझर्व्ह बँक यांच्यासारखी आणखी महत्त्वाची कामे करते, पण आपण इथे फक्त महागाई या विषयावर बोलत आहोत.

रिझर्व्ह बँक आणि नोटांची छपाई...

जर आपल्या रिझर्व्ह बँकेने हवा तेवढा पैसा छापला तर अमेरिका खंडातील व्हेनेझुएला देशासारखी किंवा आफ्रिका खंडातील झिम्बाब्वे देशासारखी परिस्थिती आपल्या देशात येऊ शकते. (व्हेनेझुएला देशाची अर्थव्यवस्था कच्च्या तेलाच्या निर्यातीवर अवलंबून आहे. खाण्यापिण्याच्या जवळपास सर्वच गोष्टी त्यांना दुसऱ्या देशातून आयात कराव्या लागतात. तेथील सरकारने त्या देशातील बहुतांश खासगी कंपन्या सरकारी करून घेतल्या. लोकांची मते मिळवण्यासाठी व अशाच इतर कारणासाठी त्यांनी लोकांना स्वस्तात वस्तू पुरवल्या आणि अचानक कच्च्या तेलाची किंमत मर्यादेबाहेर घसरल्यामुळे व्हेनेझुएला देशाचा फार मोठा तोटा झाला व त्यांना तेलाच्या विक्रीतून मिळणारा पैसा कमी होत गेला. ज्या पैशांच्या मदतीने व्हेनेझुएला देशाचे सरकार खाण्यापिण्याच्या वस्तू दुसऱ्या देशातून आयात करत होते, त्या वस्तू कमी पैशांमुळे आयात करणे कठीण होत गेले आणि एक वेळ अशी आली की त्यांच्याकडे पैशांचा तुटवडा होत गेला. या परिस्थितीवर मात करण्यासाठी तेथील केंद्रीय बँकेने जास्त प्रमाणात व्हेनेझुएला देशाचे चलन छापले. या गोष्टीमुळे परिस्थिती सुधारण्याऐवजी ती आणखीनच बिघडत गेली व त्या देशात मोठ्या प्रमाणात महागाई वाढली. झिम्बाब्वे देशात एके वेळी तर परिस्थिती अशी होती की एक वेळेच्या जेवणासाठी त्यांना सुटकेस भरून पैसे द्यावे लागत होते.)

आता समजा, सर्व लोकांकडे भरपूर पैसा आला आणि तुम्हाला एखादी वस्तू विकत घ्यायची इच्छा झाली, तर तुम्ही ती कुठे मिळते ते शोधायचा प्रयत्न करणार, त्याचप्रमाणे दुसराही तीच वस्तू शोधत असणार. मग तुम्हाला असे लक्षात येईल की भरपूर लोक तीच वस्तू शोधत आहेत किंवा भरपूर लोकांना ती वस्तू हवी आहे. आपल्याला जी गोष्ट हवी आहे, ती कोणीतरी बनवली पाहिजे ना आणि मग सर्वांकडेच भरपूर पैसा आहे, तर मग आराम करायचा सोडून, काम कोण करणार? म्हणजेच ती वस्तू बनवणार कोण? म्हणजेच काय, कोणाला तरी काम करावे लागणारच आणि त्या कोणाला तरीमध्ये आपण सर्वच नाही का येत?

जर तुम्ही आजारी पडलात तर तुम्हाला घरगुती उपाय करावे लागतील, कारण अमाप पैसा मिळाल्याने डॉक्टरही त्यांचा सराव सोडून घरी बसतील. शेतात कोणीच जाणार नाही, कारण सर्वांकडेच अमाप पैसा आहे. तुम्ही हॉटेलात गेल्यावर तिथे वेटर नसणार की जेवण बनवणारा, कारण सर्वांकडेच अमाप पैसा असणार आहे. घरात कुठचे काम करायचे असेल, तर तुम्हाला माणसे मिळणार नाहीत. सर्व म्हणजे सर्वच गोष्टी कठीण होऊन जातील. तुम्ही कुठचीच वस्तू विकत घेऊ शकणार नाही किंवा कुठच्याच सेवेचा लाभ घेऊ शकणार नाही, कारण सर्वांकडे अमाप पैसा असल्याकारणाने कोणीच कामे करणार नाही. जर का कोणाकडे खाण्यापिण्याच्या वस्तूंचा साठा असेल तर त्याच्याकडून तो मिळवण्यासाठी माणसे हातघाईवर जाऊ शकतात. म्हणजेच, देशात गुन्हेगारी वाढू शकते, असे नाही का तुम्हाला वाटत?

वाचता वाचता तुम्हाला कदाचित हसायला येईल, पण खरोखरच अशा गोष्टी घडू शकतात. म्हणजेच काय, तर हातात भरपूर पैसा असणे हे कुठल्याही अडचणीवर मात करण्याचे अंतिम व एकमेव उत्तर नाही. कुठलेही काम न करता मिळालेला पैसा, हा कुठलीही अडचण दूर करत नाही, उलट तो अडचण वाढवतो.

म्हणजे तुम्हाला पण आता वाटत असेल ना की नियोजनबद्ध कठोर व प्रामाणिक परिश्रमाला पर्याय नाही. आता प्रामाणिक प्रयत्न म्हणजे काय? तर, मोदीजी नेहमी बोलतात स्व-प्रमाणपत्र (Self Certification) म्हणजे फक्त स्वतःच्या गुणपत्रिकेवर स्वाक्षरी करणे नसून समोरच्याला स्वतःबद्दल ग्वाही देणे की मी जे करतो किंवा भविष्यात जे करेन ते योग्यच असेल. माझ्यामुळे इतरांना त्रास होईल, इतरांचा तोटा होईल, इतरांना अपायकारक होईल, असे मी वागणार नाही. बरोबर ना?

(काही विकसित देशांत व्याजदर फार कमी असल्यामुळे बँकेत पैसे ठेवल्यास ठेवीदारांना त्यावर फार कमी व्याज मिळते आणि त्यामुळे तेथील लोकांचा भर हा पैशांची बचत (Saving) करण्यापेक्षा, तो खर्च करण्यावर असतो. या गोष्टीमुळे लोकांकडे कमी बचत असते. तसेच, क्रेडिट कार्डच्या जास्त वापरामुळे विकसित देशातील काही लोकांच्या डोक्यावर फार मोठे कर्ज आहे आणि या सर्व गोष्टींमुळे संपूर्ण जगात मोठे आर्थिक संकट येऊ शकते. काहींना प्रश्न पडू शकतो की विकसित देशात व्याजदर का कमी आहेत? व्याजदर कमी असल्याकारणाने, व्यापाऱ्यांना स्वस्तात कर्ज उपलब्ध होते व त्यामुळे व्यापारी जास्त प्रमाणात कर्ज काढून त्यांच्या कंपन्यांचा विस्तार करू शकतात. तसेच, ठेवीदारांना बँक त्यांच्या ठेवींवर जास्त व्याज देत नसल्याकारणाने विकसित देशातील लोकसुद्धा बँकेत पैसे ठेवण्यापेक्षा, त्या पैशाने कुठली तरी वस्तू विकत घेतात आणि या सर्व गोष्टींमुळे

विकसित देशांत मोठ्या प्रमाणात रोजगारनिर्मिती होते.

काही विकसित देशांत व्याजदर शून्य आहे तर काही देशांत तर उणे व्याजदर (Negative Interest Rate) आहे. विकसित देशांनी फार मोठ्या प्रमाणात कर्ज काढले आहे व ते कर्ज त्या देशाच्या मिळकतीच्या दोन किंवा तीनपट जास्त आहे (हा विषय M17 - जीडीपी या लेखात मांडला आहे). आपण जर का काही विकसित देशांच्या राहणीमानावर नजर फिरवली तर आपल्याला एक गोष्ट लक्षात येईल की काही विकसित देशांत महागाईची समस्या ही भविष्याचा विचार न करणाऱ्या म्हणजेच भविष्यासाठी बचत (Saving) न करण्याच्या सवयीमुळे आहे. हो, विकसित देशांत पेन्शन (निवृत्ती) योजना आहेत.

विकसित देशातील आर्थिक व्यवस्थेने व्याजदर वाढवला, तर तेथील लोकांना बचतीची सवय लागून महागाईचा आणि त्यामुळे उद्भवणाऱ्या विविध ताणतणावाला सामोरे जायला सुलभ जाईल, पण व्याजदर वाढीमुळे तेथील सरकारवर वाढणाऱ्या कर्जाचा बोजाचा विचार करणे गरजेचे ठरेल, कारण सरकारवर कर्जाचा बोजा वाढला तर तेथील सरकार कर (Tax) वाढवू शकतात आणि त्यामुळे लोकांची बचत कमी होऊ शकते. हे सर्व अभिमन्यूच्या चक्रव्यूहासारखे आहे आणि याच कारणास्तव काही विकसित देशांवर आर्थिक संकटाची तलवार लटकत आहे.

आता तुम्ही म्हणाल की भारतातील लोकांना बचत करायची चांगली सवय आहे, मग विकसित देशांत आर्थिक संकट आल्यावर त्याचा जगातील इतर देशांवर कसा परिणाम दिसून येईल? जसे भारत सरकार सरकारी सुरक्षा प्रमाणपत्र जारी करते तसेच जगातील दुसरे देशसुद्धा त्यांच्या देशाचे सरकारी सुरक्षा प्रमाणपत्र जारी करतात आणि जवळपास भारतातील बहुतांश बँका आणि विविध देशाचे सरकार ते विकत घेतात. त्यामुळे जर का अशा देशांवर आर्थिक संकट आलेच तर त्यामुळे संपूर्ण जगावर आर्थिक संकट येऊ शकते. याच कारणामुळे मला भारतात होणाऱ्या एकोणतीस (२९) बँकांच्या एकीकरणाची (Merger) भीती वाटते. म्हणजे बघा, समजा एसबीआय (SBI)सारख्या मोठ्या बँकेने दुसऱ्या देशाचे सरकारी सुरक्षा प्रमाणपत्र विकत घेतले असेल आणि समजा एखाद्या गोष्टीमुळे त्या देशावर आर्थिक संकट आलेच, तर तो देश एसबीआय बँकेला व्याज तर देऊ शकणार नाहीच, पण बँकेची मूळ रक्कमसुद्धा बुडली जाऊ शकते आणि बँकेच्या एकीकरणामुळे सर्व एकोणतीस बँकांना त्याचा फटका बसू शकतो. कदाचित, बासेल नियमानुसार (Basel Norms) बँकेला हे एकीकरणाचे पाऊल उचलावे लागत असेल, पण जर का जगात आर्थिक संकट आलेच, तर त्याचा भरपूर मोठा फटका बँकांना बसू शकतो आणि पर्यायाने त्या बँकांतील ठेवीदारांना बसू शकतो. दुसऱ्या देशाप्रमाणे

आपण आयात-निर्यात करत असतो. ज्या देशाबरोबर आपण व्यवहार करत आहोत, जर का त्या देशावर आर्थिक संकट आले तर त्याचा परिणाम आपल्या देशावर दिसून येऊ शकतो.

कदाचित, आर्थिक संकट आल्यामुळे भारतातील शेअर मार्केटमध्ये जास्त प्रमाणात गुंतवणूक होण्याची शक्यता आहे. असो. या सर्व जर-तरच्या गोष्टी झाल्या, आपण आपल्या मूळ विषयाकडे येऊ या.

महागाईवर रिझर्व्ह बँक आणि भारत सरकार कसे नियंत्रण ठेवते?

महागाई का वाढते?

- एकतर मार्केटमध्ये जास्त पैसा असल्यावर.
- एखाद्या गोष्टीची मागणी, ही त्या गोष्टीच्या पुरवठ्यापेक्षा जास्त असल्यावर.
- किंवा अर्थव्यवस्थेत एखादी व्यक्ती, गरजेपेक्षा जास्त नफा कमवण्याचे उद्दिष्ट ठेवत असेल, तर ती गोष्ट महागाईवाढीस कारणीभूत ठरते.

जर का मार्केटमध्ये जास्त पैसा असल्याने महागाई वाढली असेल तर रिझर्व्ह बँक, मार्केटमधील जास्तीचा पैसा स्वत:कडे घेते (रिझर्व्ह बँक सीआरआर (CRR) आणि एसएलआर (SLR)ची मर्यादा वाढवते.) मार्केटमध्ये कमी पैसा असल्याने लोकांच्या हातात कमी पैसा येतो व महागाई आटोक्यात येते.

एखाद्या गोष्टीची मागणी (Demand) ही त्या गोष्टीची मार्केटमध्ये होणाऱ्या पुरवठ्यापेक्षा (Supply) जास्त असल्यावर, त्या गोष्टीची किंमत वाढते व पर्यायाने महागाई वाढते. त्या गोष्टीचा मार्केटमधील पुरवठा वाढवण्यासाठी, त्या गोष्टीची जास्त निर्मिती झाली पाहिजे. ती गोष्ट एक तर शेतात पिकत असेल किंवा कुठल्यातरी कंपनीत बनत असेल.

जर का ती वस्तू शेतात पिकत असेल तर शेतकऱ्यांना त्या वस्तूचे नवीन उत्पादन (Production) घेण्यास, अवजारांची, बी-बियाण्यांची, शेतात काम करणाऱ्या माणसांची गरज लागणार. (जर का ती वस्तू मान्सूनवर अवलंबून असेल तर वर्षभर त्या वस्तूची किंमत चढीच राहू शकते आणि त्या वस्तूची किंमत कमी करण्यासाठी सरकारला ती वस्तू आयात करावी लागणार).

जर का ती गोष्ट एखाद्या कंपनीत बनत असेल तर त्या कंपनीच्या मालकाला त्या गोष्टीचे उत्पादन वाढवावे लागेल. उत्पादन वाढवण्यासाठी कर्मचाऱ्यांकडून जास्त काम करून घ्यावे लागणार व त्या बदल्यात कर्मचाऱ्यांना जास्त मेहनतीचे पैसे (Overtime) द्यावे लागणार किंवा त्याला नवीन लोकांना कामावर ठेवावे लागेल किंवा नवीन मशीन (यंत्रसामग्री) विकत घ्यावी लागतील आणि या सर्वांसाठी

त्याला पैशाची गरज लागणार.

वरील दोन्ही गोष्टींमध्ये, म्हणजे शेतकऱ्यांना म्हणा किंवा कंपनीच्या मालकाला म्हणा, पैशाची गरज लागणार. म्हणजेच मार्केटमध्ये पैसा लागणार. मार्केटमध्ये पैशाचा पुरवठा वाढवण्यासाठी रिझर्व्ह बँक, सीआरआर (CRR) आणि एसएलआर (SLR)ची मर्यादा कमी करते. म्हणजेच महागाई कशामुळे वाढली आहे, हे जाणून घेऊनच रिझर्व्ह बँकेला आणि सरकारला पावले उचलावी लागतात.

जर का महागाई ही दोन गोष्टींमुळे वाढली असेल; पहिली म्हणजे मार्केटमध्ये जास्त पैसे असल्याकारणाने आणि काही गोष्टींची मागणी ही त्या गोष्टींच्या पुरवठ्यापेक्षा जास्त असल्याने, महागाई वाढली असेल तर अशा वेळी रिझर्व्ह बँक आणि सरकार काय करणार? सीआरआर आणि एसएलआरची मर्यादा कमी करणार की वाढवणार?

एखाद्या वस्तूची मागणी, ही त्याच्या पुरवठ्यापेक्षा जास्त असल्यास, त्या शेतकऱ्यांना म्हणा किंवा कंपनीच्या मालकाला म्हणा, त्या वस्तूचे नवीन उत्पादन (Production) घेण्यास पैशांची गरज लागणार, पण रिझर्व्ह बँक सीआरआर आणि एसएलआरची मर्यादा कमी करू शकत नाही, कारण मार्केटमध्ये जास्त पैसा असल्याकारणानेसुद्धा काही गोष्टी महाग झालेल्या असतात व त्यामुळेसुद्धा महागाई वाढलेली असते आणि जर का रिझर्व्ह बँकेने, एसएलआर आणि सीआरआरची मर्यादा कमी केली, तर त्या गोष्टी अजून जास्त महाग होऊ शकतात. म्हणजेच रिझर्व्ह बँकेची अवस्था, इकडे आड अन् तिकडे विहीर अशी होऊन जाईल. मग अशा वेळी भारत सरकार त्या क्षेत्राला अनुदान देऊ शकते. क्षेत्र म्हणजे ज्या ज्या गोष्टींच्या मदतीने, मागणी जास्त असलेली वस्तू बनते, त्या सर्व गोष्टी.

समजा, ती गोष्ट भारतात बनत असेल आणि ती गोष्ट आयात करायला आपल्याला भरपूर पैसे मोजावे लागत असतील, तर भारत सरकार ती गोष्ट आयात न करता, त्या उत्पादकास (शेतकरी किंवा कंपनीचा मालक) अनुदान (Subsidy) देऊ शकते. अनुदान मिळाल्याने त्या उत्पादकाचा खर्च कमी होतो आणि नफा (Profit) वाढतो. नफा वाढवल्यामुळे त्याला व त्याच्यासारख्या इतरांना त्या गोष्टीचे उत्पादन (Production) घेण्यास प्रेरणा मिळते व त्या गोष्टीचे उत्पादन वाढते आणि त्या गोष्टीची किंमत कमी होऊन महागाई कमी होते.

हे झाले महागाईबद्दल, पण माणूस एखादी वस्तू विकत केव्हा घेतो? तर जेव्हा त्याला त्या गोष्टीची नितांत गरज असते तेव्हा किंवा मानसिक समाधान, सामाजिक प्रतिष्ठा अथवा आपल्या जवळच्या प्रियजनांची मने जपण्यासाठी तो एखादी वस्तू विकत घेतो.

माणसाच्या साधारणतः दोन गरजा असतात.

- मूलभूत किंवा प्राथमिक गरज (Basic Needs)
- विलासी किंवा चैनी गरज (Luxurious Needs)

मूलभूत गरज (Basic Needs) – ऑक्सिजन, पाणी, अन्न, वस्त्र आणि निवारा.

कुठलाही मनुष्य ऑक्सिजनशिवाय जिवंत राहू शकत नाही. आपल्याला ऑक्सिजन सहज उपलब्ध होतो आणि सरकार त्यावर कर लावत नाही, म्हणून आपण या ऑक्सिजनसारख्या महत्त्वाच्या गोष्टीकडे दुर्लक्ष करत असतो, असे नाही का तुम्हाला वाटत? आपले शरीर हे सत्तर टक्के पाण्याने बनले आहे. यावरूनच आपल्याला पाण्याचे महत्त्व पटले असेल. तसेच, अन्न, वस्त्र आणि निवारा याही माणसाच्या मूलभूत गरजा आहेत.

विलासी किंवा चैनी गरज (Luxurious Needs) – जेव्हा माणूस स्वत:चे मानसिक समाधान होण्यासाठी, समाजात स्वत:ची सामाजिक प्रतिष्ठा जपण्यासाठी अथवा आपल्या जवळच्या प्रियजनांची मने जपण्यासाठी एखादी वस्तू विकत घेतो तेव्हा तो स्वत:ची विलासी गरज भागवत असतो. जसजसे त्याचे मानधन (पगार) वाढत जाते तसतसे आपली समाजात प्रतिष्ठा दाखवण्यासाठी किंवा असलेली प्रतिष्ठा टिकवण्यासाठी तो जास्तीत जास्त वस्तू खरेदी करतो.

जेव्हा एखाद्या माणसाचे मानधन (पगार) वाढते तेव्हा त्याच्या मूलभूत (Basic) गरजेवर होणारा खर्च जवळपास सारखाच राहातो, पण त्याचा विलासी गरजेवर होणारा खर्च वाढतो अथवा आपण असे म्हणू शकतो की पगारवाढ झाल्यावर माणसाचा कल हा जास्तीत जास्त चैनीच्या वस्तू घेण्याकडे असतो.

माणसाची मूलभूत गरज कोणती? तर, अन्न, वस्त्र आणि निवारा. अर्थात, पगार वाढवल्यावर तो नवीन फॅशनचे कपडे विकत घेऊ शकतो, नवीन घर घेऊ शकतो, पण आता या सर्व मूलभूत गरजा राहणार नाहीत. मूलभूत गरज म्हणजे काय? तर, त्यांच्याशिवाय तुम्ही जिवंत राहूच शकत नाही अशा गरजा.

त्याच्याकडे आधी कपडे होते, घर होतं. पगार वाढल्यामुळे त्याने नवीन गोष्टी विकत घेतल्या. कदाचित नवीन फॅशनचे कपडे घेणे किंवा नवीन घर घेणे हे काहींना चैनीची गोष्ट आहे, असे वाटणार नाही. आपण काय बोलणार? अरे सगळ्यांकडे आहे, मग आपल्याकडेही असायला हवेच ना? चैनीची वस्तू म्हणजे काय? तर, स्वत:ची सामाजिक प्रतिष्ठा जपण्यासाठी केलेली खरेदी. याचाच अर्थ, नवीन फॅशनचे कपडे घेणे किंवा नवीन घर घेणे ही विलासी गरज झाली, नाही का?

जर तुम्हाला महिन्याला शंभर ग्रॅम मीठ लागत असेल तर पगार वाढल्याने काय तुम्ही जास्त मीठ विकत घेणार का? जर का तुम्हाला महिन्याला वीस किलो तांदूळ लागत असतील, तर पगार वाढल्याने काय तुम्ही जास्त तांदूळ विकत घेणार का? हो कदाचित, चांगली गुणवत्ता (Quality) असलेले तांदूळ विकत घेऊ शकता.

चांगली गुणवत्ता असलेले तांदूळ, चांगली गुणवत्ता असलेले मीठ, फळे, दूध, अंडी अशा गोष्टी या विलासी गरजेत (Luxurious Needs) मोडतात. हो, बरोबर आहे, फळे, दूध, अंडी अशा गोष्टी आपल्या आहारात असाव्यात, पण त्या जर का नसल्या तरी माणूस जिवंत राहू शकतो.

माझा सांगायचा मुद्दा हाच आहे की जेव्हा मार्केटमध्ये जास्त पैसा आल्याने महागाई वाढते तेव्हा ती महागाई बहुधा विलासी गरजेच्या जास्त विक्रीने वाढते, पण तरीही कालांतराने महागाईवाढीची झळ मूलभूत गरजेला पण बसतेच. याचाच अर्थ, गरीब माणसांनाही महागाईवाढीची झळ बसते.

प्रत्येक देशात कमीत कमी दोन चलन असावेत. मूलभूत गरजेसाठी एक चलन आणि विलासी गरजेसाठी दुसरे चलन. ज्याने काय होईल की जरी विलासी गरजेच्या चलनाची महागाई वाढली तरी मूलभूत गरजेच्या चलनाची महागाई वाढणार नाही. म्हणजेच महागाईच्या काळात, सामान्य माणसांना मूलभूत गरजा तरी भागवता येतील.

ही दोन चलनांची अर्थव्यवस्था कशी चालू शकते ते आपण एका उदाहरणातून जाणून घेऊ या. गहू ही आपली मूलभूत (Basic Need) गरज आहे आणि मोबाइल ही आपली विलासी (Luxurious Need) किंवा चैनीची गरज आहे. गहू विकत घेण्यास आपल्याला 'अ' या चलनाचा उपयोग करावा लागतो आणि मोबाइल विकत घेण्यास आपल्याला 'ब' या चलनाचा उपयोग करावा लागतो, असे आपण गृहीत धरू या. याचाच अर्थ, आपली मूलभूत गरज भागवण्यासाठी आपण 'अ' या चलनाचा उपयोग करणार आणि विलासी गरज भागवण्यासाठी आपण 'ब' या चलनाचा उपयोग करणार. जेव्हा मार्केटमध्ये मूलभूत गरजेची कमतरता असणार तेव्हा मार्केटमध्ये 'अ' चलनाचा पुरवठा वाढवायचा आणि जेव्हा विलासी गरजेची कमतरता असणार तेव्हा मार्केटमध्ये 'ब' चलनाचा पुरवठा वाढवायचा.

नवीन लोकांना रोजगार देण्यासाठी आपण मार्केटमध्ये 'ब' चलनाचा पुरवठा वाढवू शकतो. लोकांच्या हातात जास्त 'ब' चलन आल्याने, जास्त प्रमाणात लोक (चैनीच्या) वस्तू विकत घेऊ शकतात आणि त्याने जास्त लोकांना रोजगार मिळू शकतो. मार्केटमध्ये 'ब' चलनाचा पुरवठा जास्तच वाढल्यावर 'ब' चलनाची महागाई वाढू शकते, पण त्या महागाईवाढीची झळ 'अ' चलनाला बसणार नाही. पर्यायाने मार्केटमध्ये 'ब' चलनाचा पुरवठा वाढला तरी, (कमीत कमी) मूलभूत

गरजेची महागाई वाढणार नाही किंवा आपण असेही करू शकतो, आपण रुपया हे जे चलन वापरतो ते चलन विलासी गरजेसाठी ठेवावे आणि मूलभूत गरजेसाठी नवीन चलन आणावे. जे चलन आपण मूलभूत गरजेसाठी वापरत आहोत, त्याच चलनाचा उपयोग आपण भारतातील सर्व गावांमध्ये करू शकतो. म्हणजेच भारतातील गावांमध्ये एक चलन आणि शहरात दोन्ही चलने वापरली जावीत. शहरातील लोकांना पगार दोन चलनांत मिळाला पाहिजे.

कदाचित काही लोकांना ही गोष्ट अजिबात पटणार नाही. तसेच, काही लोक काहीही न कळल्यावरसुद्धा फक्त विरोध करायचा म्हणून विरोधही करतील (सध्या मीडियावर अशी माणसेच जास्त झळकत असतात. म्हणजे कसे असते ना, काही लोक स्वत: काही काम करत नाहीत, दुसऱ्यालाही काही कामे करू देत नाहीत आणि फक्त ड्रामेबाजी (नाटक) करत असतात.)

मला शहर आणि गाव यांच्यामध्ये तंटा लावून द्यायचा नाही, पण जगात कुठलीही छोटीमोठी घटना जरी घडली तरी त्याचा परिणाम जास्त लोकांवर होता कामा नये, एवढेच माझे म्हणणे आहे.

जून २०१६मध्ये ब्रिटन, युरोपियन युनियनमधून बाहेर पडल्यामुळे जगातील बहुतेक देशांच्या चलनावर चढ-उतार जाणवला. आता जर का प्रत्येक देशात दोन चलने असती तर अशा वेळी कमीत कमी जे चलन गावात आणि मूलभूत गरजेसाठी वापरले जाते, त्या चलनावर तरी जगातील अशा घडामोडींचा फरक पडला नसता, असे नाही का तुम्हाला वाटत? अर्थात, मी असे नाही म्हणत की फक्त भारतातच दोन चलनांची व्यवस्था असावी असे. जगातील सर्व देशांत कमीत कमी दोन चलनांची व्यवस्था असावी.

रिझर्व्ह बँक महागाईवर नियंत्रण कसे ठेवते?

जर का मार्केटमध्ये जास्त पैसा असल्याने महागाई वाढली असेल, तर रिझर्व्ह बँक मार्केटमधील जास्तीचा पैसा स्वत:कडे घेते. मार्केटमध्ये कमी पैसा असल्याने लोकांच्या हातात कमी पैसा येतो व महागाई आटोक्यात येते.

(सहसा आपण जेव्हा बँकेकडून कर्ज घेतो, ते आपली विलासी किंवा चैनीची (Luxurious) गरज भागवण्यासाठी घेतो. सहसा मूलभूत (Basic) गरजेसाठी कोणी कर्ज काढत नाही. मूलभूत गरज म्हणजे ज्या गोष्टीशिवाय आपण जिवंतच राहू शकत नाही आणि विलासी गरज म्हणजे आपल्याला त्या वस्तूची गरज आहेच असे नाही, पण (सहसा) समाजात आपली प्रतिष्ठा राखण्यासाठी आपण ती वस्तू (बँकेकडून कर्ज काढून) विकत घेतो. आता काही लोक म्हणतील, घरासाठी काढतात ते? बरोबर आहे, घर किंवा निवारा ही मूलभूत गरज झाली, पण माझ्या मते भाड्याच्या घरातसुद्धा आपण राहू शकतो, नाही का? भाड्याच्या घरातच राहा असे मी नाही म्हणत, पण भाड्याच्या घरात राहू शकतो, असे मला म्हणायचे आहे.)

जेव्हा जास्त लोक त्यांची त्यांची विलासी गरज भागवण्यासाठी बँकेकडून कर्ज घेतात तेव्हा त्या वस्तूची (विलासी गरज असलेल्या वस्तूची) मागणी (Demand) वाढू शकते आणि जेव्हा मागणी पुरवठ्यापेक्षा (Supply) जास्त वाढते तेव्हा त्या वस्तूची किंमतसुद्धा वाढू शकते. म्हणजेच मार्केटमधील महागाई वाढते आणि ही वाढलेली महागाई कमी करण्यासाठी रिझर्व्ह बँक कुठचे उपाय करते ते आपण बघू या. (महागाई कमी करण्यासाठी केंद्र सरकार, राज्य सरकार आणि रिझर्व्ह बँक विविध योजना बनवतात, पण आपण इथे फक्त रिझर्व्ह बँकेबद्दल बोलत आहोत.)

खाली नमूद केलेल्या साधनातून (Tools) रिझर्व्ह बँक महागाईवर नियंत्रण ठेवते.

आपण काही गोष्टी या आधी बघितल्या आहेत, तरी आपण परत बघू या.

१) राखीव निधीचे प्रमाण (Reserve Ratio) सीआरआर आणि एसएलआर
२) खुल्या बाजाराच्या साहाय्याने (Open Market Operation)
३) विविध दर (Rates) कमी किंवा जास्त करून –

१) रिझर्व्ह बँक राखीव निधीच्या साहाय्याने महागाई कमी करते. राखीव निधीचे प्रमाण म्हणजे सीआरआर (CRR) आणि एसएलआर (SLR)

- एनडीटीएल (NDTL) म्हणजे बँकेची दिवसाअखेरील शेवटची शिल्लक रक्कम (Closing Amount)
- प्रत्येक बँकांना त्यांच्या एनडीटीएल (NDTL) रकमेच्या ४% रक्कम सीआरआर या साधनामध्ये आणि २१.२५% रक्कम एसएलआर या साधनात (Tool) ठेवावी लागते.

जेव्हा रिझर्व्ह बँक सीआरआर आणि एसएलआरची मर्यादा कमी ठेवते तेव्हा बँकांना कमी पैसे गुंतवावे लागतात आणि बँक जास्त लोकांना कर्ज देऊ शकते. मार्केटमध्ये जास्त पैसा आल्याने विविध गोष्टींची मागणी वाढू शकते व तेवढ्या प्रमाणात त्या गोष्टींचा पुरवठा न झाल्यास त्या गोष्टींची किंमत वाढू शकते. म्हणजेच आपण असे म्हणू शकतो की रिझर्व्ह बँकेने सीआरआर आणि एसएलआरची मर्यादा कमी ठेवल्यास महागाई वाढू शकते.

जेव्हा मार्केटमध्ये जास्त पैसा असल्याने महागाई वाढते तेव्हा रिझर्व्ह बँक सीआरआर आणि एसएलआरची मर्यादा वाढवते. सीआरआर आणि एसएलआरची मर्यादा वाढवल्यामुळे बँकांना जास्त पैसे गुंतवावे लागतात व त्यांच्याकडे लोकांना कर्ज द्यायला कमी पैसे उरतात. पैशांचा पुरवठा कमी झाल्याने महागाई कमी होऊ शकते.

सीआरआर आणि एसएलआरची मर्यादा	बँक किती लोकांना कर्ज देऊ शकते?	महागाई
कमी	जास्त लोकांना	वाढू शकते.
जास्त	कमी लोकांना	कमी होऊ शकते.

म्हणजेच ज्या वेळी मार्केटमधील जास्तीचा पैसा, रिझर्व्ह बँक स्वत:कडे घेते तेव्हा महागाई कमी होते.

२) रिझर्व्ह बँक खुल्या बाजाराच्या (Open Market Operation)

साहाय्याने महागाई कमी करते.

आपण याआधीच बघितले आहे की आपली वित्तीय तूट भरून काढण्यासाठी भारत सरकार रिझर्व्ह बँकेकडून कर्ज घेते. भारत सरकार एक सरकारी सुरक्षा प्रमाणपत्र (Government Security Certificate) रिझर्व्ह बँकेला देते आणि रिझर्व्ह बँकेकडून कर्जाच्या स्वरूपात पैसे घेते. या सुरक्षा प्रमाणपत्राच्या साहाय्याने रिझर्व्ह बँक महागाई कमी करू शकते.

बँकेचे मुख्य काम काय आहे? तर, लोकांकडून पैसे घेणे व ते पैसे गरजू व्यक्तींना देणे. बँकेचा नफा कधी होतो? तर, लोकांनी बँकेकडून कर्ज घेतल्यावर. मग जास्त नफा कमावण्यासाठी बँक जास्त लोकांना कर्ज देऊ शकते. जेव्हा बँक जास्त लोकांना कर्ज देते तेव्हा मार्केटमध्ये जास्त पैसा येतो आणि महागाई वाढू शकते. ही वाढलेली महागाई कमी करण्यासाठी रिझर्व्ह बँक त्यांच्याजवळ असलेले भारत सरकारचे सुरक्षा प्रमाणपत्र बँकांना विकतात. सुरक्षा प्रमाणपत्र बँकांना विकल्यावर बँकेकडे लोकांना कर्ज द्यायला कमी पैसे उरतील. जेव्हा कमी लोक कर्ज घेणार तेव्हा साहजिकच आहे वस्तूची मागणी कमी होणार आणि हळूहळू महागाई आटोक्यात येऊ शकते.

बँक, रिझर्व्ह बँकेकडून सरकारी सुरक्षा प्रमाणपत्र का विकत घेतील??

जे लोक बँकेकडून कर्ज घेतात ते सर्वच लोक बँकांना कर्जाचे हप्ते वेळच्या वेळी भरू शकत नाही, पण ठेवीदारांना मात्र त्यांच्या ठेवीवरचे व्याज (Interest) बँकेला द्यायचेच असते. जर का बँकेने, रिझर्व्ह बँकेकडून सरकारी सुरक्षा प्रमाणपत्र विकत घेतले तर रिझर्व्ह बँक त्यांना त्यावर व्याज देऊ शकते. आता बँकांना, रिझर्व्ह बँकेकडून दर वेळी व्याज हे मिळणारच (१००% Guarantee) जर का आपण बँकेच्या दृष्टीने विचार केला तर कुठच्याही बँकेसाठी रिझर्व्ह बँकेकडून मिळणारे व्याज हे कर्जदारापासून मिळणाऱ्या व्याजापेक्षा सुरक्षित आहे, बरोबर ना?

भारत सरकार आपली वित्तीय तूट भरून काढण्यासाठी सरकारी सुरक्षा प्रमाणपत्राच्या बदल्यात रिझर्व्ह बँकेकडून कर्ज घेते. भारत सरकार रिझर्व्ह बँकेला त्या कर्जावर व्याजही देते. महागाई कमी करण्यासाठी रिझर्व्ह बँक ते सरकारी सुरक्षा प्रमाणपत्र बँकांना विकतात आणि भारत सरकार जे व्याज रिझर्व्ह बँकेला देत असते तेच व्याज ते बँकांना देऊ शकते आणि बँक ते व्याज त्यांच्या ठेवीदाराला त्यांच्या ठेवीवर देऊ शकते. याचाच अर्थ, आपण असे म्हणू शकतो की, ज्या वेळी मार्केटमधील जास्तीचा पैसा रिझर्व्ह बँक स्वत:कडे घेते, तेव्हा महागाई कमी होते.

३) रिझर्व्ह बँक विविध दर (Rates) कमी किंवा जास्त करून महागाई कमी करते– (Repo, Reverse Repo, Bank Rate, LAF)

a) बँकेचा दर (Bank Rate) – रिझर्व्ह बँक बँकांना ज्या दराने किंवा व्याजाने जास्त काळासाठी कर्ज देते त्या दराला किंवा व्याजाला बँकेचा दर असे म्हणतात (It is the rate at which RBI gives loan to banks.)

सध्याच्या बँकेचा दर हा सात टक्के आहे. याचाच अर्थ, जेव्हा बँक रिझर्व्ह बँकेकडून जास्त काळासाठी कर्ज घेते तेव्हा बँकांना रिझर्व्ह बँकेस त्या कर्जाच्या सात टक्के रक्कम व्याजाच्या स्वरूपात द्यावी लागते. जेव्हा सामान्य माणूस बँकेकडून कर्ज घेतो तेव्हा त्याला कुठली तरी वस्तू बँकेकडे गहाण ठेवावी लागते, पण जेव्हा बँक रिझर्व्ह बँकेकडून बँकेच्या दरावर कर्ज घेते तेव्हा बँकांना कुठलीही वस्तू रिझर्व्ह बँकेकडे गहाण ठेवावी लागत नाही.

महागाई कमी करण्यासाठी रिझर्व्ह बँक, बँकेच्या दरात वाढ करते. **उदाहरणार्थ** :

	आधी (Before)	**नंतर (After)**
बँकेचा दर (Banck Rate)	७%	१५%
बँकेच्या कर्जावरील व्याज	१०%	२२%
मार्केटमधील पैशांचा पुरवठा	जास्त	कमी
महागाई	जास्त	कमी

समजा, बँकेचा दर हा सात टक्के होता आणि बँक सामान्य माणसास दहा टक्क्यांनी कर्ज द्यायची. कमी व्याजदर असल्याने मोठ्या प्रमाणात सामान्य माणूस बँकेकडून कर्ज घेऊ शकत होता आणि मार्केटमध्ये जास्त पैसा आल्याने महागाई वाढू शकते. आता ही वाढलेली महागाई कमी करण्यासाठी रिझर्व्ह बँकेने, बँकेचा दर (Bank Rate) सात टक्क्यांवरून १५ टक्के केला. बँकेच्या दरात वाढ झाल्याने आपला नफा (Profit) कायम ठेवण्यासाठी, बँक कर्जावरील व्याजदर १० टक्क्यावरून २२ टक्के करू शकते. जास्त व्याजदर असल्याने सामान्य माणूस बँकेकडून कमी कर्ज घेईल आणि मार्केटमधला पैसा कमी झाल्याने महागाई आटोक्यात येऊ शकते. म्हणजेच आपण असे म्हणू शकतो की महागाई कमी करण्यासाठी रिझर्व्ह बँक मार्केटमधला जास्तीचा पैसा स्वत:कडे घेते.

b) त्वरित पैशांमध्ये सामावून घेतल्या जातील अशा सुविधा (एलएएफ LAF म्हणजेच Liquidity Adjustment Facility)

या एलएएफ (LAF)मध्ये दोन गोष्टी येतात, रेपो रेट (Repo Rate) आणि

उलटा रेपो रेट (Reverse Repo Rate)

रिझर्व्ह बँक, बँकांना ज्या व्याजदराने छोट्या कालावधीसाठी कर्ज देते त्या व्याजदरास रेपो रेट असे म्हणतात. सध्याचा (२०१६) रेपो रेट हा ६.५०% आहे.

- रिझर्व्ह बँक, बँकांना ज्या व्याजदराने छोट्या कालावधीसाठी कर्ज देते. (छोटा कालावधी म्हणजे सात किंवा पंधरा दिवस वगैरे.)
- बँक रिझर्व्ह बँकेकडून सरकारी सुरक्षा प्रमाणपत्र (Government Security Certificate) गहाण ठेवून छोट्या कालावधीसाठी कर्ज घेते.
- बँक रिझर्व्ह बँकेला असे वचन देते की सात किंवा पंधरा दिवसांनंतर आम्ही (म्हणजे जी बँक रिझर्व्ह बँकेकडून रेपो रेटच्या अंतर्गत कर्ज घेते) रिझर्व्ह बँकेकडून ते सरकारी सुरक्षा प्रमाणपत्र विकत घेऊ.

जर का थोडासा गोंधळ उडाला असेल तर तो खालील उदाहरणाच्या माध्यमाने दूर होईल. बँकेने रिझर्व्ह बँकेकडून सात दिवसांसाठी १०० कोटींचे कर्ज घेतले. यासाठी बँक रिझर्व्ह बँकेकडे सरकारी सुरक्षा प्रमाणपत्र गहाण ठेवते (किंवा रिझर्व्ह बँकेला विकते) आणि सात दिवसांनंतर बँक रिझर्व्ह बँकेला १०६ कोटी आणि ५० लाख रुपये देऊन त्यांच्याकडे ठेवलेले सरकारी सुरक्षा प्रमाणपत्र घेते. यात रिझर्व्ह बँकेला ६ कोटी आणि ५० लाखांचा नफा झाला. १०६ कोटी आणि ५० लाखांतून १०० कोटी वजा केल्यावर आपणास ६ कोटी आणि ५० लाख हे उत्तर मिळते.

६ कोटी आणि ५० लाख हे १०० कोटींचे ६.५ टक्के झाले. हे जे ६.५ टक्के आहेत, तोच झाला आपला रेपो रेट (Repo Rate). (आता ६.५ टक्के कसे आले? तर, जर का आपण ६ कोटी आणि ५० लाखाला १०० करोडने भागले आणि येणाऱ्या उत्तरास १००ने गुणले तर अंतिम उत्तर ६.५ टक्के येते. (६.५० कोटी/१००कोटी × १०० = ६.५%)

आता आपण रेपो रेटची व्याख्या पुन्हा बघू या. बँक रिझर्व्ह बँकेकडून सरकारी सुरक्षा प्रमाणपत्राच्या बदल्यात छोट्या कालावधीसाठी काही रक्कम घेते. बँकेला ती घेतलेली रक्कम व्याजासकट रिझर्व्ह बँकेकडे जमा करावी लागते आणि बँक ज्या व्याजाने रिझर्व्ह बँकेला मूळ रक्कम परत करते त्या व्याजाला रेपो रेट असे म्हणतात.

बँक, रिझर्व्ह बँकेकडून सरकारी सुरक्षा प्रमाणपत्र परत घेते, म्हणून रेपो रेटला, पुनर्खरेदी रेट (Repurchase Rate) असेही म्हटले जाते.

आपण हे आधीच बघितले आहे की बँकांना एसएलआर (SLR)मध्ये गुंतवणूक करायची असते आणि बँक रिझर्व्ह बँकेने मान्यता दिलेल्या सिक्युरिटीजमध्येच गुंतवणूक करू शकते. जर का बँकांनी एसएलआरमध्ये गुंतवणूक करताना सरकारी सुरक्षा प्रमाणपत्रात गुंतवणूक केली असेल, तर ते सुरक्षा

प्रमाणपत्र गहाण ठेवून (किंवा विकून), बँक रेपो रेटच्या अंतर्गत कर्ज घेऊ शकत नाही.

याचाच अर्थ, जर का बँकांना रेपो रेटद्वारे रिझर्व्ह बँकेकडून पैसे घ्यायचे असतील, तर ते एसएलआरमध्ये गुंतवलेले सुरक्षा प्रमाणपत्र वापरू शकत नाही. जर का त्यांनी रिझर्व्ह बँकेकडून खुल्या बाजाराच्या साहाय्याने (Open Market Operation) सरकारी सुरक्षा प्रमाणपत्र विकत घेतले असेल, तर ते सुरक्षा प्रमाणपत्र गहाण ठेवून (किंवा विकून) बँक रिझर्व्ह बँकेकडून कर्ज घेऊ शकते.

	बँकेचा दर (Bank Rate)	**रेपो रेट (Repo Rate)**
कर्ज	**मोठ्या कालावधीसाठी**	**छोट्या कालावधीसाठी**
वस्तू गहाण ठेवावी लागते का?	नाही	होय
सध्याचा व्याजदर	७%	६.५०%

उलटा रेपो रेट (Reverse Repo Rate) – जेव्हा रिझर्व्ह बँक बँकेकडून कर्ज घेते तेव्हा त्या व्याजदरास उलटा रेपो रेट असे म्हणतात.

	रेपो रेट (Repo Rate)	**उलटा रेपो रेट (Repo Rate)**
कर्ज	बँक, रिझर्व्ह बँकेकडून कर्ज घेते	रिझर्व्ह बँक, बँकेकडून कर्ज घेते
व्याजदर	६.५०%	६%

उलटा रेपो रेट हा ६ टक्के आहे, याचाच अर्थ, जेव्हा रिझर्व्ह बँक बँकेकडून कर्ज घेणार तेव्हा रिझर्व्ह बँकेला त्या कर्जावरील ६ टक्के व्याज बँकेला द्यावे लागणार आणि हाच झाला उलटा रेपो रेट. उलटा रेपो रेट हा नेहमी रेपो रेटपेक्षा कमी असतो. जेव्हा मार्केटमध्ये पैशांचा पुरवठा कमी असतो, तेव्हा तो वाढवण्यासाठी रिझर्व्ह बँक उलटा रेपो रेटच्या अंतर्गत बँकेकडून कर्ज घेते.

मार्केटमधील महागाई कमी करण्यासाठी रिझर्व्ह बँक रेपो रेट वाढवते. रेपो रेट वाढवल्यावर बँकेला रिझर्व्ह बँकेस जास्त व्याज द्यावे लागते आणि आपला नफा (Profit) कायम ठेवण्यासाठी बँक सामान्य माणसाच्या कर्जावरील व्याजदर वाढवू शकते. व्याजदर वाढल्यामुळे कमी लोक बँकेकडून कर्ज घेतील आणि मार्केटमध्ये पैशांचा पुरवठा कमी झाल्याने महागाई कमी होऊ शकते.

आपण या सर्व गोष्टी थोडक्यात जाणून घेऊ या.

रिझर्व्ह बँक महागाई कमी करण्यासाठी

- पैशांचा राखीव निधी व त्वरित पैशांमध्ये हस्तांतरित होतील अशा गोष्टीची मर्यादा वाढवते (CRR आणि SLRची मर्यादा वाढवते).
- खुल्या बाजाराच्या साहाय्याने (Open Market Operation) सरकारी सुरक्षा प्रमाणपत्र (Government Security Certificate) बँकांना विकते व मार्केटमधील पैशांचा पुरवठा कमी करते.
- बँकेचा दर, रेपो रेट वाढवते.

महागाई कमी करण्यासाठी रिझर्व्ह बँक, मार्केटमधला जास्तीचा पैसा स्वत:कडे घेते. जेव्हा बँकेकडे कमी पैसा असतो तेव्हा बँक कमी लोकांना कर्ज देऊ शकते. म्हणजेच आपण असे बोलू शकतो की बँकेकडे कमी पैसा असल्यास महागाई कमी होऊ शकते.

रिझर्व्ह बँकेकडे		मार्केटमध्ये	
कमी पैसा	**जास्त पैसा**	**कमी पैसा**	**जास्त पैसा**
महागाई वाढू शकते	महागाई कमी होऊ शकते	महागाई कमी होऊ शकते	महागाई वाढू शकते

काही बँकवाले, मीडियावाले रिझर्व्ह बँकेला सीआरआर आणि एसएलआरची मर्यादा कमी करायला का सांगतात?

आपण जर का नेहमी न्यूज चॅनल बघत असू तर काही मोठमोठ्या बँकांचे संचालक, मुख्य कार्यकारी अधिकारी (CEO), अध्यक्ष (Chairman) हे रिझर्व्ह बँकेला सीआरआर, एसएलआर आणि रेपो रेट कमी करायला सुचवत असतात. काहींचे तर नामवंत पेपरात याच विषयावर मोठमोठे लेखसुद्धा येतात, तसेच न्यूज चॅनेलवर नामवंत लोकांच्या या विषयावर चर्चाही होत असतात.

काही नामवंत लोकांचे असे म्हणणे आहे की जर रिझर्व्ह बँक सीआरआर, एसएलआर आणि रेपो रेट कमी करते, तर बँक जास्त लोकांना कर्जाच्या स्वरूपात पैसा देऊ शकतात. व्यावसायिक बँकेकडून कर्ज काढून नवीन कंपनी चालू करू शकतात व त्याने रोजगार वाढू शकतो. तसेच, सामान्य माणूससुद्धा बँकेकडून कर्ज काढून कुठली ना कुठली तरी वस्तू खरेदी करू शकतो व त्यानेसुद्धा नवीन रोजगाराची संधी वाढणार.

हो, बरोबर आहे त्यांचे म्हणणे, पण आपल्याला ही गोष्टसुद्धा लक्षात ठेवावी लागेल की जेव्हा रिझर्व्ह बँक सीआरआर, एसएलआर, बँकेचा दर आणि रेपो रेट कमी करते तेव्हा महागाईही वाढते. आता रिझर्व्ह बँकेने दर कमी करावेत की नाही, हा एक चर्चेचा मुद्दा झाला. मी इथे दोन्ही बाजू मांडण्याचा प्रयत्न केला आहे. मीडिया त्यांचे काम करतच राहील, पण आपल्यालाही काही गोष्टी कळल्या पाहिजेत ना, म्हणजे रिझर्व्ह बँकेने एखादा निर्णय घेतल्यावर त्याचा आपल्या जीवनावर काय परिणाम होऊ शकतो, ते आपल्याला समजायलाच पाहिजे, असे नाही का तुम्हाला वाटत?

कुठलीही गोष्ट १०० टक्के बरोबर किंवा १०० टक्के चूक नसते. कुठलाही निर्णय घेताना प्रत्येक वेळेला जास्त लोकांच्या फायद्याचा विचार केला जातो, असे आपण गृहीत धरू या.

रिझर्व्ह बँक मर्यादा कमी केव्हा करते? किंवा कुठच्या आधारावर रिझर्व्ह बँक सीआरआर आणि एसएलआरची मर्यादा वाढवते किंवा कमी करते?

रिझर्व्ह बँक दर तीन महिन्यांनी आपले धोरण निश्चित करत असते (धोरण म्हणजे मर्यादा कायम ठेवायची, मर्यादा कमी करायची की मर्यादा वाढवायची). रिझर्व्ह बँकेचे असे म्हणणे आहे की महागाई पाच टक्क्यांपर्यंत कमी झाल्यावरच, आम्ही सीआरआर आणि एसएलआरची मर्यादा कमी (Rate Cut) करू.

केंद्रीय बोर्डावर रेट कमी करण्याचा दबाव

वरील प्रश्नाच्या उत्तराकडे जाण्याआधी आपण काही गोष्टी जाणून घेऊ या. भारत सरकारने चार सप्टेंबर २०१३ रोजी रिझर्व्ह बँकेच्या गव्हर्नर पदावर श्री. रघुराम राजन यांची नियुक्ती केली. केंद्रीय बोर्डात एकूण तेरा माणसे आहेत. त्यात रिझर्व्ह बँकेचे सध्याचे गव्हर्नर श्री. रघुराम राजन हेही आहेत. रिझर्व्ह बँकेचे महत्त्वाचे निर्णय हे केंद्रीय बोर्ड घेते. गव्हर्नर पदावर नियुक्ती झाल्यापासून त्यांनी एकदाही सीआरआरची (CRR) मर्यादा कमी केली नाही. हो, रेपो रेट मात्र कमी केला आहे.

बँक रन (Bank Run) – जेव्हा ठेवीदारांना असे वाटते की एखादी बँक बुडणार आहे तेव्हा त्या बँकेतील ठेवीदार आणि गुंतवणूकदार आपल्या त्या बँकेतील ठेवी किंवा गुंतवणूक बँकेतून बाहेर काढण्याचा प्रयत्न करतात, पण बँकेकडे तेवढे पैसे नसल्याने बँक सर्व लोकांना त्यांची ठेव किंवा गुंतवणूक परत करू शकत नाही. अशा परिस्थितीस बँक रन असे म्हणतात.

बँक सर्व ठेवीदार आणि गुंतवणूकदारांचे पैसे का परत करू शकत नाही?

बँकेचे मुख्य काम काय आहे? तर, लोकांकडून पैसे घेणे व ते पैसे गरजू व्यक्तींना कर्जाच्या स्वरूपात देणे. तसेच, बँकेचा नफा (Profit) कधी होतो? तर, लोकांनी बँकेकडून कर्ज घेतल्यावर. याचाच अर्थ, बँक त्यांच्याकडील सर्वच पैसे स्वत:कडे नाही ठेवू शकत. नाहीतर त्यांना नफा कसा होणार? आणि नफा नाही झाला तर ठेवीदारांना ते ठेवीवरील व्याज (Interest) कसे देणार? बँकांना ठेवीदारास, त्यांच्या ठेवीवर आणि गुंतवणूकदारास त्यांच्या गुंतवणुकीवर व्याज द्यायचे असते आणि हे पैसे काय बँक स्वत:च्या खिशातून नाही टाकत, तर जेव्हा सामान्य माणूस बँकेकडून कर्ज घेतो तेव्हा तो बँकेला व्याज देत असतो. बँक हेच व्याज आपल्या ठेवीदारास किंवा गुंतवणूकदारास देते.

बँका ठेवीदार आणि गुंतवणूकदारांचे पैसे स्वत:जवळ न ठेवता त्या पैशांवर

कोणालातरी कर्ज देतात. म्हणून जेव्हा सर्वच लोक बँकेकडे आपापल्या ठेवी किंवा गुंतवणूक काढायला येतात तेव्हा बँक सर्व ठेवीदार आणि गुंतवणूकदारांचे पैसे परत करू शकत नाही.

आपल्याला हेही माहीत आहे की जर कर्जदाराने वेळच्या वेळी कर्जाचे हफ्ते भरले नाही किंवा अन्य कुठल्याही कारणाने जर बँक बुडते तर प्रत्येक ठेवीदाराचा प्रत्येक बँकेमागे (शाखेमागे नाही) एक लाखापर्यंतचा विमा (Insurance) असतो.

बँकांना रिझर्व्ह बँकेने निश्चित केलेल्या सीआरआर (CRR) आणि एसएलआरच्या (SLR) मर्यादेएवढे पैसे गुंतवायचे असतात. जर का एखाद्या बँकेवर, बँक रनसारखी पाळी आलीच तर त्या बँकेकडे कमीत कमी सीआरआर आणि एसएलआरच्या मर्यादेएवढे पैसे असतात.

सध्या सीआरआर हा चार टक्के आणि एसएलआर २१.२५ टक्के आहे. म्हणजेच आपण असे म्हणू शकतो की जे पैसे सामान्य माणूस किंवा एखादी संस्था बँकेत ठेवते, त्या रकमेपैकी बँकेकडे २५.२५ टक्के रक्कम सीआरआर आणि एसएलआरमध्ये सुरक्षित असते आणि जर का एखाद्या बँकेवर, बँक रनसारखी पाळी आली किंवा जर का ती बँक कुठल्याही कारणाने बुडते तर त्या बँकेकडे एकूण रकमेच्या २५.२५ टक्के रक्कम सुरक्षित असते आणि या रकमेतून बँक, प्रत्येक ठेवीदाराला आणि गुंतवणूकदाराला एक लाखापर्यंत रुपये देऊ शकते.

एनपीए Non-performing Asset (NPA) – जर का एखाद्या कंपनीने किंवा सामान्य माणसाने कर्जावरील व्याज तिमाही (Quarter) संपल्याच्या नव्वद दिवसानंतरही बँकेकडे जमा केले नाही, तर त्या खातेदारास रिझर्व्ह बँकेच्या नियमानुसार बँक एनपीए (NPA) म्हणून घोषित करू शकते.

आता आपण आपल्या प्रश्नावर येऊ या. म्हणजेच केंद्रीय बोर्डावर (Central Board) रेट कमी करण्याचा दबाव येतो तेव्हा ते सीआरआरचा (CRR) रेट कमी न करता रेपो रेट का कमी करतात?

रिझर्व्ह बँक भारतातील सर्व बँकांना मॉनिटर करत असल्यामुळे रिझर्व्ह बँकेकडे खालील माहिती असते-

- किती लोकांचे बँकेत एका लाखापेक्षा कमी पैसे आहेत आणि किती लोकांचे एका लाखापेक्षा जास्त पैसे आहेत
- तसेच, कुठच्या बँकेचा जास्त एनपीए (NPA) आहे
- कुठच्या बँकेची परिस्थिती चांगली आणि कुठच्या बँकेची परिस्थिती वाईट आहे

- कुठची बँक जास्त धोक्याची आणि कुठची बँक कमी धोक्याची आहे
- जी बँक धोक्याची आहे, त्या बँकेत किती जणांचे एका लाखापेक्षा कमी पैसे आहेत आणि किती जणांचे एका लाखापेक्षा जास्त पैसे आहेत
- जी बँक जास्त धोक्याची आहे, त्या बँकेवर, जर बँक रनसारखा प्रसंग ओढवला तर त्या बँकेकडे किती रोख पैसे (Cash) असायला हवेत

म्हणजेच सांगायचा मुद्दा हा की जी बँक जास्त धोक्याची आहे, समजा ती बँक बुडलीच, तर त्या बँकेतील प्रत्येक ठेवीदाराला आणि गुंतवणूकदाराला एक लाखापर्यंत पैसे द्यावे लागतील आणि तेवढे पैसे सीआरआर आणि एसएलआरमध्ये असले पाहिजेत.

जेव्हा बँक सीआरआरमध्ये पैसे ठेवते तेव्हा बँकांना रिझर्व्ह बँकेच्या नियमानुसार ते पैसे रोख रकमेत ठेवावे लागतात आणि एसएलआर या योजनेत (Tool) गुंतवताना बँकांना ती रक्कम सोने, रोख रक्कम (Cash) किंवा रिझर्व्ह बँकेने मान्यता दिलेल्या सिक्युरिटीजमध्ये गुंतवावी लागते. एसएलआरमध्ये गुंतवलेल्या रकमेला, त्वरित द्रवरूपात किंवा रोख रकमेत रूपांतर करता येऊ शकते. समजा, एखादी बँक बुडलीच, तर बँकेकडे जितक्या लोकांची खाती (Account) असतील, त्या सर्वांना रिझर्व्ह बँकेच्या नियमानुसार बँकेला (बुडलेल्या बँकेला) एक लाखापर्यंत पैसे द्यावे लागतात. माझ्या मते, म्हणूनच रिझर्व्ह बँक मोठ्या प्रमाणात सीआरआर आणि एसएलआरची मर्यादा कमी न करता, रेपो रेटची मर्यादा कमी करत असतील.

रेपो रेट म्हणजे काय? तर, बँक रिझर्व्ह बँकेकडून सरकारी सुरक्षा प्रमाणपत्राच्या बदल्यात छोट्या कालावधीसाठी काही रक्कम घेते. बँकेला ती घेतलेली रक्कम आणि त्या रकमेवरील व्याज रिझर्व्ह बँकेकडे जमा करावे लागते (बँकेला ही रक्कम सात किंवा पंधरा दिवसांनी, म्हणजेच जसा करार झाला असेल, त्याप्रमाणे रिझर्व्ह बँकेकडे जमा करावी लागते). बँकेला घेतलेल्या रकमेवरील साडेसहा टक्के (६.५%) व्याजसुद्धा भरावे लागते. आता तसे बघितले, तर रेपो रेट कमी केल्याने बँकेचा जास्त फायदा होत नाही. (सीआरआर आणि एसएलआर कमी केल्याने होणाऱ्या फायद्यापेक्षा.) पण ज्यांना वाटते की त्यांना जगातील सर्व गोष्टी माहीत आहेत आणि त्यामुळे जगातील सर्वांना फक्त सल्ला देण्याचा त्यांना हक्क आहे, ते लोक साधारण तीन महिने तरी गप्प राहतात किंवा रेट कमी करण्याचा दबाव रिझर्व्ह बँकेवर सहसा येत नाही.

खरंतर, गव्हर्नर पदावर नियुक्ती झाल्यापासून श्री. रघुराम राजन यांनी एकदाही सीआरआरची मर्यादा कमी केली नाही. एसएलआरची मर्यादासुद्धा फार कमी प्रमाणात कमी केली आहे. आपण एका टेबलच्या साहाय्याने या गोष्टी जाणून घेऊ या.

	सीआरआर	एसएलआर	रेपो	उलटा रेपो
सप्टेंबर २०१३	२३%	४%	७.५%	६.५%
ऑक्टोबर २०१३	२३%	४%	७.७५%	६.७५%
जानेवारी २०१४	२३%	४%	८%	७%
जून २०१४	२२.५%	४%	८%	७%
ऑगस्ट २०१४	२२%	४%	८%	७%
जानेवारी २०१५	२२%	४%	७.७५%	६.७५%
मार्च २०१५	२१.५%	४%	७.५%	६.५%
जून २०१५	२१.५%	४%	७.२५%	६.२५%
ऑगस्ट २०१५	२१.५%	४%	७.२५%	६.२५%
सप्टेंबर २०१५	२१.५%	४%	६.७५%	५.७५%
मार्च २०१६	२१.५%	४%	६.७५%	५.७५%
एप्रिल २०१६	२१.२५%	४%	६.५%	६%

सहसा कुठलेही केंद्र सरकार हे त्याच्या कार्यकाळात (Tenure) किती लोकांना रोजगार मिळाला, महागाई किती कमी झाली हेच बघतो, नाही का? आणि सहसा रिझर्व्ह बँकेचा गव्हर्नरसुद्धा त्याच्या कार्यकालाचाच (तीन वर्षांचा) विचार करत असावा, असे नाही का तुम्हाला वाटत?

बँका तोट्यात का जातात?

जर का बँकेचे कर्जदार वेळच्या वेळी कर्जाचे हप्ते भरत नसतील, तसेच जर का केंद्र सरकार सरकारी कामात ढवळाढवळ करत असेल (म्हणजे कोणाला कर्ज द्यायचे किंवा कोणाला कर्ज नाही द्यायचे) तर अशा वेळी बँक तोट्यात जाऊ शकते.

प्रत्येक बँक त्यांच्याकडे येणाऱ्या ठेवी आणि जाणारे कर्ज यांचा हिशोब ठेवत असते, त्याला ताळेबंद (Balance Sheet) असे म्हणतात. जेव्हा बँक त्यांच्याकडे असलेल्या कर्जाची नोंद (Entry) ताळेबंदातून काढून टाकते तेव्हा आपण त्याला बंद लिहू (Write off) असे म्हणू शकतो किंवा आपण असेही म्हणू शकतो की बँकेने ते कर्ज बुडीतखात्यात टाकले.

सार्वजनिक क्षेत्रातील २९ बँकांनी मिळून २०१३ ते २०१५ या कालावधीत १.१४ लाख कोटी रुपयांची बुडीत कर्जे बंद लिहू (Write off) केली. तसेच, २००४ ते २०१५ सालापर्यंत बँकेने एकूण २.११ लाख कोटी रुपये बुडीतखात्यात टाकले.

जर बँक भरपूर मोठे कर्ज माफ करून ते बुडीतखात्यात टाकत असेल तर सर्वच लोक बँकेकडून जास्त कर्ज घेतील आणि जर का कर्जदारांना माहीत असेल की तीन महिन्यांनी बँक कर्जावरचे व्याज कमी करणार आहे तर कुटलाही मोठा कर्जदार वेळच्या वेळी कर्जाचे हप्ते भरेल का? तुम्हाला पण असेच वाटते ना?

कदाचित काय होत असेल, बँक कर्जदाराचे व्याजदर कमी करणार आहे या गोष्टीवर लक्ष ठेवून काही कर्जदार वेळच्या वेळी बँकेचे हप्ते भरत नसतील आणि वेळच्या वेळी बँकेचे हप्ते न भरल्याकारणाने, बँकांना एनपीएच्या यादीमध्ये त्या व्यावसायिकांचे नाव जोडावे लागत असेल आणि भरपूर मोठ्या प्रमाणात न भरलेले कर्ज जमा झाल्यावर, कदाचित मोठे कर्जदार सरकारला सांगत असतील की आम्ही हे कर्ज भरू शकत नाही किंवा जास्त एनपीए झाल्यावर बँक स्वत: काही कर्जदारांचे कर्ज बुडीतखात्यात टाकत असेल.

आता सरकारने जर का कडक निर्णय घेतला, तर ती कंपनी किंवा संस्था बंद

पडू शकते (काही विकृत माणसे ती कंपनी किंवा संस्था तोट्यात आहे असे म्हणून जाणूनबुजून बंद करू शकतात.) समजा, कंपनी बंद पडली तर भरपूर जणांच्या नोकऱ्या जाऊ शकतात. याची भीती कुठल्याही सरकारला असणारच. कदाचित तसे न होण्यासाठीच, बँक त्यांचे कर्ज बंद लिहू (Write off) करत असतील किंवा बुडीतखात्यात टाकत असतील.

कदाचित काही काही उद्योजक (जे बँकेकडून कर्ज काढतात) निवडणुकीच्या वेळेत पार्टींना मदत करत असतील आणि त्यातील काही उद्योजकांची अशी अपेक्षा असू शकते की सरकार स्थापन झाल्यावर त्यांचे कर्ज माफ करावे किंवा बुडीतखात्यात टाकावे. अर्थात, कुठलेही सरकार कर्ज बुडीतखात्यात टाकत नाही. बँक टाकते, पण सरकार सरकारी बँकांना तसे सांगू शकते, असे नाही का तुम्हाला वाटत?

काही काही बँकांचे संचालक (Director) त्यांच्याच नातेवाइकाला किंवा ओळखीच्या माणसाला बँकेमार्फत कर्ज उपलब्ध करून देतात. त्या बँकेचा व्यवस्थापक (Manager) पण यात सामील असू शकतो. मग तो सर्व पैसा आपापसात वाटून झाल्यावर उद्योजक (Businessman) त्याचा व्यवसाय तोट्यात आहे असे सांगू शकतो आणि बँक ते कर्ज बुडीतखात्यात टाकू शकते. कारण या कारस्थानात बँकेतील काही माणसेसुद्धा सामील असू शकतात आणि सहसा, ते पैसे अर्थव्यवस्थेला कधीच परत मिळत नाहीत.

जर का तुमच्याकडे बँकेचे शेअर्स असतील तर तुम्ही वार्षिक सभेला (AGM) गेल्यावर त्या सभेत, प्रत्येकाने आपल्या बँकेला विचारावे की आपण कधी कर्ज बुडीतखात्यात (Write off) टाकले आहे का? जर का त्यांनी म्हटले की त्यांच्याकडे आता माहिती नाही आणि तुम्ही मुख्य कार्यालयात (Main Branch) येऊन ही माहिती घ्या, तर तुम्ही त्यांच्याकडे जेव्हापासून बँक सुरू झाली तेव्हापासूनचा ताळेबंद (Balance Sheet) मागवू शकता. तुम्हाला त्यातूनही गोष्टी कळू शकतात. काम थोडे क्लिष्ट आहे, पण आपल्या पैशांच्या सुरक्षेसाठी आपल्याला हे करावेच लागणार किंवा आरटीआयच्या (RTI) माध्यमातूनसुद्धा ही माहिती मिळू शकते.

नाही, माझा सांगायचा मुद्दा हा आहे की जेव्हा सामान्य माणूस कर्जाचा एखाददुसरा हप्ता भरायला चुकतो तेव्हा हे लोक ढोल-ताशे घेऊन दारात हजर असतात. मग तसे, ते या बंद लिहू (Write off)वाल्याबरोबर का करत नाहीत? कारण बँक जे पैसे बुडीतखात्यात टाकते, ते सामान्य माणसाचे पैसे असतात. छोट्या-छोट्या गोष्टी ब्रेकिंग न्यूज म्हणून दाखवणारे मीडियावाले, अशा बातमीला महत्त्व का नाही देत? नाही, ते दाखवतात न्यूज, पण त्या आत्मीयतेने (Interest) नाही, ज्याने ते बाकीच्या गोष्टी दाखवतात.

एका व्यावसायिकाने बँकेचे ९००० करोड रुपये न भरता तो विदेशात पळून

गेला, त्यावर गदारोळ झाला आणि करतात. अशा माणसाबद्दल जरूर गदारोळ करून पैसे वसूल करावेत. पण जे पैसे बँक बुडीतखात्यात टाकते, तेही वसूल करायला पाहिजे, असे नाही का तुम्हाला वाटत?

बँकेने २००४ ते २०१५ सालापर्यंत एकूण २.११ लाख कोटी रुपये बंद लिहू केले. जर का आपण २.११ लाख कोटींना ९००० कोटींनी भागल्यावर आपल्याला २३.४४ हे उत्तर मिळते. याचा अर्थ, २३ व्यावसायिकांनी बँकेचे, प्रत्येकी ९००० कोटी रुपये बुडवले आणि त्याविरुद्धसुद्धा आवाज उठवला पाहिजे, ते पैसे अर्थव्यवस्थेत आणले पाहिजेत, असे नाही का तुम्हाला वाटत? बँक अशी वेळ का येऊ देते? अशी वेळ येऊ देणे बँकेने टाळायला नको का? असे तुम्हाला पण वाटते ना?

बंद लिहू (Write off) आणि महागाई यांचा एकमेकांशी काही संबंध आहे का?

असे म्हटले जाते की रिझर्व्ह बँकेने सीआरआर (CRR) आणि एसएलआरची (SLR) मर्यादा कमी केल्यावर नवीन लोकांना रोजगाराची संधी मिळू शकते. कदाचित याच कारणास्तव काही अर्थशास्त्रज्ञ, काही बँकांचे अध्यक्ष आणि काही मीडियावाले, रिझर्व्ह बँकेला सीआरआर आणि एसएलआरची मर्यादा कमी करायला सांगत असावेत. याचाच अर्थ, काही लोक अर्थव्यवस्थेत पैसा येण्यासाठी रिझर्व्ह बँकेवर दबाव आणू पाहातात, असे नाही का तुम्हाला वाटत?

बँकेकडून मोठे मोठे कर्जदार मोठ्या प्रमाणात कर्ज घेऊन त्यांचा व्यवसाय चालू करतात. काही व्यावसायिकांचा व्यवसायात तोटा झाल्याने ते वेळच्या वेळी बँकेचा हप्ता भरू शकत नाहीत. कधीकधी बँक कर्जाचे व्याज कमी करणार आहे, याची काही व्यावसायिकांना सूत्राकडून आधीच माहिती मिळू शकते. (आता कदाचित बँकेच्या माणसाकडूनच व्यावसायिकांना ही माहिती मिळत असावी, पण तो आपला मुद्दा नाही.) अशा विविध कारणांनी, काही उद्योजक (Businessman) वेळच्या वेळी बँकेचा हप्ता भरू शकत नाहीत. आता बँकेच्या ताळेबंदात (Balance Sheet) या न भरलेल्या कर्जाची जास्त रक्कम असल्यावर त्या बँकेच्या शेअर मार्केटमधील शेअर्सची किंमत कमी होऊ शकते, असे नाही का तुम्हाला वाटत? या कारणाने म्हणा किंवा अन्य कुठल्याही कारणाने म्हणा, बँक ती रक्कम बुडीतखात्यात टाकू शकते. बँकेने ती रक्कम बुडीतखात्यात टाकली, म्हणजे आपण असेही म्हणू शकतो की त्या बँकेचा तेवढ्या रुपयांचा तोटा झाला. बँकेचा तोटा म्हणजेच त्या बँकेतील ठेवीदारांचासुद्धा तोटा, असे नाही का तुम्हाला वाटत?

म्हणजे बघा, विविध कारणांमुळे बँकांना मोठ्या मोठ्या कर्जदारांना दिलेले कर्ज

बुडीतखात्यात टाकावे लागते. आता बँकेने ती रक्कम बुडीतखात्यात टाकली, म्हणजेच तेवढा पैसा अर्थव्यवस्थेतून निघून गेला, असा नाही का होत? तसेच, अर्थव्यवस्थेत रोजगार वाढवण्यासाठी काही लोक रिझर्व्ह बँकेवर सीआरआर आणि एसएलआरची मर्यादा कमी करण्यासाठी दबाव आणू पाहतात. तुम्हाला असे नाही का वाटत की अशा माणसांनी रिझर्व्ह बँकेवर दबाव आणण्यापेक्षा ज्या कर्जदाराचे कर्ज बँक बुडीतखात्यात (Write off) टाकते, त्यांच्यावर नियमितपणे कर्ज भरण्याचा दबाव आणला पाहिजे? कारण आपल्याला तर माहीतच आहे की जर का रिझर्व्ह बँकेने सीआरआर आणि एसएलआरची मर्यादा कमी केली तर महागाई वाढू शकते आणि जर का बँकेवर बँक रनसारखी वेळ आलीच तर सीआरआर आणि एसएलआरची रक्कम अशा कामी जास्त प्रमाणात उपयोगी पडू शकते.

आतापर्यंत आपण जे काय बघितले, ते सर्व दोन गोष्टींभोवती फिरत आहे.

रिझर्व्ह बँकेने सीआरआर (CRR) आणि एसएलआरची (SLR) मर्यादा कमी केल्यावर बँकांना कमी पैसे गुंतवावे लागतात आणि बँका जास्त लोकांना कर्ज देऊ शकतात. मार्केटमध्ये जास्त पैसा आल्याने त्या राष्ट्राची अर्थव्यवस्था वाढू शकते आणि नवीन लोकांना रोजगाराचीसुद्धा संधी मिळू शकते आणि दुसरी गोष्ट, जर का रिझर्व्ह बँक सीआरआर आणि एसएलआरची मर्यादा वाढवते तर मार्केटमधला फिरणारा पैसा कमी होऊन महागाई आटोक्यात येऊ शकते. याचाच अर्थ, रिझर्व्ह बँकेसमोर मोठा पेचप्रसंग उभा असतो की मर्यादा कमी करावी का नाही.

जर का मार्केटमध्ये पैसा आल्याने नवीन रोजगाराची संधी उपलब्ध होणार असेल, तर लोकांनी फक्त बँकेकडून कर्ज का घ्यावे? जे लोक नेहमी त्यांचा आयकर (Income Tax) भरत आहेत, त्यांच्या पगारात हा नवीन रोजगार भत्ता (Allowance) जोडता येऊ शकतो, असे नाही का तुम्हाला वाटत? २०१२-१३च्या सर्व्हेनुसार भारतात १२.५ कोटी म्हणजेच जवळपास फक्त एक टक्का लोकच आपल्या उत्पन्नावरील कर भरतात, आणि मुख्यत: मध्यमवर्गच हा आयकर भरत असतो. मग त्यांचाच पगार वाढवला पाहिजे, असे नाही का तुम्हाला वाटत? आपण या पद्धतीनेसुद्धा रोजगार वाढवू शकतो किंवा आपण आधी बघितले तशी, दोन चलनांची प्रणालीसुद्धा (System) वापरू शकतो.

म्हणजे लोकांनी बँकेकडून कर्ज घेतलेच पाहिजे असा होरा का? मी रोजगार भत्ता (Allowance) बद्दल बोललेलो आहे. जर का या मार्गानेसुद्धा महागाई वाढत असेल तर रोजगार भत्ता कमी करता येऊ शकतो (म्हणजेच कर्जाऐवजी रोजगार भत्ता). गरिबांसाठी ही योजना, गरिबांसाठी ती योजना, हे सर्व बरोबर आहे. त्यांच्यासाठी विविध योजना असायलाच हव्यात, पण जे लोक नियमित आपला कर

भरत आहेत, त्यांच्यासाठीसुद्धा काही योजना असल्या पाहिजेत ना? अरे, मध्यमवर्गासाठी काही तरी केले, तरच लोकांना मध्यमवर्गात यावेसे वाटेल आणि टॅक्स भरावासा वाटेल. असे नाही का तुम्हाला वाटत?

आपण भरलेल्या करामुळे, सरकारी कर्मचाऱ्यांना पगार मिळत असतो आणि सरकारी कर्मचारी जनतेची कामे करतात. जे लोक सर्वांत जास्त कर भरतात म्हणजेच कामाला जाणारे लोक; त्यांना सहसा रविवारी सुट्टी असते. जर का त्यांना सरकारी कार्यालयात (Office) काही काम असेल तर सहसा त्याच्यासाठी त्यांना सुट्टी घ्यावी लागते (तुम्हाला तर माहीतच असेल की खासगी कंपनीत सुट्टी मागणे म्हणजे काय ते, तरी त्यांना सुट्टी घ्यावी लागते). कारण सरकारी कार्यालये रविवारी बंद असतात. खरंतर, रविवारी कुठल्याच सरकारी कार्यालयाला सुट्टी नसली पाहिजे आणि त्या दिवशी फक्त कामाला जाणाऱ्या लोकांची कामे झाली पाहिजेत आणि तीही योग्य वेळेत; त्याचा पूर्ण दिवस वाया घालवून नव्हे.

काहींना असा प्रश्न पडू शकतो की सरकार आपल्याला रेशनच्या माध्यमाने स्वस्तात धान्य देते, त्याचा पैसा कुठून येतो? (बहुतेक शहरातील गरीब माणसांना गावातील गरीब माणसांपेक्षा जास्त सुविधा मिळतात आणि काही काही गावात तर रेशनच्या माध्यमाने स्वस्तात धान्यही मिळत नाही किंवा मिळाले तरी फार कमी मिळते.) आपण जो आपला टॅक्स किंवा कर भरतो त्यातूनच सरकार स्वस्तात धान्य देते. अप्रत्यक्ष कर भारतातील जवळपास सर्वच लोक भरतात. पण प्रत्यक्ष कर, सहसा फक्त मध्यमवर्ग आणि भारतातील कंपन्याच भरत असतात. भारत सरकारने काही नवीन कंपन्यांना भरायला लागणाऱ्या कराची मर्यादा पंचवीस टक्क्यावर आणली, पण मग सामान्य माणसाचे काय? म्हणजे जर का जास्त लोकांनी टॅक्स भरावा असे सरकारला वाटत असेल तर मध्यमवर्गासाठी काही तरी योजना आणल्या पाहिजेत, असे नाही का तुम्हाला वाटत?

गरिबांसाठी विविध योजना असल्या पाहिजेतच. पण, त्याचबरोबर जी माणसे कर भरण्यात महत्त्वाचे योगदान देतात किंवा प्रामाणिकपणे आपला कर भरतात, त्यांच्यासाठीसुद्धा काही योजना असल्या पाहिजेत का नाहीत? योजना म्हणजे कंपनीत कामावर जाणारा मनुष्य हाच सहसा मध्यमवर्गात येतो आणि तणावामुळे आणि धावपळीमुळे तो आजारी पडू शकतो. जे लोक टॅक्स भरतात त्यांच्यासाठी व त्यांच्या कुटुंबासाठी माफक दरात हॉस्पिटल, सिनेमा हॉल, हॉटेल अशा सुविधा असायला हव्यात, असे नाही का तुम्हाला वाटत?

कधीकधी मला असा प्रश्न पडतो की झोपडपट्टीत राहाणारी माणसे भांडी कुठे घासत असतील? कपडे कुठे धुवत असतील? स्वच्छतागृहे कशी असतील?

म्हणजे घरात अंघोळ करण्यासाठी किंवा भांडी घासण्यासाठी मोरीसाठी (Bathroom) जागा त्यांच्या घरात असेल का? मान्य आहे की झोपडपट्टी अनधिकृत आहे, तरी पण त्यांना अशा मूलभूत गोष्टी दिल्या पाहिजेत. तसेच, जर का आपण शहरांचा विचार केला तर जवळपास प्रत्येक शहरात अशी भरपूर माणसे असतात की ज्यांचे कुटुंब गावी असते आणि ते रोजगारासाठी शहरात आलेले असतात आणि त्या एकट्या माणसाच्या मिळकतीवर त्याचे गावाकडील अख्खे कुटुंब चालत असते. अशी माणसे सहसा वर्षातून एकदाच त्यांच्या गावी जातात, किंवा आपण असेही म्हणू शकतो की वर्षातून एकदाच त्यांना त्यांच्या कुटुंबाचा सहवास लाभतो. जर का आपण अशी व्यवस्था बनवली की ज्याने अशा एकट्या राहत असलेल्या माणसांना त्यांच्या कुटुंबाचा जास्त सहवास लाभला, तर अशा एकट्या राहणाऱ्या माणसांचे मानसिक संतुलन चांगले होऊन त्यांना काम करण्याचा हुरूप मिळू शकतो. तुमचे काय मत आहे यावर?

आपण सर्वांनी या गोष्टीचासुद्धा विचार करायला हवा की माणसे गरीब का राहतात किंवा माणसे स्वत:ला गरीब का म्हणतात, याचे उत्तर एक असू शकते की त्यांना सरकारकडून विविध योजनेअंतर्गत फायदा मिळावा म्हणून. अर्थात, मी सर्वच गरीब माणसांबद्दल नाही, तर काही माणसांबद्दल बोलत आहे. काही लोकांच्या घराची परिस्थिती चांगली असूनसुद्धा ते स्वत:ला गरीब म्हणतात, त्या लोकांबद्दल बोलत आहे. माणसे गरीब का राहतात? याची आपण भरपूर कारणे देऊ शकतो.

पहिले आणि महत्त्वाचे कारण म्हणजे माणसाचे अज्ञान (Illiterate). माणूस ज्ञानी कधी होतो? एकतर माणूस शिक्षणातून ज्ञानी होतो किंवा अनुभवातून ज्ञानी होतो, किंवा शिक्षण आणि अनुभव या दोन्ही गोष्टींतून ज्ञानी होतो. फक्त अनुभवातून ज्ञानी होण्यासाठी भरपूर वेळ जातो. माणसाला योग्य वेळी योग्य शिक्षण मिळाल्यावर, तो गरीब राहाणार नाही, असे नाही का तुम्हाला वाटत?

माणूस गरीब राहण्याचे दुसरे कारण म्हणजे, मोठे कुटुंब. समजा, राम आणि श्याम दोघे एकाच कंपनीत एकाच हुद्द्यावर कामावर आहेत आणि दोघांचा पगारसुद्धा सारखाच आहे. रामला चार अपत्ये (मुली/मुले) असल्याने त्याचे कुटुंब मोठे आहे व घरात तो एकटाच कमवत असल्याकारणाने, त्याच्याकडे बचतही (Saving) फार कमी होत असावी. जेव्हा रामची अपत्ये मोठी होतात तेव्हा त्यांना स्वत:चा वेगळा संसार मांडावा लागतो (छोटे घर असल्याकारणाने वेगळा संसार मांडावा लागतो). रामची बचतच कमी असल्यामुळे राम आपल्या अपत्यांना जास्त पैसे नाही देऊ शकत. कदाचित रामने घरासाठी घेतलेले कर्ज किंवा दुसऱ्या कुठल्यातरी गोष्टीसाठी घेतलेले कर्ज त्यांच्या अपत्यांना फेडावे लागू शकते. म्हणजे रामचा संसार गरिबीत झाला; तो त्याच्या अपत्यांना जास्त मदत करू शकला नाही.

आता जर का रामच्या अपत्यांचेसुद्धा मोठे कुटुंब झाले (जास्त अपत्ये झाली) तर त्यांचासुद्धा संसार गरिबीतच जाऊ शकतो. रामच्या अपत्यांनी मोठ्या कुटुंबामुळे (म्हणजेच जोडप्याला जास्त मुले आणि मुली असल्याकारणाने) कसा तोटा होऊ शकतो याचा अनुभव घेतल्यानंतरसुद्धा त्यांचे स्वत:चे कुटुंब मोठे केल्यास (त्यांना जास्त मुले आणि मुली झाल्यास) ती अपत्ये आणि त्यांचे कुटुंबसुद्धा गरीबच राहणार, असे नाही का तुम्हाला वाटत? म्हणजे काही लोकांना अनुभव मिळूनसुद्धा ते सुधारतीलच असे नाही. काही काही लोक तर असे असतात की त्यांच्या चुकीचे खापर ते नेहमी दुसऱ्याच्या डोक्यावर फोडायला बघत असतात.

याउलट श्यामला एकच अपत्य असल्याकारणाने त्याची जास्त बचत होऊ शकते आणि तो आपल्या मुलाला उत्तम शिक्षण देऊ शकतो अणि बचतीमुळे श्यामकडे असलेल्या मालमत्तेचीसुद्धा श्यामच्या अपत्याला मदतच होते.

जसजसे रामचे कुटुंब मोठे होत गेले, तसे जरी कमावणारे हात वाढले, पण जर का योग्य वेळी योग्य काम, योग्य शिक्षण, योग्य मार्गदर्शन मिळाले नाही, तर गरिबीत भरच पडत जाणार आणि गाठी कमी पैसे असल्याकारणाने, रामसुद्धा इच्छा असूनही मदत करू शकणार नाही. याचाच अर्थ, कमावणारे हात वाढणे ही सामर्थ्यवान गोष्ट वरचेवर जरी दिसत असली, तरी तीच दुर्बलता म्हणून अडचणीची ठरू शकते. जुन्या काळी ते कदाचित बरोबर ठरू शकले असेल, पण आता जेव्हा लोकसंख्येचा महापूर ओसंडत आहे तेव्हा ही गोष्ट अडचणीचीच ठरू शकते, नव्हे का? (In certain scenario, our strength will become a weakness किंवा ज्याला आपण आपली strength मानत असतो, कधीकधी तीच आपली weakness असते किंवा बनते.) आपल्या शक्तीला योग्य दिशा आणि योग्य मार्गदर्शन मिळाले नाही, तर ती शक्तीच आपली दुर्बलता होऊ शकते.

तसेच, काही माणसे आळशी असतात. काही स्वत:चा पैसा दारू, जुगार अशा वाईट कृत्यांमध्ये घालवतात. म्हणूनही काही माणसे गरीब होतात. पण अशी भरपूर माणसे आहेत की जी मजबुरीमुळे गरीब असतात आणि सहसा अशी माणसे आपल्या गरिबीचे कधीच भांडवल करत नाहीत.

रिझर्व्ह बँकेवर कुठले दायित्व आहे? (What is liability on RBI?)

भारतीय बँकांना आणि भारत सरकारला रिझर्व्ह बँक कर्जाच्या स्वरूपात पैसे देते, आणि भारतीय बँक सामान्य लोकांना कर्जाच्या स्वरूपात पैसे देते. आपल्या डोक्यावर किंवा आपल्या देशाच्या डोक्यावर आपण नेहमी कर्ज घेऊन का फिरावे? आणि सर्व गोष्टी बघितल्यावर काहींना असे वाटू शकते की रिझर्व्ह बँकेवर कुठले दायित्व आहे?

म्हणजेच बघा ना, आपली वित्तीय तूट भरून काढण्यासाठी भारत सरकार रिझर्व्ह बँकेकडून कर्ज घेते व भारत सरकार एक सरकारी सुरक्षा प्रमाणपत्र रिझर्व्ह बँकेला देते. रिझर्व्ह बँकेकडून घेतलेल्या कर्जावर, भारत सरकार व्याजही देते. महागाई कमी करण्यासाठी रिझर्व्ह बँक सरकारी सुरक्षा प्रमाणपत्र बँकांना विकते आणि भारत सरकार जे व्याज (Interest) रिझर्व्ह बँकेला देत असते, त्या व्याजाच्या मदतीने रिझर्व्ह बँक, बँकांना व्याज देते. रेपो रेटचा व्याजदर हा नेहमी उलटा रेपो रेटपेक्षा जास्त असतो. म्हणजे प्रत्येक व्यवहारात रिझर्व्ह बँकेकडे पैसा हा येतच असतो आणि या सर्व गोष्टी बघितल्यावर काहींना असे वाटू शकते की रिझर्व्ह बँकेवर कुठले दायित्व आहे?

रिझर्व्ह बँकेचा प्रशासकीय खर्च असतोच, तसेच रिझर्व्ह बँक स्वत:कडे काही निधी राखून ठेवते. जेव्हा मार्केटमध्ये पैशांची गरज असते तेव्हा त्या निधीचा ते उपयोग करू शकतात. मार्केटमधील गरज म्हणजे विनिमय दर (Exchange Rate) कन्ट्रोल करण्यासाठी किंवा विनिमय दर मर्यादेत ठेवण्यासाठी.

बँक कर्जावरील व्याजातील कपात

जेव्हा कुठलीही बँक कर्जावरील व्याज कमी करते तेव्हा त्याचा सर्वांत जास्त फायदा बँकेकडून जास्त प्रमाणात कर्ज घेणाऱ्याचा होतो; कारण त्याला त्याच्या कर्जावर कमी व्याज भरायला लागते आणि सर्वांत जास्त तोटा ठेवीदाराला आणि गुंतवणूकदाराला होतो; कारण त्याला त्याच्या ठेवीवर मिळणारे व्याज किंवा गुंतवणुकीवर मिळणारे व्याज कमी होते.

बँकेत ठेवीदार त्यांच्या ठेवी ठेवतात आणि त्या पैशांच्या मदतीने बँक लोकांना कर्ज देते आणि त्या कर्जदाराने दिलेल्या व्याजातून बँक आपला नफा बाहेर काढून ठेवीदाराला त्याच्या ठेवीवरील व्याज देते. जेव्हा बँक कर्जदाराचे, कर्जावरील व्याज कमी करते तेव्हा बँकेचा नफा कमी होतो आणि बँकेचा नफा कायम राखण्यासाठी, बँक ठेवीदाराला त्याच्या ठेवीवर कमी व्याज (Interest) देऊ शकते.

समजा, आपण तीन वर्षांसाठी सहा हजार रुपये दहा टक्के व्याजावर घेतले असतील, तर तीन वर्षे आपल्याला मुख्य रकमेतील दोन-दोन हजार रुपये (६०००/३) आणि त्यावरील व्याज भरावा लागतो.

वर्षे	मुख्य रक्कम	१०% व्याज	दर वर्षी भरायची रक्कम
२०१६	६०००	६०० (६०००X१०/१००)	२६००(२०००-६००)
२०१७	४००० (६०००-२०००)	४०० (४०००X१०/१००)	२४००(२०००+४००)
२०१८	२००० (४०००-२०००)	२०० (२०००X१०/१००)	२२००(२०००+२००)
तीन वर्षात एकूण भरावयाची रक्कम			७२००

२०१६ साली दोन हजार रुपये आणि सहा हजाराचे दहा टक्के म्हणजे सहाशे रुपये भरावे लागतील. म्हणजेच २०१६ साली एकूण दोन हजार सहाशे रुपये भरावे लागतील. आता सहा हजारातील दोन हजार रुपये २०१६ साली भरले. याचाच अर्थ, अजून चार हजार रुपये बँकेकडे भरायचे आहेत. २०१७ साली दोन हजार रुपये आणि चार हजाराचे दहा टक्के म्हणजे चारशे रुपये भरावे लागतील. म्हणजेच २०१७ साली एकूण दोन हजार चारशे रुपये भरावे लागतील. याच प्रकारे, २०१८ साली दोन हजार दोनशे रुपये भरावे लागतील.

म्हणजे तुम्ही कर्ज घेतले सहा हजार रुपयाचे आणि तीन वर्षांत तुम्ही सात हजार दोनशे रुपये भरले. म्हणजेच तुम्ही एक हजार दोनशे रुपये बँकेला जास्त दिले. या पैशांतून बँक त्यांचा प्रशासकीय खर्च भागवत असते. आता आपण असे समजू या की २०१७ साली बँकेने व्याजदर १० टक्क्यांवरून ९ टक्के केला.

वर्षे	**मुख्य रक्कम**	**१०% आणि ९% व्याज**	**दर वर्षी भरायची रक्कम**
२०१६	६०००	६०० (६०००X१०/१००)	२६००(२०००+६००)
२०१७	४००० (६०००-२०००)	३६० (४०००X९/१००)	२३६०(२०००+३६०)
२०१८	२००० (४०००-२०००)	१८० (२०००X९/१००)	२१८०(२०००+१८०)
तीन वर्षात एकूण भरावयाची रक्कम			**७१४०**

कर्जदाराला ७२०० रुपये भरण्याऐवजी ७१४० रुपये भरावे लागतील. याचाच अर्थ, आपण असे म्हणू शकतो की बँकेने व्याजदर कमी केल्यावर कर्जदाराला कमी व्याज भरावे लागते (आणि त्याचे पैसे वाचतात).

आता आपण भारतातील सर्वांत जास्त कर्ज घेणाऱ्या कर्जदारांची नावे आणि त्यांनी बँकेकडून किती कर्ज घेतले आहे ते जाणून घेऊ या. तसेच, बँकेने कर्जावरील व्याज कमी केल्यास, दर वर्षी त्यांचे किती रुपये वाचू शकतात ते बघू या. ३१ डिसेंबर २०१५ साली कॅच न्यूजने (Catch News) प्रसिद्ध केलेल्या लेखामध्ये बँकेकडून सर्वांत जास्त कर्ज घेतलेल्या पहिल्या दहा मोठ्या कर्जदारांची यादी दिली आहे.

खालील टेबलमध्ये प्रत्येक कर्जदाराने किती कर्ज घेतले आहे, हे दाखवलेले

आहे. (या सर्व गोष्टींचे संदर्भ मी खाली दिलेले आहेत.) आपण उदाहरणाखातर कर्जावरील व्याजाची रक्कम दहा टक्के गृहीत धरली आहे. तसेच, जर बँक व्याजाची रक्कम दहा टक्क्यांवरून ९.७५ टक्के करते तर या कर्जदारांना किती रक्कम भरावी लागेल याचीसुद्धा माहिती दिली आहे आणि शेवटच्या कॉलममध्ये बँकेने व्याजाची मर्यादा दहा टक्क्यांवरून ९.७५ टक्के केल्यावर या कर्जदारांचे किती रुपये वाचू शकतात हे दाखवले आहे.

टीप – फक्त व्याजावरील कमी झालेली रक्कम दाखवली आहे. प्रत्येक कर्जदाराला बँकेकडून घेतलेली मुख्य रक्कम (Principal Amount) आणि त्या मुख्य रकमेवरील व्याज (Interest) भरावे लागते.

कर्जदार	किती कर्ज घेतले आहे?	व्याज		किती रुपये वाचतील?
		आधी	नंतर	
		१०%	९.७५%	
द रिलायन्स ग्रुप	१.२५ लाख करोड	१२,५०० करोड	१२१८७ करोड	३१३ करोड
द वेदान्त ग्रुप	१.०३ लाख करोड	१०,३०० करोड	१००४२ करोड	२५८ करोड
एस्सार ग्रुप	१.०१ लाख करोड	१०,१०० करोड	९८४७ करोड	२५३ करोड
अदानी ग्रुप	९६,०३१ करोड	९,६०३ करोड	९३६३ करोड	२४० करोड
(Jaypee)जेपी ग्रुप	७५,१६३ करोड	७,५१६ करोड	७३२८ करोड	१८८ करोड
(JSW) जेएसडब्ल्यू ग्रुप	५८,१७१ करोड	५,८१७ करोड	५६७१ करोड	१४६ करोड
(GMR) जीएमआर ग्रुप	४७,९७६ करोड	४,७९७ करोड	४६७७ करोड	१२० करोड
Lancoग्रुप	४७,१०२ करोड	४,७१० करोड	४५९२ करोड	११८ करोड
व्हिडीओकॉन ग्रुप	४५,४०५ करोड	४,५४० करोड	४४२६करोड	११४ करोड
GVK ग्रुप	३३,९३३ करोड	३,३९३ करोड	३३०८ करोड	८५ करोड

वरील टेबलप्रमाणे कर्जदाराचे दर वर्षी जवळपास ८० कोटी ते ३०० कोटी रुपये वाचू शकतात. यावरून आपण असे म्हणू शकतो की जेव्हा कुठलीही बँक कर्जावरील व्याज कमी करते तेव्हा त्याचा सर्वांत जास्त फायदा बँकेकडून सर्वांत जास्त कर्ज घेणाऱ्याचा होतो, बरोबर ना?

समजा, तुम्ही बँकेत एक लाख रुपये गुंतवले असतील, तर व्याजदर कमी झाल्यावर तुम्हाला किती कमी पैसे मिळू शकतील, हे एका उदाहरणाच्या माध्यमातून जाणून घेऊ या. समजा, तुम्ही काही रुपये मुदत ठेवीत (Fixed Account) ठेवले आहेत. बँक मुदत ठेवीवर आठ टक्के व्याज देते, असे आपण समजू या आणि समजा ०.२५ टक्क्यांनी व्याजदर कमी केला, तर तुम्हाला किती कमी रुपये मिळू शकतात, हे खालील उदाहरणाच्या साहाय्याने बघू या.

जर तुम्ही मुदत ठेवीत तुमचे पैसे ठेवले असतील आणि बँकेचा व्याजदर ०.२५ टक्क्यांनी कमी झाला तर तुम्हाला एका लाखावर आठ हजार (८०००) रुपये मिळण्याऐवजी सात हजार सातशे पन्नास (७७५०) रुपये मिळतील. म्हणजेच अडीचशे (२५०) रुपयांचा तोटा होणार. जर तुमची गुंतवणूक जास्त असली आणि बँकेने व्याजदर कमी केला तर तुम्हाला कमी पैसे मिळू शकतात.

मुदत ठेव			
गुंतवणूक	**मिळणारे व्याज ८%**	**मिळणारे व्याज ७.७५%**	**फरक**
एक लाख	८०००	७७५०	२५०
दहा लाख	८०,०००	७७,५००	२५००

म्हणजेच, जेव्हा बँक व्याजदर कमी करते तेव्हा गुंतवणूकदाराला त्याच्या गुंतवणुकीवर कमी रुपये मिळतात आणि आपण असे म्हणू शकतो की जेव्हा कुठलीही बँक कर्जावरील व्याज कमी करते तेव्हा त्यामुळे सर्वांत जास्त नुकसान बँकेत जास्त प्रमाणात ठेवी ठेवणाऱ्यांचे होते; कारण त्यांना ठेवीवरील व्याज कमी मिळते.

अशा महत्त्वाच्या गोष्टीचीसुद्धा चर्चा मीडियाने केली पाहिजे असे नाही का तुम्हाला वाटत? म्हणजे कोणी कोणाला काय म्हटले, त्याचा संसदेत कसा गदारोळ झाला, कोणामध्ये भांडणे झाली, ती का झाली, अशा गोष्टींमुळे देशाचा काय फायदा होतो आणि सामान्य जनतेचा काय फायदा होतो, याचे उत्तर त्या काही मीडियावाल्यांकडे आणि जो मनुष्य चवीने अशा गोष्टी बघतो, त्याच्याकडेच असेल.

रामने, श्यामबद्दल काय टिप्पणी केली? मग, श्यामकडे जाऊन, श्यामची प्रतिक्रिया घ्यायची. श्याम जी प्रतिक्रिया देईल, ती रामला सांगावी आणि रामकडून नवीन प्रतिक्रिया घ्यायची. जर का राम आणि श्यामला एकमेकांविरुद्ध प्रतिक्रिया द्यायचीच असल्यावर, त्यांनी व्हॉट्सॲपसारख्या सोशल मीडियावर त्यांचा वेगळा

ग्रुप बनवावा आणि हो, ते त्या ग्रुपला **तू मेरा दुश्मन, मैं तेरा दुश्मन** अशा प्रकारचे नावसुद्धा देऊ शकतात. विनोदाचा भाग सोडा, पण अशा गोष्टींमुळे देशाचा काय फायदा होतो आणि सामान्य जनतेचा काय फायदा होतो, याचा विचार आपल्याला करावा लागेल की नाही?

तुमचा पगार आणि महागाई

तुमचा पगार महागाईपेक्षा खूपच जास्त प्रमाणात वाढल्यावर महिनाअखेरी तुमच्या हातात जास्त पैसे शिल्लक राहू शकतात. पण त्याचा अर्थव्यवस्थेवर काय परिणाम होऊ शकतो हेसुद्धा आपण बघितले पाहिजे.

तुमचा पगार खूपच जास्त प्रमाणात वाढल्यावर :

– तुम्ही ज्या कंपनीत काम करत आहात, त्या कंपनीचा नफा कमी होणार आणि ते टाळण्यासाठी त्या कंपनीचा मालक तुमच्या कंपनीत बनत असलेल्या सर्व वस्तूंची किंमत वाढवणार. आता जे लोक तुमच्या कंपनीत बनत असलेली वस्तू विकत घेणार, त्यांना ती वस्तू जास्त किंमत देऊन विकत घ्यावी लागणार. म्हणजेच त्यांचा खर्च वाढणार आणि मग ती माणसे ज्या कंपनीत काम करत आहेत, त्या कंपनीच्या मालकांना सांगणार की पगार वाढावा म्हणून. आता त्यांचा पगार वाढवल्यावर त्या कंपनीचा नफा कमी होणार व ते टाळण्यासाठी त्या कंपनीचा मालक त्यांच्या कंपनीत बनत असलेल्या वस्तूची किंमत वाढवणार आणि हे असेच पुढे पुढे जात राहील आणि त्याच्यामुळे महागाई वाढतच जाईल.

– तुमचा पगार खूपच जास्त प्रमाणात वाढला आणि महिनाअखेरी तुमच्या हातात जास्त पैसे शिल्लक राहिल्यामुळे, समजा तुम्ही एखादी गरज नसलेली वस्तू विकत घेतली असे आपण समजू या. आता तुम्ही जी वस्तू विकत घेणार, त्या वस्तूचा तेवढा पुरवठा (Supply) मार्केटमध्ये असला तर ठीक आहे, नाहीतर त्या वस्तूची मागणी (Demand) पुरवठ्यापेक्षा जास्त झाल्याने त्या वस्तूची किंमत वाढू शकते. आता तुम्हाला मागच्या वर्षीपर्यंत त्या वस्तूची गरज नव्हती, पण पगार वाढल्यामुळे या वर्षी तुम्ही ती वस्तू विकत घेतली. पण जर का एखादा मनुष्य ती वस्तू नेहमी विकत घेत असेल तर त्याला ती महागच पडेल आणि या वर्षी त्याच्याकडे महिनाअखेरी कमी पैसे शिल्लक राहातील. मग तो काय करेल? तर, तो ज्या कंपनीत कामाला आहे, त्या कंपनीच्या मालकांना सांगेल की त्याचा पगार वाढवा म्हणून, मग फिरून फिरून महागाई कशी वाढू शकते हे तुमच्या मनात

खोलवर रुतले असणार, होय ना?

तुमचा पगार वाढल्यामुळे या वर्षी तुमच्या हातात जास्त पैसे येऊ शकतात, पण त्याने महागाईही वाढू शकते आणि कालांतराने त्याची झळ तुम्हालाही बसू शकते. माणसांच्या हातात पैसा असला पाहिजेच, पण जास्तच पैसा असल्यावर, ते अर्थव्यवस्थेसाठी चांगले नसते. कुठच्याही गोष्टीचा अतिरेक हा वाईटच असतो. आपल्या सर्वांना तर माहीतच असेल की अति तेथे माती.

याचाच अर्थ, अर्थव्यवस्थेत एखादी व्यक्ती गरजेपेक्षा जास्त नफा कमवण्याचे उद्दिष्ट ठेवत असेल, तर ती गोष्ट महागाईवाढीस कारणीभूत ठरते व त्या महागाईची झळ त्यालाही कालांतराने लागते.

याच कारणास्तव महागाई हा एक चक्रव्यूह आहे.

काहींना वाटत असेल की मी नकारात्मक विचार मांडत आहे. नाही, तसे नाही. मी फक्त दोन्ही बाजू मांडण्याचा प्रयत्न करत आहे. जेव्हा कुठचीही एक गोष्ट घडते तेव्हा त्याचा परिणाम हा दुसऱ्या गोष्टीवर दिसून येतो. मी फक्त तो परिणाम काय होऊ शकतो आणि कोणावर त्याचा परिणाम होऊ शकतो, हे सांगण्याचा प्रयत्न करत आहे.

जेव्हा आपण बँकेने व्याजदर कमी केला, महागाई वाढली, भारताचा विकासदर वाढला किंवा भविष्यकाळातसुद्धा भारताचा विकासदर चढाच राहील, अशा विविध गोष्टी ऐकतो तेव्हा त्याचा आपल्यावर काय परिणाम होऊ शकतो, हेच सांगण्याचा मी प्रयत्न करत आहे. महागाई वाढेल म्हणून वस्तू विकतच घेऊ नका, असे मी नाही म्हणत; कारण जेव्हा आपण एखादी वस्तू विकत घेतो तेव्हाच तर दुसऱ्या कोणाला तरी रोजगार मिळतो आणि आपल्या बाबतीतसुद्धा असेच असते. म्हणजे दुसरी कोणीतरी व्यक्ती किंवा कुठली तरी कंपनी, आपण काम करत असलेल्या कंपनीतली वस्तू विकत घेते, तेव्हाच आपल्या कंपनीचा नफा वाढतो व आपल्याला पगार मिळतो आणि मिळालेल्या पगारातून आपण कुठली तरी वस्तू विकत घेतो आणि कुणा तिसऱ्याच्या रोजगार निर्मितीत हातभार लावतो किंवा आपण वस्तू विकत घेतो म्हणून तिसऱ्या व्यक्तीला पगार मिळतो आणि पगार मिळाल्यावर तो चौथी वस्तू विकत घेतो. अर्थव्यवस्था अशी चक्रासारखीच फिरत असते आणि भविष्यातसुद्धा अशीच फिरत राहील.

भारत सरकार आणि महागाईवरील नियंत्रण

(महागाई कमी करणे, हे जेवढे केंद्र सरकारचे काम असते तेवढेच किंवा त्याच्यापेक्षा जास्त राज्य सरकारचे काम असते. कुठच्याही गोष्टीचा बेकायदेशीर साठा नाही झाला पाहिजे, हे राज्य सरकारचे काम आहे. मागे नाही का, डाळींचा बेकायदेशीर साठा केल्यामुळे डाळींची किंमत वाढली होती. अर्थात, डाळींचा पुरवठा कमी होताच, वर अजून काही लोकांनी डाळींचा बेकायदेशीर साठासुद्धा केला होता).

जेव्हा वस्तूच्या कमतरतेमुळे महागाई वाढलेली असते तेव्हा ती वाढलेली महागाई कमी करण्यासाठी उत्पादन खर्च कमी करावा लागतो. भारत सरकार, विविध योजनांच्या मार्फत उत्पादन खर्च कमी करण्याचा प्रयत्न करत असते. जसे की अनुदान (Subsidy) देणे, पायाभूत सुविधा सुधरवणे, गावागावांत वीज पुरवणे, शेतीसाठी तसेच पिण्यासाठी पाणतलाव बांधणे, धरण बांधणे, स्वस्तात बी-बियाणे पुरवणे, युरियासारख्या गोष्टी माफक किमतीत उपलब्ध करून देणे अशा विविध सोयी-सुविधा देते. आपल्या देशात आजही मान्सूनवर मोठ्या प्रमाणात शेतीतले पीक अवलंबून आहे. काही ठिकाणी पावसाळ्यात पूरसदृश परिस्थिती उद्‌भवते आणि काही ठिकाणी उन्हाळ्यात दुष्काळ पडतो. म्हणजेच भारतात काही ठिकाणी ओला दुष्काळ व काही ठिकाणी सुका दुष्काळ पडतो किंवा एकाच ठिकाणी वर्षभरात ओला आणि सुका दुष्काळ असेही होते. हे सर्व टाळण्यासाठी भारत सरकारने, देशातील नद्या जोडण्याचा प्रकल्प हाती घेतला. ब्रिटिशांच्या काळात नद्या जोडण्याचे दहा प्रोजेक्ट पूर्ण झाले होते आणि २०१४ साली श्री. नरेंद्र मोदी यांच्या अध्यक्षतेखाली बनलेल्या एनडीए (NDA) सरकारने, स्वातंत्र्यानंतर पहिल्यांदाच हा असा प्रकल्प हाती घेतला. या योजनेअंतर्गत हिमालयात उगम पावणाऱ्या नद्या एकमेकांना जोडण्यात येतील, डोंगर पठारावर उगम पावणाऱ्या नद्या एकमेकांना जोडण्यात येतील. याचाच अर्थ, सारखे हवामान असलेल्या नद्या एकमेकांना जोडण्यात येतील. तसेच, गंगा नदीला प्रदूषणमुक्त करण्यासाठी वेगळी योजनासुद्धा

बनवलेली आहे. शेतीला, कंपन्यांना, सामान्य जनतेला हक्काचे आणि नियमित पाणी मिळाल्यावर जवळपास निम्मे प्रॉब्लेम किंवा निम्म्या समस्या दूर होऊ शकतात. या नद्या जोडण्याच्या प्रकल्पामुळे जिथे पूरसदृश परिस्थिती उद्‌भवू शकते तेथील पाणी दुसरीकडे किंवा समुद्रात सोडता येऊ शकते. जिथे दुष्काळ किंवा पाण्याची कमतरता आहे, तेथे पाणी पोहोचवता येऊ शकते.

शेतीसाठी वीज, पाणी, स्वस्तात आणि उत्तम प्रतीचे बी-बियाणे उपलब्ध असणे, सुलभ आणि कमी व्याजाचे कर्ज उपलब्ध असणे अशा गोष्टी असणे महत्त्वाच्या आहेत. भारत सरकार अशा गोष्टींसाठी चांगले चांगले निर्णय घेत आहे. बोलायचेच झाले, तर आपल्याला स्वातंत्र्य मिळून सत्तर (७०) वर्षे झालीत, तरीही काही गावांत वीज नाही. ती पुरवण्याचे काम आताचे (२०१४ साली निवडून आलेले) सरकार करत आहे आणि त्यासाठी २०१८ सालअखेर ते काम पूर्ण करायचे ठरवले आहे. शेतीसाठी लागणाऱ्या युरियाचा अयोग्य गोष्टीसाठी होणारा वापर टाळण्यासाठी निम कोटेड युरिया (Neem Coated Urea) वापरण्याचा निर्णय घेण्यात आला.

भारत सरकारने पीक विम्याच्या योजना आणल्या, तसेच ज्या विविध योजना फार आधीपासून आहेत, त्याची पूर्ण माहिती सामान्य जनतेला किंवा सामान्य शेतकऱ्याला नाही. त्यात जेवढे भारत सरकार जबाबदार आहे तेवढेच किंवा त्याच्यापेक्षा जास्त स्वत:ला जनतेचा आवाज म्हणवणाऱ्या आणि सत्तेत कोणीही असो, बहुधा विरोधी पक्षालाच महत्त्व देणाऱ्या मीडियाची जास्त चूक आहे. भारत सरकारच्या विविध लोकपयोगी योजनेची माहिती जनतेला देण्याचे सोडून, काहींचा भर दुसऱ्याच गोष्टीवर असतो आणि सरकारने त्यांनी केलेल्या माहिती जाहिरातींमार्फत देण्यास सुरुवात केली, तर विरोधी पक्ष बोंबाबोंब करतात. कधीकधी वाटते की मीडियावाले जाहिरातीपासून मिळणाऱ्या लोभापायीच, सरकारची लोकपयोगी कामे जनतेसमोर ठेवत नसतील. माझ्या मते सरकारने एका विशिष्ट चॅनेलद्वारे ही माहिती जनतेला द्यावी. (केंद्रात आणि राज्यात कुठल्याही पक्षाचे सरकार असो, पण दोन्ही सरकारांनी केलेली कामे आणि आखलेल्या योजना त्या विशिष्ट चॅनेलवर सतत दाखवल्या गेल्या पाहिजेत.)

तसेच, भारत सरकार रोड आणि रेल्वेच्या प्रगतीवरसुद्धा फार जोर देत आहे. दळणवळणाची उत्तम सोय असल्यास विकासवाढीला वेगच मिळतो. असे म्हटले जाते की अमेरिका प्रगत देश असल्याने तेथील हायवे चांगले नाही, तर अमेरिकेत चांगले हायवे असल्याने, अमेरिका एक प्रगत देश आहे. तसेच, विविध गोष्टींसाठी (शेतीतील आणि कंपनीत बनणाऱ्या वस्तूंवर) अनुदान (Subsidy) देणे, डाळीसारख्या रोजच्या जीवनात लागणाऱ्या गोष्टीची किंमत वाढल्यास त्या आयात करणे. अशा

निर्णयातूनसुद्धा भारत सरकार महागाई कमी करायला मदत करते.

आपल्या देशात किती क्षेत्र लागवडीखाली आहे, त्यात कुठल्या कुठल्या पिकाचे किती उत्पादन येऊ शकते याची माहिती भारत सरकारकडे असते. जर का कुठच्याही पिकाचा किंवा धान्याचा पुरवठा मागणीपेक्षा कमी होणार असेल तर भारत सरकार त्या गोष्टीची आयातसुद्धा करते.

तसेच, भारतातील कंपन्यांना जवळपास तीस टक्के कर भरावा लागत होता, तो कर काही कंपन्यांसाठी कमी करून पंचवीस टक्क्यांवर आणला. क्लिष्ट क्लिष्ट (Complicate) नियम बंद करून व्यवस्था सोपी करण्याचा सरकारचा प्रयत्न चालू आहे. एफडीआय (FDI) अंतर्गत विदेशी गुंतवणूक कशी वाढली जाईल यासाठी प्रयत्न चालू आहेत. मुद्रा योजनेअंतर्गत छोट्या-छोट्या व्यावसायिकांना बँकेकडून कमी दरात कर्ज मिळण्यास मदत केली. दळणवळणाची (रस्ते, रेल्वे, पाण्यावरील आणि हवेतील वाहतूक सुविधा) सुधारण्याचा प्रयत्न चालू आहे इत्यादी.

(महागाई कमी करण्यासाठी, सर्वांत प्रथम ती कशामुळे वाढली आहे हे जाणून घेतले पाहिजे. म्हणजे जर का कमी भांडवलामुळे महागाई वाढत असेल तर भारत सरकार त्या वस्तूला अनुदान (Subsidy) देऊ शकते, रिझर्व्ह बँक सीआरआर (CRR) आणि एसएलआरची (SLR) मर्यादा कमी करू शकते. जर का पुरवठ्यापेक्षा मागणी जास्त असल्यामुळे महागाई वाढत असेल तर त्या गोष्टीचा उत्पादन खर्च कमी करून नवीन लोकांना उत्पादन घेण्यास कसे प्रेरित (Motivate) करता येईल याचा विचार करावा लागतो.)

भारत सरकारच चलन का छापत नाही?

आपण याआधीच बघितले आहे की आपली वित्तीय तूट भरून काढण्यासाठी भारत सरकार रिझर्व्ह बँकेकडून कर्ज घेते. आता काहींच्या मनात प्रश्न उभा राहू शकतो की भारत सरकार रिझर्व्ह बँकेकडून कर्ज घेण्याऐवजी स्वत:च चलन का छापत नाही?

रिझर्व्ह बँकेला स्वत:चा प्रशासन खर्च (Administration Cost) भागवण्यासाठी पैशांची गरज लागते रिझर्व्ह बँकेला भारत सरकारकडून व्याज मिळते. रेपो रेटद्वारा बँकेकडून व्याज मिळते; जेव्हा आपण आयात किंवा निर्यात करतो तेव्हा रिझर्व्ह बँकेला सेवेबद्दल पैसे मिळतात. अशा विविध प्रकारे मिळणाऱ्या पैशांतून रिझर्व्ह बँक त्यांचा प्रशासकीय खर्च भागवते. प्रशासकीय खर्च म्हणजे कर्मचाऱ्यांचा पगार आणि रिझर्व्ह बँकेला येणारा बाकीचा सर्व खर्च.

काहींच्या मनात असा प्रश्न येऊ शकतो की जर भारत सरकार रिझर्व्ह बँकेकडून कर्ज घेऊ शकते तर ते जागतिक बँकेकडून (World Bank) किंवा आयएमएफ (IMF-International Monetary Fund)सारख्या संस्थेकडून का कर्ज घेते? जशी भारतात रिझर्व्ह बँक ही एक केंद्रीय बँक आहे, तसे जगातील बहुतेक देशांत त्यांच्या त्यांच्या देशाची केंद्रीय बँक आहे आणि प्रत्येक देशाचे सरकार, त्यांच्या त्यांच्या केंद्रीय बँकेकडून कर्ज घेते. आता प्रश्न असा उभा राहातो की जर का प्रत्येक देश त्यांच्या त्यांच्या केंद्रीय बँकेकडून कर्ज घेऊ शकतो तर जागतिक बँकेकडून किंवा आयएमएफसारख्या संस्थेकडून कोण आणि का कर्ज घेईल? कदाचित प्रत्येक देश त्यांच्या त्यांच्या केंद्रीय बँकेकडून किती कर्ज घेऊ शकतो, हे त्या देशाच्या जीडीपी (GDP)वर अवलंबून असावे. तसेच, जागतिक बँकेचा आणि आयएमएफचा व्याजदर रिझर्व्ह बँकेपेक्षा कमी असल्याने केंद्र सरकार त्यांच्याकडून कर्ज घेत असतील. पण जर का केंद्र सरकारने ठरवले की तेच चलन छापणार आहेत तर केंद्र सरकारला कोणाकडूनही कर्ज घ्यावे लागणार नाही. या सर्व जर तरच्या गोष्टी आहेत, आपण आपल्या मुख्य मुद्द्यावर येऊ या.

भारत सरकारने स्वतः चलन छापायचे ठरवल्यावर होणारे फायदे आणि तोटे

भारत सरकारने स्वत: चलन छापायचे ठरवल्यावर कोणालाच कर भरावा लागणार नाही. (जगातील प्रत्येक देशांनी त्यांच्या त्यांच्या केंद्रीय बँकेकडून कर्ज न काढता स्वत: चलन छापण्याचा निर्णय घेतल्यावर जगातील कुठच्याच नागरिकांना कर भरावा लागणार नाही.) भरपूर मोठ्या प्रमाणात विकासकामांवर पैसा खर्च करता येऊ शकतो. प्रत्येक राजकीय पक्षाला निवडणुकीसाठी आणि दररोजच्या खर्चासाठी निधीची गरज लागते आणि विविध खासगी गुंतवणूकदार किंवा मोठ्या मोठ्या कंपन्यांचे मालक राजकीय पक्षाला मदत करतात. जर का सरकारने स्वत: चलन छापायचे ठरवले तर राजकीय पक्षांना अशा खासगी गुंतवणूकदारांवर विसंबून राहावे लागणार नाही आणि कुठल्याही गोष्टीचा निर्णय घेताना, ते दर वेळी सर्वसामान्य जनतेचाच विचार करतील. (राजकीय पक्ष सर्वसामान्य जनतेचा विचार करूनच एखादा कायदा बनवतात, पण बघा ना, निवडणुकीसाठी खासगी गुंतवणूकदार राजकीय पक्षाला मदत करतात, तर साहजिकच आहे निवडून आल्यावर त्यातील काही गुंतवणूकदार, त्या बदल्यात काही तरी अपेक्षा करतीलच ना!)

प्रत्येक गोष्टीचा जसा फायदा होत असतो तसा तोटासुद्धा होत असतो. आता एखाद्या गोष्टीमुळे तोटा जास्त होतो की फायदा, हे बघूनच कुठलाही निर्णय घेतला जातो. जशा प्रत्येक नाण्याच्या दोन बाजू असतात तशा प्रत्येक गोष्टीच्यासुद्धा दोन बाजू असतात. जर सरकारने स्वत: चलन छापायचे ठरवल्यावर कदाचित भ्रष्टाचार वाढू शकतो, तसेच विदेशी गुंतवणूकदाराचा भरवसा आपल्या अर्थव्यवस्थेवरून उडू शकतो. विदेशी गुंतवणूक कमी झाल्याने विनिमय दर (Exchange Rate) वाढून तेलासारख्या ज्या ज्या गोष्टी आपण आयात करतो त्याची खरेदी किंमत वाढून महागाई वाढू शकते. ज्या ज्या गोष्टी भारतातच बनतात त्यावर जास्त परिणाम दिसून येणार नाही, पण ज्या गोष्टी आपण आयात करतो त्याच्यावर परिणाम दिसून येऊ शकतो (म्हणजेच त्या महाग होऊ शकतात).

आता समजा, जर का भारत सरकार स्वत: चलन छापण्याचा निर्णय घेते तर त्यांना त्यांच्यासाठी नवीन विभाग (Department) किंवा संस्था स्थापन करावी लागेल आणि तसे बघायला गेले तर रिझर्व्ह बँक ही एक भारत सरकारचीच संस्था आहे. जरी त्याची स्थापना इंग्रजांच्या काळात झाली असली आणि रिझर्व्ह बँकेच्या केंद्रीय बोर्डात तेरापैकी आठ असे संचालक (Director) आहेत की जे स्वातंत्र्यापूर्वी बनवलेल्या रिझर्व्ह बँक कायद्यानुसार (RBI Act) निवडले गेले आहेत तरी त्या नियमप्रणालीत दुरुस्ती (Amendment) झालेली आहे. याचाच अर्थ, रिझर्व्ह बँक

ही एक भारत सरकारचीच संस्था आहे. मग एक सरकारी संस्था असताना परत त्याच कामासाठी दुसरी संस्था चालू करायला नको. म्हणजेच रिझर्व्ह बँकेनेच चलन छापलेले योग्य नव्हे का?

भारत सरकारला स्वत: चलन छापण्याचा निर्णय घेण्यासाठी, ते बिल लोकसभा, राज्यसभा आणि राष्ट्रपतींकडून मंजूर करून घ्यावे लागेल. हो, अजून एक गोष्ट करता येऊ शकते, ती म्हणजे आपण आधी बघितले तसे दोन चलन छापणे हा एक उपाय असू शकतो. म्हणजे एक चलन मूलभूत गरजेसाठी (Basic Needs) जे भारत सरकार छापू शकते आणि दुसरे चलन विलासाच्या किंवा चैनीच्या वस्तूसाठी (Luxurious Needs) जे रिझर्व्ह बँक छापू शकते.

(आपल्याला या अशा गोष्टी शाळेत का नाही सांगितल्या? म्हणजे शाळेत आपल्याला नेहमी सांगायचे की अर्थशास्त्र कठीण आहे म्हणून. खरंच अर्थशास्त्र कठीण आहे की योग्य वेळी त्याचे ज्ञान आपल्याला मिळत नाही? ज्या गोष्टींचा आपल्या रोजच्या जगण्यावर परिणाम होतो, त्या गोष्टी आपल्याला शाळेत किंवा कॉलेजात का शिकवल्या गेल्या नाहीत? तसेच, आपल्या मातृभाषेपेक्षा इंग्रजी विषयाला का जास्तीचे महत्त्व दिले गेले आणि आताही का दिले जाते? माझ्या मते याचे उत्तर राज्याच्या आणि केंद्राच्या शिक्षण मंडळाकडेच असावे. ज्ञान दिल्याने वाढते असे म्हणणाऱ्यांपैकीच काही लोक कृती करताना विरुद्ध कृती करत होते आणि आताही करत आहेत, त्यामुळेच ज्ञानापासून तळागाळातले लोक वंचित राहिले आणि त्याचा दुष्परिणाम अजूनही दिसून येतो. कोर्टाचा निकाल अजूनही मातृभाषेत सुशिक्षित असलेल्या लोकांना, दुसऱ्याकडूनच समजून घ्यावा लागतो. असो, तो आपला मुद्दा नाही.)

काही दिवसांपूर्वी सोशल मीडियावर फार्मिंग (Farming) या संस्थेचा एक सुंदर लेख वाचनात आला. त्या लेखातील काही मुद्दे मी इथे मांडत आहे. शेतकऱ्यांच्या जमिनी सरकारने भाड्यावर घ्याव्यात आणि त्या शेतीत त्यालाच सरकारी नोकरी द्यावी. एक बेसिक पगार शेतकऱ्याला देण्यात यावा. तसेच, उत्कृष्ट पीक काढल्याबद्दल वेगळा बोनस द्यावा. वयाच्या साठीनंतर शेतकऱ्याचे पेन्शन चालू करावे. जे शेतकरी जैविक खताचा वापर करतील त्यांना जास्त पगार द्यावा. तुम्हाला कशी वाटली ही कल्पना? (अर्थात, यामुळे भारत सरकारचा खर्च वाढून सरकारच्या डोक्यावर कर्जाचा डोंगर होऊ शकतो, यासुद्धा गोष्टीचा आपण विचार करायला हवा, पण जर का सरकारनेच मूलभूत गरजेचे चलन छापायचे ठरवल्यावर असे होणार नाही.)

म्हणजे बघा ना, प्रत्येकाने एक ठरावीक पीक काढायचे. त्याच्यासाठी लागणारी बी-बियाणे, अवजारे, खते अशा सर्व गोष्टी भारत सरकार माफक किमतीत देणार.

अवकाळी पाऊस किंवा गारपिटीमुळे पिकांचे नुकसान जरी झाले तरी सरकारनेच पीक विमा काढलेला असल्यामुळे, शेतकऱ्यांचे नुकसान होणार नाही आणि सरकारने ठरवून दिलेल्या उत्पन्नापेक्षा जास्त उत्पन्न घेतल्यास बोनससुद्धा मिळू शकतो.

अर्थात, या योजनेतसुद्धा काही समस्या उद्‌भवू शकतात (मी समस्या याकरता मांडण्याचा प्रयत्न करत आहे; कारण दोन्ही बाजू मांडण्याच्याऐवजी एकच बाजू मांडली, तर काही विरोधी पक्षातील नेते मंडळी आणि काही मीडियावाले सरकारच्या मागेच लागतील.) दुसरी बाजू म्हणजे,

- कदाचित काही सरकारी कामगारांचा सुस्तपणा काही शेतकऱ्यांमध्ये येऊ शकतो.
- कुठची शेती सुपीक आहे व त्या शेतीत किती पीक येऊ शकते हे ठरवण्याची प्रोसेस किंवा व्यवस्था फार क्लिष्ट (Complicate) आणि वेळखाऊ (Lengthy) होऊ शकते.
- काही लोक बोनस मिळवण्यासाठी त्यांची शेती कशी नापीक आहे ते पटवण्याचा प्रयत्न करू शकतात. म्हणजेच ज्यांच्याकडे सध्याच्या स्थितीला दुसऱ्यापेक्षा जास्त पैसे आहेत, त्यातील काही लोक अधिकाऱ्यांना पैसे देऊन त्यांची जमीन नापीक दाखवण्याचा प्रयत्न करू शकतात.
- काही लोकांची दोन किंवा तीन ठिकाणी जागा असल्यावर, एकाच ठिकाणची जागा नोंदवू शकतात आणि बोनसची रक्कम घेऊ शकतात. अर्थात, लगातार तीन वर्षे जास्त उत्पन्न निघत असल्यावर, त्या तीन वर्षांची सरासरी (Average), हेच त्या शेतकऱ्याचे आधार उत्पन्न असा कायदा बनवता येऊ शकतो. पण जर का आपले उत्पन्न दुसऱ्याच शेतकऱ्याच्या नावाने दाखवले तर? अशा विविध शक्यतेची काळजी घेऊनच कुठलाही कायदा बनवावा लागेल आणि त्याला थोडा वेळ हा लागणारच.

जीडीपी (GDP) म्हणजे काय?

आणि जीडीपी आणि महागाई यांचा एकमेकांशी काही संबंध आहे का?

एका देशामध्ये एका वर्षात किंवा तिमाहीत बनले गेलेल्या अंतिम वस्तू आणि सेवा यांचा पैशांमधील अंतिम बाजारभाव म्हणजे त्या देशाचा जीडीपी होय. (GDP is monetary measure of the market value of all final goods and services produced in a period (quarterly or yearly).)

याचाच अर्थ, एखाद्या देशात जर का एका वर्षी १०० वस्तू विकल्या गेल्या आणि त्या देशातील लोकांनी ४० सेवेचा उपभोग घेतला (बँक, हॉटेल, शिक्षण, आरोग्य सेवा) तर अंतिम ग्राहकांनी जितके रुपये देऊन ती वस्तू विकत घेतली आणि सेवेचा लाभ घेतला, त्या सर्व रुपयांची बेरीज म्हणजेच त्या देशाचा एका वर्षाचा जीडीपी (GDP) होय.

(आता समजा, एखाद्या देशाचा या वर्षाचा जीडीपी एक लाख दहा हजार आहे आणि मागील वर्षाचा जीडीपी एक लाख होता. तर आपण असे म्हणू शकतो की त्या देशाचा जीडीपी १० टक्क्यांनी वाढला. आता हे १० टक्के कसे आले? एक लाख दहा हजार आणि एक लाख यांतील जो फरक आहे, त्याला एक लाखाने भागल्यावर आणि शंभरने गुणल्यावर उत्तर दहा टक्के येते. (१,१०,०००-१,००,००० = १०,०००; १०,०००/१,००,००० ×१०० = १०%))

नाममात्र जीडीपी आणि खरा जीडीपी म्हणजे काय?

समजा २०१४ साली, अ देशात शंभर वस्तू प्रत्येकी दहा रुपयाला विकल्या गेल्या. म्हणजेच आपण असे म्हणू शकतो की २०१४ सालचा अ देशाचा जीडीपी १००० रुपये होता (त्या वर्षी विकल्या गेलेल्या वस्तू गुणिले त्या वस्तूची किंमत = त्या वर्षाचा जीडीपी; १०० × १० = १०००).

हा झाला नाममात्र जीडीपी (Nominal GDP) आणि सहसा मीडिया आणि

काही तज्ज्ञ माणसे (Expert) या नाममात्र जीडीपीबद्दलच बोलत असतात, खऱ्या जीडीपीबद्दल नाही. आता खरा जीडीपी म्हणजे काय? एखाद्या वर्षात विकल्या गेलेल्या वस्तूला आधार वर्षात (Base Year) विकल्या गेलेल्या वस्तूच्या किमतीने गुणल्यावर येणाऱ्या उत्तराला खरा जीडीपी म्हणतात.

आपण जेव्हा जीडीपीबद्दल ऐकतो किंवा वाचतो तेव्हा काय ऐकतो? जीडीपी पाच टक्क्यांनी किंवा सात टक्क्यांनी वाढला. आता पाच किंवा सात टक्क्यांनी जीडीपी वाढला, याचाच अर्थ आपण कुणाबरोबर तरी या वाढलेल्या जीडीपीची तुलना करत आहोत. बरोबर ना? सहसा आपण जीडीपीची तुलना मागल्या वर्षाबरोबर करतो. काहीकाही ठिकाणी जीडीपीची तुलना त्याच्या आधार वर्षाबरोबरसुद्धा केली जाते.

एखाद्या देशात जेवढ्या प्रमाणात वस्तूची महागाई वाढते त्याच्यापेक्षा जास्त प्रमाणात वस्तूची विक्री वाढल्यावर आपण असे म्हणू शकतो की त्या देशाचा खरा जीडीपी वाढला. थोडासा गोंधळ उडाला असेल तर तो खालील उदाहरणातून दूर होईल. खालील उदाहरणातील पहिल्या कॉलममध्ये (स्तंभात) मागच्या वर्षीपेक्षा या वर्षी महागाई कितीने वाढली हे दाखवले आहे. तर दुसऱ्या कॉलममध्ये मागच्या वर्षीपेक्षा या वर्षी किती प्रमाणात जास्त वस्तू विकल्या गेल्या ते दाखवले आहे आणि शेवटच्या कॉलममध्ये खरा जीडीपी वाढला की कमी झाला ते दाखवले आहे.

महागाई वाढली	**वस्तूची विक्री वाढली**	**खरा जीडीपी**
१० टक्के	५ टक्के	कमी झाला
१० टक्के	१० टक्के	कायम राहिला
१० टक्के	२० टक्के	वाढला

(वरील उदाहरणावरून आपण असे म्हणू शकतो की महागाईवाढीएवढी वस्तूची विक्री वाढल्यावर त्या देशाचा खरा जीडीपी कायम राहातो. महागाईवाढीपेक्षा वस्तूची विक्री कमी झाल्यावर त्या देशाचा खरा जीडीपी कमी होतो व महागाईवाढीपेक्षा वस्तूची विक्री जास्त झाल्यावर त्या देशाचा खरा जीडीपी वाढतो.)

एखाद्या देशाचा जीडीपी (GDP) हा दोन प्रकारे वाढू शकतो.

- एखाद्या देशात मागच्या वर्षीपेक्षा या वर्षी जास्त वस्तू विकल्या गेल्यावर.
- महागाई वाढल्यामुळेसुद्धा जीडीपी वाढू शकतो.

आपण एका उदाहरणाच्या माध्यमातून या गोष्टी जाणून घेऊ या.

आपण असे गृहीत धरू या की 'अ' हा एक देश आहे आणि त्या देशात फक्त एकच वस्तू बनते आणि ती एकच वस्तू त्या देशातील माणसे विकत घेतात. 'अ'

देश दुसऱ्या कुठल्याही देशाबरोबर व्यवहार करत नाही. म्हणजे त्या देशात कुठचीही गोष्ट आयात होत नाही किंवा कुठलीही गोष्ट निर्यात होत नाही. आपण खालील टेबलात दाखवलेल्या तीन वेगवेगळ्या परिस्थितीचा विचार करू या.

	२०१४			२०१५				
	वस्तू	किंमत	जीडीपी	वस्तू	किंमत	नाममात्र जीडीपी	महागाई	खरा जीडीपी
१	१००	१०	१०००	१००	११	११००	१०%	६०००
२	१००	१०	१०००	९०	१२	१०८०	२०%	३००
३	१००	१०	१०००	१२०	११	१३२०	१०%	१२००

१) २०१४ सालचा जीडीपी १००० (१००×१०) आहे. २०१५ साली 'अ' देशात १० टक्के महागाई होती. याचाच अर्थ, २०१५ साली वस्तूची किंमत १० टक्क्यांनी वाढली. दहा रुपयाचे १० टक्के म्हणजे एक रुपया. याचाच अर्थ, जी वस्तू २०१४ साली दहा रुपयाला मिळत होती, ती वस्तू दहा टक्के महागाईमुळे, २०१५ साली अकरा रुपयाला मिळेल.

२०१५ साली अ देशाचा नाममात्र जीडीपी ११०० (१००×११) रुपये होता, पण खरा जीडीपी २०१४ सालाएवढाच होता. खरा जीडीपी म्हणजे, एखाद्या वर्षात विकल्या गेलेल्या वस्तूला आधार वर्षात (Base Year) विकल्या गेलेल्या वस्तूच्या किमतीने गुणल्यावर येणारे उत्तर. आता या उदाहरणात आधार वर्ष २०१४ आहे. (कारण आपण तुलना करताना २०१४ सालाबरोबर तुलना करणार आहोत.)

तर मग, २०१५ सालचा खरा जीडीपी म्हणजे २०१५ साली विकल्या गेलेल्या वस्तू गुणिले २०१४ साली विकल्या गेलेल्या वस्तूंची किंमत. म्हणजेच २०१५ सालाचा खरा जीडीपी = १००×१० = १०००.

२०१५ साली जीडीपी वाढला खरा, पण तो महागाई वाढल्यामुळे वाढला. 'अ' देशात एकूण उत्पादन (Production) वाढल्यामुळे नाही. २०१५ साली तेवढ्याच वस्तू विकल्या गेल्याने 'अ' देशाचे उत्पादन हे मागच्या वर्षीएवढेच आहे. फक्त महागाई वाढल्यामुळे 'अ' देशाचा नाममात्र जीडीपी वाढला.

२) २०१४ सालचा जीडीपी १००० आहे. २०१५ साली, 'अ' देशात वीस टक्के महागाई होती. याचाच अर्थ, २०१५ साली वस्तूची किंमत वीस टक्क्यांनी वाढली. दहा रुपयाचे वीस टक्के म्हणजे दोन रुपये. याचाच अर्थ, जी वस्तू २०१४ साली दहा रुपयाला मिळत होती ती वस्तू वीस टक्के महागाईमुळे २०१५ साली बारा रुपयाला मिळेल.

- २०१५ साली 'अ' देशाचा नाममात्र जीडीपी १०८० (९० × १२ = १०८०) रुपये आहे.
- २०१५ सालचा खरा जीडीपी = २०१५ साली विकल्या गेलेल्या वस्तू गुणिले २०१४ साली विकल्या गेलेल्या वस्तूंची किंमत. २०१५ सालचा खरा जीडीपी = ९० × १० = ९००.

या उदाहरणात, नाममात्र जीडीपी जरी वाढला असला तरी खरा जीडीपी कमी झाला. २०१५ सालचा जीडीपी महागाईमुळे वाढला आहे, वस्तूच्या जास्त विक्रीमुळे नाही.

३) २०१४ सालचा जीडीपी १००० आहे. २०१५ साली 'अ' देशात १० टक्के महागाई होती. याचाच अर्थ, २०१५ साली वस्तूंची किंमत १० टक्क्यांनी वाढली. दहा रुपयाचे १० टक्के म्हणजे एक रुपया. याचाच अर्थ, जी वस्तू २०१४ साली दहा रुपयाला मिळत होती, ती वस्तू १० टक्के महागाईमुळे, २०१५ साली अकरा रुपयाला मिळेल.

- २०१५ साली 'अ' देशाचा नाममात्र जीडीपी १३२० (१२० × ११ = १३२०) रुपये आहे.
- २०१५ सालचा खरा जीडीपी = २०१५ साली विकल्या गेलेल्या वस्तू गुणिले २०१४ साली विकल्या गेलेल्या वस्तूंची किंमत. २०१५ सालचा खरा जीडीपी १२० × १० = १२००.

या उदाहरणात, नाममात्र जीडीपी आणि खरा जीडीपी या दोघांचीही वाढ झाली आहे.

आता आपण जीडीपी, लोकसंख्यावाढ आणि महागाई यांचा एकमेकांशी काही संबंध आहे का ते बघू या.

प्रत्येक देशाची लोकसंख्या ही दर वर्षी वाढत असते. लोकसंख्या वाढणार, म्हणजेच वस्तूची मागणी वाढणार आणि जर का तेवढ्या प्रमाणात त्या देशात बनणाऱ्या वस्तूंचे उत्पादन (Production) न वाढल्यावर, त्या देशात महागाई वाढू शकते. अर्थशास्त्राच्या नियमानुसार, जेव्हा कुठच्याही गोष्टीची मागणी त्याच्या पुरवठ्यापेक्षा जास्त असते तेव्हा त्या वस्तूची किंमत वाढते. म्हणजेच आपण असे म्हणू शकतो की एखाद्या देशाची लोकसंख्या वाढल्यावर आणि त्या प्रमाणात वस्तूंचा पुरवठा न वाढल्यावर त्या देशात महागाई वाढू शकते.

एखाद्या देशाचा जीडीपी जास्त आहे याचा अर्थ त्या देशातील सर्व लोकांचे जीवन चांगले आहे असा होत नाही. जर का एखाद्या देशाचा जीडीपी जास्त आहे

तर तांत्रिकदृष्ट्या (Theoretically) त्या देशातील लोक सुखी आहेत असे आपण म्हणू शकतो. पण त्या देशात श्रीमंत आणि गरीब यांच्यामध्ये फार मोठ्या प्रमाणात दरी असल्यावर, व्यावहारिकदृष्ट्या (Practically) बोलायचे झाल्यावर, त्या देशातील सर्व लोक सुखी असतीलच असे नाही, बरोबर ना? आपल्याला काय हवे आहे? आपल्या देशाचा जास्त जीडीपी की आपल्या देशातील बहुतांश लोकांचा आनंद. (अर्थात, सर्व जगात बहुतांश लोक जास्त जीडीपी, जास्त विकासदर (High Growth Rate) या गोष्टींबद्दल बोलत असतात, म्हणूनच कदाचित आपल्याकडील लोकसुद्धा त्याचबद्दलच बोलत असतील.)

मागे जेव्हा तूरडाळीचा भाव वाढला होता तेव्हा आपण असेही म्हणू शकलो असतो की भारताचा जीडीपी (GDP) वाढला; कारण जीडीपी म्हणजे काय तर, एखाद्या वस्तूची आणि आपण घेतलेल्या सेवेची (Service) अंतिम किंमत आणि जर का तूरडाळीचा भाव वाढला, म्हणजेच आपण असे म्हणू शकलो असतो की भारताचा जीडीपी वाढला. कुठल्याही देशाचा जीडीपी हा भाववाढीमुळे नाही, तर त्या देशातील एकूण उत्पादन (Production) वाढल्याने वाढला पाहिजे. तसेच, कुठल्याही देशाचा विकास हा एकूण उत्पादन वाढल्याने झाला पाहिजे, महागाईमुळे नाही, बरोबर ना?

असे का बोलले जाते की भारतीय जीडीपीमध्ये शेतीचा कमी वाटा असतो?

भारताच्या एकूण जीडीपीमध्ये शेती आणि शेतीसंबंधित क्षेत्रांचा म्हणजेच मासेमारी आणि वनीकरणासारख्या क्षेत्रांचा पंधरा ते वीस टक्के वाटा असतो. विविध कंपन्यांचा वाटा पंचवीस-तीस टक्के आणि सेवा क्षेत्राचा पंचावन्न ते साठ टक्के वाटा असतो.

आपण हे आधीच पाहिलेले आहे की एका देशामध्ये एका वर्षात किंवा तिमाहीत (Quarterly) बनल्या गेलेल्या अंतिम वस्तू (Goods) आणि सेवा (Service) यांचा पैशांमधील अंतिम बाजारभाव म्हणजे त्या देशाचा जीडीपी होय.

आता या वरच्या जीडीपीच्या व्याख्येप्रमाणे जर का तांदूळ, गहू, डाळ, फळे, भाजीपाला, दूध अशा गोष्टींची किंमत वाढल्यावर, आपल्या देशाचा जीडीपी वाढणारच आहे; कारण अंतिम वस्तूचा पैशांमधील अंतिम बाजारभाव म्हणजे त्या देशाचा जीडीपी होय. मग अशा गोष्टींचा भाव वाढल्यावर भारताचा जीडीपी वाढणारच ना? मागे जेव्हा तूरडाळीचा भाव वाढला होता तेव्हा जीडीपीच्या व्याख्येप्रमाणे, भारताचा जीडीपी वाढला होता. बरोबर ना? म्हणजे एका बाजूला असे बोलायचे की शेती आणि त्याच्या पूरक व्यवसायाचे दुसऱ्या व्यवसायापेक्षा

जीडीपीत कमी योगदान असते आणि दुसऱ्या बाजूला शेती आणि त्याच्या पूरक व्यावसायिकांनी भाववाढ केली आणि त्यामुळे जीडीपी वाढत असेल, तर बोंबाबोंब करायची, हा कुठला न्याय? जर का आपल्याला आपल्या देशाचा जीडीपी वाढवायचा आहे, तर मग होऊ दे ना भाववाढ. तसेही, काही मीडियावाले आणि काही राजकारणी नेहमी जीडीपी कमी झाला म्हणून बोंबलत असतात. मग भाज्यांचे किंवा शेतीतल्या अन्य वस्तूंचे भाव वाढल्यावर एवढी बोंबाबोंब का होते? आपल्याला नक्की काय हवे आहे याची कल्पना आपल्याला असायला हवी की नको? आपल्या देशाचा किती जीडीपी आहे? किंवा आपल्या देशाचा कितवा नंबर लागतो? या अशा गोष्टींच्या मागे धावण्यापेक्षा पृथ्वीवरील सर्व जीवित माणसांना, प्राण्यांना, पक्ष्यांना, झाडांना सर्व म्हणजेच सर्वांना, कमीत कमी त्रासात कसे जीवन जगता येईल, याचा विचार आपण करायला पाहिजे किंवा त्यांचे जीवन त्रासमुक्त कसे होईल, अशा गोष्टींचा आपण विचार करायला हवा. नाही का? मी पहिला की तू पहिला ही शर्यत कशाला हवी?

जेव्हा एखादी कंपनी त्यांच्या कंपनीत बनलेली वस्तू विकते तेव्हा ती कंपनी ठरवते की किती रुपयाला ती वस्तू बाजारात किंवा दुसऱ्या कंपनीला विकावी? सहसा कुठचीही कंपनी वस्तू विकताना एकूण खर्चाच्या तीस ते पन्नास टक्के जास्त किमतीत ती वस्तू विकते. जेव्हा आपण कुणाकडून तरी सेवा घेतो तेव्हा ती व्यक्ती किंवा ती कंपनी सांगेल तशी किंमत आपण त्यांना देतो. म्हणजेच विकणारा ठरवतो की किती रुपयाला वस्तू विकायची ते. याउलट, जेव्हा आपण किंवा व्यापारी शेतकऱ्यांकडून वस्तू विकत घेतो तेव्हा सहसा शेतकरी सांगेल ती रक्कम त्याला मिळत नाही. जर का खासगी कंपन्यावाले तीस ते पन्नास टक्के नफा कमावू शकतात तर शेतकऱ्यांनीसुद्धा त्यांना होणाऱ्या खर्चाच्या तीस ते पन्नास टक्के नफा का कमावू नये? त्यांनी त्यांचा शेतमाल किती रुपयाला विकावा, हे त्यांनीच ठरवायला पाहिजे ना? कंपन्यावाले, खर्च किती झाला यांच्यासाठी ताळेबंद (Balance Sheet) वापरतात. शेतकऱ्यांनीसुद्धा तसेच करावे. त्यांना त्यांच्या एकूण खर्चाच्या पन्नास टक्के रक्कम व्यापाऱ्यांकडून मिळाली पाहिजे. आता व्यापाऱ्यांनी किंवा दलालांनीही पन्नास टक्के नफा (Profit) मागू नये. त्यांचा नफा पाच ते दहा टक्केच असावा. कारण शेतकऱ्यासारखा तो शेतात घाम नाही गाळत. तसेच, व्यापाऱ्यांनी किंवा दलालांनी त्यांची तुलना उद्योजकांशी करू नये. असो. आता आपण पुढच्या विषयाकडे जाऊ या.

जीडीपीशी गुणोत्तर कर्ज (Debt to GDP Ratio) – म्हणजे एखाद्या सरकारवर किती कर्ज आहे व ते कर्ज त्या देशाच्या एकूण आर्थिक उत्पन्नाच्या किती टक्के आहे? (जीडीपीशी गुणोत्तर कर्ज म्हणजे एकूण उत्पन्नाच्या किती टक्के कर्ज

त्या देशाच्या डोक्यावर आहे?) आपण एका टेबलच्या साहाय्याने जगातील देशांचे जीडीपीशी गुणोत्तर कर्ज ते बघू या.

विकसनशील देश (Developing Country)			
देश	**एकूण उत्पन्नाच्या किती टक्के कर्ज**	**देश**	**एकूण उत्पन्नाच्या किती टक्के कर्ज**
भारत	६७.२% (डिसें.१५)	चीन	४३.९% (डिसें.१५)
ब्राझिल	६६.२३% (डिसें.१५)	मेक्सिको	४३.२% (डिसें.१५)
दक्षिण आफ्रिका	५०.१०% (डिसे.१५)	रशिया	१७ ७% (डिसें.१४)

विकसित देश (Developed Country)			
देश	**एकूण उत्पन्नाच्या किती टक्के कर्ज**	**देश**	**एकूण उत्पन्नाच्या किती टक्के कर्ज**
जपान	२२९.२% (डिसें.१५)	युरो क्षेत्र	९०.७% (डिसें.१५)
ग्रीस	१७६.९% (डिसें.१५)	यूके	८३.२% (डिसें.१५)
इटली	१३२.७% (डिसें.१५)	युरोपियन युनियन	८५.२% (डिसें.१५)
सिंगापूर	१०४.७% (डिसें.१५)	जर्मनी	७१.२% (डिसें.१५)
अमेरिका	१०४.१७% (डिसें.१५)	ऑस्ट्रेलिया	३६.८% (डिसें.१५)
फ्रान्स	९६.१% (डिसें.१५)	दक्षिण कोरिया	३५ १२% (डिसें १४)
कॅनडा	९१.५% (डिसें.१५)	स्वित्झर्लंड	३४.४% (डिसें.१५)

दोन्ही टेबल बघितल्यावर, आपल्याला एक गोष्ट लक्षात येईल की बहुतांश विकसित देशावर भरपूर मोठ्या प्रमाणात कर्ज आहे किंवा आपण असेही म्हणू शकतो की कर्ज काढून ते देश विकसित झाले. यूकेमध्ये इंग्लंड, स्कॉटलंड, वेल्स आणि उत्तर आयर्लंड (Ireland) या चार देशांचा समावेश होतो.

युरोपियन युनियन आणि युरो क्षेत्र म्हणजे काय?

दुसऱ्या विश्वयुद्धानंतर (World War 2) युरोपच्या देशामध्ये यापुढे आपापसात युद्ध होऊ नये, तसेच जपान व अमेरिकेसारख्या मोठ्या अर्थव्यवस्थेला तोंड देण्यासाठी युरोपियन युनियनची संकल्पना पुढे आली. (कदाचित दुसरे विश्वयुद्ध झाले नसते, तर युरोपियन युनियनची स्थापनाच झाली नसती.) बेल्जियम, फ्रान्स,

जर्मनी, इटली, लक्झेम्बर्ग आणि हॉलंड या सहा देशांनी एकत्र येऊन युरोपियन युनियनची स्थापना केली. सर्वांत प्रथम या सहा देशांमध्ये स्टील आणि कोळसा या दोन व्यवहारांसाठी सामान्य बाजाराचा करार झाला. सामान्य बाजार म्हणजे या सहा देशांतील उद्योजक (Businessman) कुठलाही आयात कर न भरता (सहा देशांत) व्यवहार करू शकत होते. कालांतराने, या सामान्य बाजाराच्या करारात दुसरेसुद्धा उद्योग जोडण्यात आले. डेन्मार्क, आयर्लंड आणि यूके हे देश १ जानेवारी १९७३ रोजी युरोपियन युनियनमध्ये समाविष्ट झाले. असे हळूहळू एक एक देश युरोपियन युनियनमध्ये सामील होत गेले आणि सध्या युरोपियन युनियनमध्ये सत्तावीस (२७) देश आहेत.

२००० सालानंतर बारा देशांनी त्यांच्या त्यांच्या चलनाचा त्याग करून युरो हे एक चलन स्वीकारले. जे देश युरो या चलनामध्ये व्यवहार करतात ते देश युरो क्षेत्रात येतात. युरोपियन युनियनमध्ये असलेल्या सत्तावीस देशांपैकी, एकोणीस (१९) देश युरो क्षेत्रात मोडतात (आपले कसे रुपया हे चलन आहे, तसे या एकोणीस देशांचे युरो हे चलन आहे).

युरोपियन युनियनचे वेगळे सांसद आहे. युरोपियन युनियनचा स्वत:चा असा झेंडा आहे. युरोपियन युनियनचे स्वत:चे राष्ट्रगीत आहे. युरोपियन युनियनची स्वत:ची अशी एक कायदेप्रणाली आहे. या युरोपियन युनियन देशांचे एक वेगळे असे सैन्यबळ आहे. प्रत्येक देश (प्रामुख्याने युरोपीय देश) काही ठरावीक पैसे भरून युरोपियन युनियनचा मेंबर होऊ शकतो.

युरोपियन युनियनचे काही ठरावीक असे नियम आहेत. जे सत्तावीस देश युरोपियन युनियनचे सदस्य देश आहेत, त्या देशांतील माणसे कुठल्याही देशात राहू शकतात, काम करू शकतात. म्हणजेच एखाद्या देशाप्रमाणे युरोपियन युनियनचा व्यवहार चालतो. प्रत्येक देशाचे काही ठरावीक प्रतिनिधी युरोपियन युनियनमध्ये असतात.

युनियन आणि युरो क्षेत्रात येणाऱ्या देशांवर किती कर्ज आहे ते बघू या.

युनियन आणि युरो क्षेत्रातील देश			
देश	**एकूण उत्पन्नाच्या किती टक्के कर्ज**	**देश**	**एकूण उत्पन्नाच्या किती टक्के कर्ज**
ग्रीस	**१७६.९% (डिसें.१५)**	**युरो क्षेत्र**	**९०.७% (डिसें.१५)**
इटली	**१३२.७% (डिसें.१५)**	**युरोपियन युनियन**	**८५.२% (डिसें.१५)**
फ्रान्स	**९६.१% (डिसें.१५)**	**जर्मनी**	**७१.२% (डिसें.१५)**

जर का आपण वर दिलेले टेबल नीट बघितले तर आपल्याला एक गोष्ट लक्षात येईल की जे देश युरोपियन युनियन आणि युरो क्षेत्रात येतात, त्यांच्या डोक्यावर जास्त कर्ज आहे. म्हणजे त्यांनी त्यांच्या त्यांच्या केंद्रीय बँकेकडून घेतलेले कर्ज, युरोपियन युनियनचे कर्ज आणि युरो क्षेत्रातील कर्ज आणि हे सर्व कर्ज, जीडीपीशी गुणोत्तर कर्ज आहे (Debt to GDP Ratio) म्हणजे एकाच देशाच्या जीडीपीवर त्यांच्या देशाच्या केंद्रीय बँकेचे, युरोपियन युनियनच्या बँकेचे आणि युरो क्षेत्रातील बँकेचे कर्ज आहे आणि कर्ज पण केवढे? तर, तिन्ही बँकेचे कर्ज जर का जोडण्यात आले तर त्या कर्जाची रक्कम त्या देशातील जीडीपीपेक्षा कितीतरी पटीने जास्त भरेल. सोप्या भाषेत सांगायचे म्हणजे, तर तुम्ही एकाच घरासाठी तीन बँकांकडून कर्ज घेतले आहे आणि कर्ज पण केवढे? तर, तुमच्या एकूण कुटुंबाच्या उत्पन्नापेक्षा जास्त कर्ज तुमच्या डोक्यावर आहे. सामान्य माणसाला असे कर्ज कधीच फेडता येणार नाही आणि जर का एखादा देश असे कर्ज फेडू शकला नाही, तर त्या देशावर ग्रीस देशासारखी दिवाळखोरीची परिस्थिती उद्‌भवू शकते.

टीप :– जे कर्ज युरोपियन युनियन बँकेचे आहे ते सत्तावीस देशांवरील कर्ज आहे आणि युरो क्षेत्रातील बँकेचे कर्ज एकोणीस देशांवर आहे.

जून २०१६मध्ये ब्रिटन, युरोपियन युनियन संस्थेमधून बाहेर पडले. मग आता उरलेल्या २७ सदस्य देशांवर युरोपियन युनियनचे कर्ज फेडण्याचे मोठे संकट उभे राहिले आहे. काही दशकांपासून भारत, नॉर्वे, आइसलॅन्ड, लिंचेनस्टाइन आणि स्वित्झर्लंड देशांचे सरकार युरोपियन युनियनबरोबर ईएफटीए (EFTA) कराराच्या वाटाघाटी करत आहेत. भारत सरकारने सावध पावले उचलली पाहिजेत, नाहीतर युरोपियन युनियन आणि युरो क्षेत्राच्या कर्जाचा बोझा आपल्यावर पडू शकतो (कारण सर्वांत प्रथम सहा देशांत सामान्य बाजाराचा करार झाला आणि एक एक करार होऊन युरोपियन युनियन अस्तित्वात आली.)

आता आपण भारतावर किती कर्ज आहे त्याबद्दल बोलू या.

डिसेंबर २०१५ साली भारत सरकारवर त्यांच्या जीडीपीच्या ६७.२% कर्ज होते. याचाच अर्थ, २०१५ साली भारताचे जे आर्थिक उत्पन्न होते, त्याच्या ६७.२ टक्के कर्ज भारत सरकारवर म्हणजेच भारताच्या प्रत्येक नागरिकावर होते आणि आताही आहे. आता हे जे कर्ज आहे, ते जीडीपीच्या ६७.२ टक्के आहे; भारत सरकारकडे जे पैसे जमा होतात त्याच्या नाही (Loan shown in above table is on GDP & not on revenue collected by Government). भारत सरकार जेव्हा हे कर्ज फेडते तेव्हा ते त्यांच्याकडे असलेल्या पैशांतून कर्ज फेडते (एक गोष्ट नमूद करावीशी वाटते की कुठल्याही देशाचा जीडीपी हा त्या देशाचा

Revenue किंवा मिळकत नसते. म्हणजे जीडीपी कितीही मोठा असू दे, ते सर्व पैसे केंद्र सरकारला मिळत नाहीत.)

आता भारत सरकारकडे पैसे कुठून येणार? तर, जे पैसे आपण कराच्या (Tax) स्वरूपात भरतो, तसेच भारत सरकारने कुठे गुंतवणूक (Investment) केली असेल, तर त्यावरील व्याज, सरकारी कंपनीतील शेअर्स विकून, कोळशाच्या खाणीतून कोळसा काढायचा परवाना (License) विकून, मोबाइल टॉवरचा परवाना विकून, सोने विकून अशा निरनिराळ्या मार्गाने भारत सरकारकडे पैसे येतात.

Figure 3: Trend in Public Debt

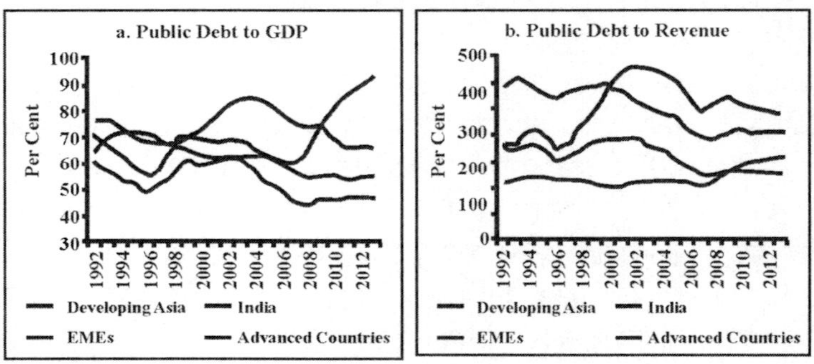

Source: World Economic Outlook, IMF

वरील प्रतिमा रिझर्व्ह बँकेच्या वेबसाइटवरील आहे. या प्रतिमेनुसार भारत सरकारवर २०१२ साली त्याच्या मिळकतीच्या (Revenue) जवळपास ३२५% कर्ज होते. आता समजा, तुमच्या कुटुंबाचे एकूण आर्थिक उत्पन्न पाच लाख आहे, तर दर वर्षाला तुम्ही पंधरा लाख रुपये कर्जाची रक्कम (व्याजासकट) भरू शकाल का? माझा म्हणायचा मुद्दा एवढाच आहे की भारत सरकारचा खर्च हा त्याच्या मिळकतीपेक्षा भरपूर जास्त आहे आणि आपल्या देशावरील कर्जाचा बोजा हलका करण्यासाठी प्रत्येकाने त्यांचा कर प्रामाणिकपणे भरला पाहिजे. आपल्या देशावर एवढे कर्ज आहे, हे ऐकून घाबरून न जाता याच्यापासून प्रेरणा घेऊन सतत उद्योगी कसे राहता येईल, हेच बघितले पाहिजे. पटतंय ना?

विकसित देश (Developed Country)			
देश	**एकूण उत्पन्नाच्या किती टक्के कर्ज**	**देश**	**एकूण उत्पन्नाच्या किती टक्के कर्ज**
जपान	२२९.२% (डिसें.१५)	युरो क्षेत्र	९०.७% (डिसें.१५)
ग्रीस	१७६.९% (डिसें.१५)	युके	८९.२% (डिसें.१५)
इटली	१३२.७% (डिसें.१५)	युरोपियन युनियन	८५.२% (डिसें.१५)
सिंगापूर	१०४.७% (डिसें.१५)	जर्मनी	७१.२% (डिसें.१५)
अमेरिका	१०४.१७% (डिसें.१५)	ऑस्ट्रेलिया	३६.८% (डिसें.१५)
फ्रान्स	९६.१% (डिसें.१५)	दक्षिण कोरिया	३५.१२% (डिसें.१४)
कॅनडा	९१.५% (डिसें.१५)	स्वित्झर्लंड	३४.४% (डिसें.१५)

विकसनशील देश (Developing Country)			
देश	**एकूण उत्पन्नाच्या किती टक्के कर्ज**	**देश**	**एकूण उत्पन्नाच्या किती टक्के कर्ज**
भारत	६७.२% (डिसें.१५)	चीन	४३.९% (डिसें.१५)
ब्राझिल	६६.२३% (डिसें.१५)	मेक्सिको	४३.२% (डिसें.१५)
दक्षिण आफ्रिका	५०.१०% (डिसे.१५)	रशिया	१७.७% (डिसें.१४)

वर टेबलात दाखवलेल्या सर्व देशांवर, त्यांच्या जीडीपीवर किती कर्ज आहे, ते दाखवले आहे. एकूण मिळकतीवर (Revenue) किती कर्ज आहे ते नाही. तसेच, बहुतेक मीडियावाले आणि अर्थशास्त्रज्ञसुद्धा जीडीपीवर किती कर्ज आहे, त्याबद्दलच बोलत असतात. वस्तुत:, एखाद्या देशाची मिळकत किती आहे आणि त्या देशावर कर्ज किती आहे, याची तुलना करायला हवी.

कुठल्याही देशाला, जेव्हा त्याच्या देशावरील कर्ज फेडायचे असते तेव्हा तो ते कर्ज त्याला मिळणाऱ्या मिळकतीतून (Revenue) फेडतो. त्या देशाचा जीडीपी कितीही मोठा असला तरी त्या देशाला ते पैसे मिळत नाहीत. जीडीपी म्हणजे एका ठरावीक वेळेत किती व्यवहार झाला तो. जर का आपणास आपला देश कर्जमुक्त हवा असेल तर प्रत्येकाने आपापला कर प्रामाणिकपणे भरला पाहिजे. आपल्या छोट्याशा किंवा तात्पुरत्या फायद्यासाठी आपण असे कुठचेही काम करायला नाही पाहिजे, की ज्याने राष्ट्राचे नुकसान होईल आपण स्वत: अयोग्य वर्तन करायला नाही

पाहिजे आणि दुसरा ते अयोग्य वर्तन करत असेल, तर मर्यादेत राहून त्याला त्याची चूक दाखवली पाहिजे किंवा त्याला चुकीचे वर्तन करण्यापासून परावृत्त केले पाहिजे. बरोबर ना?

जर का एखाद्या देशावर जास्त कर्ज असेल तर नवीन कर्ज घेताना त्या देशाला, कर्ज देणाऱ्याच्या सर्व जाचक अटी मानाव्या लागतील, असे नाही का तुम्हाला वाटत?

संपूर्ण जगावर एवढ्या मोठ्या प्रमाणात कर्ज असल्याकारणाने काही तज्ज्ञ माणसांच्या मते, जगावर आर्थिक संकटाची तलवार लटकत आहे. माझा उद्देश लोकांना घाबरवण्याचा नसून लोकांमध्ये जागरूकता निर्माण करण्याचा आहे.

इतर विविध गोष्टी

या गोष्टींचा महागाईशी अप्रत्यक्षरीत्या संबंध असतो. म्हणजे या सर्व गोष्टींमुळे महागाईवर थेट असा फरक पडत नाही, पण कालांतराने या (खाली नमूद केलेल्या E1 ते E12) गोष्टींमुळे महागाई कमी किंवा जास्त होऊ शकते.

आपण आपला आयकर (Income tax) भरणे का जरुरी आहे?

जे पैसे आपल्याला सरकारला द्यायचे असतात, त्या पैशाला (Amount ला) कर म्हणतात. जेव्हा आपण आपल्या मिळकतीचा (Income) किंवा नफ्यातील एक अंश सरकारला स्वत: देतो तेव्हा त्या कराला प्रत्यक्ष कर (Direct Tax) असे म्हणतात आणि जेव्हा एखादी वस्तू विकत घेतल्यावर किंवा एखाद्या सेवेचा (Service) लाभ घेतल्यावर आपण जो कर भरतो, त्या कराला अप्रत्यक्ष कर (Indirect Tax) असे म्हणतात.

काहींना हा प्रश्न पडला असेल की आम्ही कष्टाने कमावलेले पैसे सरकारला का द्यावेत? कसे असते ना, सरकार आपल्याला अशा भरपूर सोयी-सुविधा पुरवते की ज्याचे ते आपणाकडून पैसे घेत नाही आणि सरकारकडे पैसे नसतील, तर आपल्याला त्या सुविधा कशा मिळणार?

आपण जो आपला कर भरतो, त्या पैशांच्या साहाय्याने भारत सरकार आपल्याला अशा काही सोयी-सुविधा देते की ज्याचे पैसे ते आपल्याकडून घेत नाही. आता त्या सोयी-सुविधा कुठच्या? तर, नागरिकांचे संरक्षण करणे. संरक्षण म्हणजे सीमेवर असलेले जवान आपल्या देशाचे संरक्षण करतात आणि देशात पोलीस आपले संरक्षण करतात आणि त्याबदल्यात ते कोणीच आपल्याकडून पैसे घेत नाहीत. त्याचप्रमाणे रेशनच्या माध्यमाने गरिबांसाठी स्वस्तात धान्य देणे, रोड, रेल्वे, रुग्णालय (हॉस्पिटल), हवामान खाते, अग्निशामक दल, शाळा अशा विविध गोष्टींवर खर्च होतो आणि हा सर्व पैसा सरकारला आपण भरलेल्या करातूनच मिळतो.

भारत सरकार शेतकऱ्यांना योग्य मोबदला देऊन धान्य खरेदी करते आणि दारिद्र्यरेषेखालील लोकांना नाममात्र किमतीत राशनच्या माध्यमातून ते धान्य पुरवते आणि हा जो तोटा असतो, तो तोटा सरकार, आपण भरलेल्या करातूनच भागवते. सरकारी कर्मचाऱ्यांना मिळणारा पगार, निवडून आलेल्या राजकीय नेत्यांचा पगार, तसेच राज्य आणि केंद्र सरकारचा प्रशासकीय खर्च हा सर्व खर्च आपण भरलेल्या करातूनच सरकार भागवत असते आणि सरकार चांगले चालण्यासाठी आपण सर्वांनी आपला कर प्रामाणिकपणे भरला पाहिजे.

आता समजा, काही टॅक्स वाचवण्यासाठी किंवा गुंतवणूक म्हणून एखादे घर विकत घेतले (सरकारच्या नियमावलीत अशा भरपूर गोष्टी आहेत, त्यातील ही एक गोष्ट) तर त्याने काय होऊ शकते? घराची मागणी वाढून घराची किंमत वाढू शकते आणि ज्यांना खरोखरच घर घ्यायचे असते त्यांना ते फार मोठ्या किमतीत विकत घ्यावे लागेल किंवा ते लोक घर विकत घेऊ शकणार नाहीत. म्हणजेच काय, महागाईवाढीला आपणच जबाबदार आहोत. काही अशा संस्था आहेत की ज्याच्यामध्ये तुम्ही पैसे गुंतवले, तर त्या पैशाने ते लोक जागा विकत घेतात. तुमचा टॅक्स वाचतो, पण त्या संस्थेने जागा विकत घेतल्याने जागेचे भाव वाढतात त्याचे काय?

आपण सरकारला दोन प्रकारे कर भरतो; प्रत्यक्ष कर (Direct Tax) आणि अप्रत्यक्ष कर (Indirect Tax)

प्रत्यक्ष कर (Direct Tax) – म्हणजे या वर्षी कमावलेल्या उत्पन्नावर पुढील वर्षी कर भरणे. एका वर्षात मिळालेल्या एकूण रकमेतून त्याच वर्षी केलेली विविध गुंतवणूक वजा केल्यावर जी रक्कम उरते, त्या रकमेवर आपणास आपला आयकर (Income tax) भरावा लागतो. कुठच्या कुठच्या केसमध्ये काही लोक त्याच वर्षाचा आयकर त्याच वर्षी भरतात.

सामान्य माणूस कुठकुठल्या मार्गाने पैसा कमवू शकतो?

- जर तो कुठे नोकरीला असेल तर दर महिन्याला त्याला पगार मिळणार.
- जर त्याने कुठे गुंतवणूक केली असेल तर त्या गुंतवणुकीवर त्याला व्याज मिळणार.
- दुकानाचे भाडे किंवा घराचे भाडे (जर त्याच्याकडे एकापेक्षा जास्त घर असल्यावर).
- जर स्वत:चा व्यवसाय असेल तर व्यवसायातून होणारा नफा.

- जर तो डॉक्टर, वकील किंवा जर तो सनदी लेखापाल (Chartered Accountant) असेल तर तिथून त्याला पैसा मिळू शकतो.
- सोने विकून, शेअर मार्केटमध्ये शेअर विकून इत्यादी.

आता तुमच्याकडे दोन किंवा जास्तही घरे असू शकतात. काही जण नोकरीला जाऊन स्वत:चा छोटासा व्यवसायसुद्धा करत असतील. एकापेक्षा जास्त बँकांत तुमच्या ठेवी असू शकतात. याचाच अर्थ काय, तर आपण भरपूर प्रकारे पैसा कमवू शकतो. गुंतागुंत टाळण्यासाठी भारत सरकारने सामान्य माणसाचे उत्पन्न पाच प्रकारांत विभागले आहे.

खालील टेबलमध्ये तुम्ही ते पाच प्रकार बघू शकता.

उत्पन्नाचे प्रकार	कोण भरणार
पगार (Salary)	जर तुम्ही नोकरीला जात असतील तर तुम्हाला तुमच्या पगारावर आयकर भरावा लागेल
मालमत्ता (House Property)	जर तुम्ही घर, कार्यालय किंवा दुकान भाड्याने दिले असेल तर येणाऱ्या भाड्यावर आयकर भरावा लागेल.
व्यावसायिकांना नफ्यावर कर भरावा लागेल (Profit & gains from Business & Profession)	जर का तुमचा स्वत:चा व्यवसाय असेल, तुम्ही कोणाला तरी सेवा देत असतील, तसेच जर का तुम्ही डॉक्टर, वकील किंवा सनदी लेखापाल असतील तर होणाऱ्या नफ्यावर तुम्हाला आयकर भरावा लागेल.
भांडवली लाभ (Capital Gain)	जर का तुम्ही तुमची मालमत्ता विकली तर त्यावर तुम्हाला आयकर भरावा लागेल. (मालमत्ता म्हणजे घर, कार्यालय, दुकान, सोने आणि शेअर वगैरे)
दुसऱ्या ठिकाणाहून होणारे उत्पन्न (Income from other sources)	ज्या गोष्टी वरील चार प्रकारात येत नाहीत, त्या सर्व गोष्टी उदाहरणार्थ : लॉटरी, बँकेत ठेवलेल्या ठेवीवरील व्याज, पन्नास हजारावरील जास्त किमतीची भेट (Gift)

जर का तुम्ही तुमची मालमत्ता भाड्याने दिली असेल तर होणारा नफा दुसऱ्या प्रकारात (मालमत्ता) मोडतो आणि जर का तुम्ही तुमची मालमत्ता विकली तर होणारा नफा चौथ्या प्रकारात (भांडवली लाभ) मोडतो.

आपल्याला आपल्या उत्पन्नाच्या किती रक्कम कराच्या स्वरूपात भरावी लागेल?

तुमचे उत्पन्न वरील दाखवलेल्या पाच प्रकारांत विभागले जाते व करपात्र रक्कम (Taxable Amount) काढण्यासाठी सर्व पाच प्रकारचे उत्पन्न जोडले जाते

व त्यातून ८० सी ते ८० यू मध्ये येणारे उत्पन्न वजा केले जाते आणि सरतेशेवटी जी रक्कम उरते, त्या रकमेवर तुम्हाला टॅक्स स्लॅबनुसार कर भरावा लागतो.

आता करपात्र रक्कम म्हणजे काय? ८० सी ते ८० यू मध्ये येणारे (८० C to 80 U) उत्पन्न म्हणजे कुठचे उत्पन्न? टॅक्स स्लॅब म्हणजे काय? या सर्व गोष्टी आपण जाणून घेऊ या.

जर का तुम्ही भारत सरकारने सुचवलेल्या ८० सी ते ८० यू या ठिकाणी तुमचे पैसे गुंतवले तर त्या पैशांवर तुम्हाला कर भरताना सवलत मिळू शकते. जेव्हा आपण कर भरतो तेव्हा आपण तो कर आपल्या करपात्र रकमेवर भरतो. (करपात्र रक्कम (Taxable Amount) तुमचे एकूण उत्पन्न वजा ८० सी ते ८० यू मध्ये गुंतवलेली रक्कम).

८० सी ते ८० यू यात गुंतवणूक करायची, म्हणजे नक्की कुठे गुंतवणूक करायची?

आपण इथे सर्व ८० सी ते ८० यू गुंतवणुकीबद्दल नाही, तर काही महत्त्वाच्या गुंतवणुकीबद्दलच जाणून घेणार आहोत.

<table>
<tr><th>विभाग</th><th colspan="2">कुठे कुठे गुंतवणूक किंवा खर्च केल्याने, आपल्याला करात सवलत मिळू शकते?</th><th>मर्यादा</th></tr>
<tr><td>८० सी</td><td colspan="2">जीवन विम्यात, २५ वर्षांखालील जास्तीत जास्त दोन मुलांचा शिक्षण शुल्क, एखादी मालमत्ता विकत घेतली असेल तर वगैरे</td><td rowspan="2">१.५ लाख</td></tr>
<tr><td>८० सीसीसी</td><td colspan="2">पेन्शन फंडमध्ये गुंतवणूक केल्यास</td></tr>
<tr><td>८० सीसीएफ</td><td colspan="2">दीर्घकालीन इन्फ्रास्ट्रक्चर बाँड</td><td>२० हजार</td></tr>
<tr><td>८० डी</td><td colspan="2">आरोग्य विम्यात</td><td>१५ हजार</td></tr>
<tr><td rowspan="2">८० डीडी</td><td colspan="2">सामान्य अपंगत्व आल्यास</td><td>७५ हजार</td></tr>
<tr><td colspan="2">गंभीर अपंगता आल्यास</td><td>१.२५ लाख</td></tr>
<tr><td rowspan="2">८० डीडीबी</td><td rowspan="2">विशिष्ट आजारावर वैद्यकीय उपचार</td><td>जेष्ठ नागरिकांस</td><td>६० हजार</td></tr>
<tr><td>इतरांस</td><td>४० हजार</td></tr>
</table>

८० जि – सरकारने सांगितलेल्या संस्थेस देणगी दिल्यास	
या संस्थेस देणगी दिल्यास, देणगी दिलेल्या रकमेची १००% रक्कम माफ होते.	**या संस्थेस देणगी दिल्यास, देणगी दिलेल्या रकमेची ५०% रक्कम माफ होते.**
केंद्र सरकारचे राष्ट्रीय संरक्षण फंड	जवाहरलाल नेहरू स्मारक फंड
पंतप्रधानाचे राष्ट्रीय मदत फंड	पंतप्रधानांचे दुष्काळ मदत फंड
पंतप्रधानाचे आर्मेनिया भूकंप फंड	केंद्र सरकारचे मुलांसाठी फंड
महाराष्ट्रच्या मुख्यमंत्री भूकंप फंड	इंदिरा गांधी स्मारक फंड
गुजरात राज्याचा भूकंप फंड	राजीव गांधी फाउन्डेशन
राष्ट्रीय रक्त संक्रमण परिषद	
केंद्र सरकारचे खेळासाठीचा फंड	

यातील इंदिरा गांधी स्मारक फंड या संस्थेचे स्वत:चे असे काही कॉलेजेसआहेत आणि या संस्थेचे अध्यक्ष हे एक सामाजिक कार्यकर्ते आहेत व ते भारतीय राष्ट्रीय काँग्रेस पक्षाचे सदस्यसुद्धा आहेत. तसेच, राजीव गांधी फाउन्डेशन या संस्थेच्या विश्वस्त मंडळावर आणि कार्यकारी समितीवरती काही भारतीय राष्ट्रीय काँग्रेस पक्षाचे सदस्य आहेत.

हा टॅक्स स्लॅब म्हणजे काय?

कोणी किती कर भरावा याचे विभाजन भारत सरकारने काही गटांमध्ये केले आहे, त्या गटांना टॅक्स स्लॅब असे म्हणतात. आपण खालील टेबलच्या साहाय्याने टॅक्स स्लॅबबद्दल जाणून घेऊ या. (२०१५-१६च्या बजेटनुसार)

किती उत्पन्न आहे	किती कर भरावा लागणार?
२.५ लाखापर्यंत	काहीच नाही
२.५ ते ५ लाखापर्यंत	अडीच लाखांवरील करपात्र रकमेच्या दहा टक्के
५ ते दहा लाखापर्यंत	५ लाखांवरील करपात्र रकमेच्या वीस टक्के
१० लाखांपेक्षा जास्त	१० लाखांवरील करपात्र रकमेच्या तीस टक्के

(वरील टॅक्सस्लॅबमध्ये करपात्र रक्कम (Taxable Amount) म्हणजेच तुमचे एकूण उत्पन्न वजा ८० सी ते ८० यू मध्ये गुंतवलेली रक्कम)

जर का तुमचे उत्पन्न अडीच लाखापेक्षा कमी असेल तर तुम्हाला कोणताही प्रत्यक्ष कर भरावा लागणार नाही. जर का तुमचे उत्पन्न अडीच लाखापेक्षा जास्त आणि पाच लाखापेक्षा कमी असल्यावर, तुम्हाला करपात्र रकमेच्या दहा टक्के रक्कम कर म्हणून भरावी लागणार. जर का तुमचे उत्पन्न पाच लाखापेक्षा जास्त, पण दहा लाखापेक्षा कमी असल्यावर, करपात्र रकमेच्या वीस टक्के आणि दहा लाखापेक्षा जास्त असल्यास तीस टक्के कर भरावा लागणार. आपण या गोष्टी उदाहरणाच्या माध्यमातून जाणून घेऊ या.

१) समजा, तुमचे उत्पन्न हे तीन लाख आहे, तर तुम्हाला किती कर भरावा लागेल?

समजा, तुमचे उत्पन्न हे तीन लाख आहे आणि तुम्ही ८० सी ते ८० यू मध्ये येणाऱ्या ठिकाणी गुंतवणूक केलेली नाही, असे आपण समजू या. तर तुम्हाला अडीच लाखापर्यंत काहीच कर भरावा लागणार नाही आणि पन्नास हजाराच्या दहा टक्के म्हणजेच तुम्हाला पाच हजार रुपये कर भरावा लागेल.

	रक्कम	**कर**
एकूण उत्पन्न	३ लाख	
८० सी ते ८० यू मध्ये येणारी गुंतवणूक	शून्य	
करपात्र रक्कम (३ लाख - शून्य = ३ लाख)	३ लाख	
अडीच लाखापर्यंत काहीच कर लागत नाही.	२.५ लाख	०
किती उरले? (३ लाख - २.५ लाख = ५० हजार)	५० हजार	
टॅक्स स्लॅबप्रमाणे २.५ ते ५ लाखांपर्यंत उत्पन्न असल्यावर, दहा टक्के कर लागतो. (५० हजाराचे दहा टक्के पाच हजार)	५० हजार	५ हजार
एकूण कर (५ हजार + ० = ५ हजार)		**५ हजार**

म्हणजेच जर तुमचे उत्पन्न हे तीन लाख रुपये असल्यास, तुम्हाला ५ हजार रुपये कर भरावा लागेल.

२) समजा, तुमचे उत्पन्न हे तीन लाख आहे आणि तुम्ही ८० सी ते ८० यू मध्ये येणाऱ्या ठिकाणी दहा हजाराची गुंतवणूक केलेली आहे असे आपण समजू या, तर तुम्हाला किती कर भरावा लागेल?

	रक्कम	कर
एकूण उत्पन्न	३ लाख	
८० सी ते ८० यू मध्ये येणारी उत्पन्न	दहा हजार	
करपात्र रक्कम (३ लाख - १० हजार = २.९० लाख)	२.९० लाख	
अडीच लाखापर्यंत काहीच कर लागत नाही.	२.५ लाख	०
किती उरले? (२.९० लाख - २.५ लाख = ४० हजार)	४० हजार	
टॅक्स स्लॅबप्रमाणे २.५ ते ५ लाखांपर्यंत उत्पन्न असल्यावर, दहा टक्के कर लागतो. (४० हजाराचे दहा टक्के चार हजार)	४० हजार	४ हजार
एकूण कर (५ हजार + ० = ५ हजार)		**४ हजार**

म्हणजेच जर तुमचे उत्पन्न हे तीन लाख रुपये असल्यास आणि तुम्ही ८० सी ते ८० यू मध्ये येणाऱ्या ठिकाणी दहा हजाराची गुंतवणूक केलेली असेल तर तुम्हाला चार हजार रुपये कर भरावा लागेल.

३) समजा, रामचे उत्पन्न हे सहा लाख आहे आणि रामने ८० सी ते ८० यू मध्ये येणाऱ्या ठिकाणी वीस हजाराची गुंतवणूक केलेली आहे. तर, रामला किती कर भरावा लागेल?

(रामचे एकूण उत्पन्न = ६ लाख. ८० सी ते ८० यू मध्ये केलेली गुंतवणूक उत्पन्न वीस हजार. म्हणून करपात्र रक्कम ६ लाख – २० हजार = ५.८ लाख. अडीच लाखापर्यंत काहीच कर लागत नाही. ५.८ लाख – २.५ लाख =३.३ लाख. रामला ३.३ लाखावरती कर भरावा लागेल. यातील अडीच लाखावर दहा टक्के आणि ८० हजारावर वीस टक्के कर लागेल. २.५ लाखाचे दहा टक्के २५ हजार. आणि ८० हजाराचे वीस टक्के १६ हजार. म्हणजेच रामला एकूण ४१ हजाराचा कर भरावा लागेल.)

तपशील (Particulars)	रक्कम	रक्कम कशी आली?	कर
रामचे उत्पन्न	६,००,०००		
रामची गुंतवणूक (८० सी ते ८० यू मध्ये)	२०,०००		
करपात्र रक्कम	५,८०,०००	६ लाख - २० हजार	
अडीच लाखांपर्यंत काहीच कर नाही	२,५०,०००		०
किती राहिले	३,३०,०००	५.८ लाख - २.५ लाख	
२.५ ते ५ लाखांपर्यंत १०% कर	म्हणजेच २.५ लाखाचे दहा टक्के		२५,०००
किती राहिले	८०,०००	३.३ लाख - २.५ लाख	
५ ते १० लाखांपर्यंत २०% कर	म्हणजेच ८० हजाराचे वीस टक्के		१६,०००
एकूण कर		२५ हजार + १६ हजार	४१,०००

रामचे उत्पन्न हे सहा लाख रुपये असल्यास आणि रामने ८० सी ते ८० यू मध्ये येणाऱ्या ठिकाणी वीस हजाराची गुंतवणूक केलेली असेल, तर रामला ४१ हजार रुपयांचा कर भरावा लागेल.

भारत सरकार अप्रत्यक्ष कर (Indirect Tax) कसा गोळा करते?

जेव्हा आपण एखादी वस्तू विकत घेतो किंवा एखाद्या सेवेचा (Service) लाभ घेतो तेव्हा त्यावर अप्रत्यक्ष कर लागतो आणि आपण ज्यांच्याकडून ती वस्तू विकत घेतो किंवा एखाद्या सेवेचा लाभ घेतो, ती व्यक्ती अप्रत्यक्ष कर केंद्र किंवा राज्य सरकारकडे भरत असते.

आपण काही प्रमुख अप्रत्यक्ष कर (Indirect Tax) बघू या.

१) सर्व्हिस कर (Service Tax)

जेव्हा आपण एखादी व्यक्ती किंवा संस्थेकडून सेवा घेतो तेव्हा ती व्यक्ती किंवा संस्थेला आपण जे त्यांच्या कामाचे पैसे देतो (Bill) त्यात सर्व्हिस टॅक्ससुद्धा असतो. ती संस्था, सामान्य माणसांकडून सर्व्हिस कर गोळा करून तो सर्व्हिस टॅक्स भारत सरकारला देते.

२) अबकारी कर (Excise Duty)

ज्या वस्तू भारतात बनतात त्यावर अबकारी कर लागतो. हा कर ठरावीक वस्तूंवरच लावला जातो. हा अबकारी कर स्वत: कंपनी सरकारच्या कार्यालयात भरते.

३) व्हॅट (VAT)

व्हॅट म्हणजे मूल्य जोडला जाणारा टॅक्स (Value Added Tax). समजा, एखादी वस्तू बनण्यासाठी त्या वस्तूवर चार ते पाच कंपनींतून प्रक्रिया (प्रोसेस) होत असेल तर जेव्हा एक कंपनी दुसऱ्या कंपनीला एखादी वस्तू विकते तेव्हा त्या वस्तूवर जितके मूल्य जोडले जाईल, त्या मूल्याच्या काही ठरावीक टक्के रक्कम टॅक्स म्हणून, त्या कंपनींना राज्य सरकारला द्यावा लागतो.

प्रत्येक राज्याचा वेगवेगळ्या वस्तूंवर वेगवेगळा व्हॅटचा रेट असतो. पहिल्या उद्योजकांपासून (Businessman) ते शेवटचा उद्योजकांपर्यंत ह्य कर राज्य सरकारकडे भरावा लागतो. पहिला उद्योजक म्हणजे कच्च्या मालाचा (Raw Material) उद्योजक.

४) सीमा शुल्क (Custom Duty)

जेव्हा कुणीही विदेशातून एखादी वस्तू मागवतो तेव्हा त्याला त्या वस्तूवरील आयात कर किंवा सीमाशुल्क भरावा लागतो. आयात करणारा व्यक्ती किंवा कंपनी एजन्टकडे सीमा शुल्क जमा करते आणि तो एजन्ट भारत सरकारकडे सीमा शुल्क जमा करतो.

५) सिक्युरिटीज व्यवहार कर (STT- Securities Transaction Tax)

जेव्हा आपण शेअर मार्केटमध्ये एखादा शेअर विकत घेतो किंवा एखादा शेअर विकतो तेव्हा हा कर लागतो. आपण शेअर मार्केटमध्ये ज्या ब्रोकर कंपनीच्या माध्यमाने खरेदी आणि विक्री करतो, ती कंपनी हा कर सामान्य माणसांकडून गोळा करते आणि तो कर सरकारकडे जमा करते.

६) स्टॅम्प ड्यूटी

जेव्हा आपण घरासारखी स्थावर मालमत्ता विकत घेतो तेव्हा आपण राज्य सरकारला, त्यावरील स्टॅम्प ड्यूटी देतो. तसेच, राज्य सरकारच्या कायदेशीर कागदपत्रावरसुद्धा स्टॅम्प ड्यूटी लागते. प्रत्येक राज्याची स्टॅम्प ड्यूटीची टक्केवारी ही वेगळी असते.

७) करमणूक कर

करमणुकीच्या प्रत्येक गोष्टीवर आपल्याला हा कर भरावा लागतो. करमणूक म्हणजे व्हिडीओ गेम, ख्यातनाम व्यक्तींचा (Celebrity) स्टेज शो, क्रीडा स्पर्धा वगैरे.

तसेच, भारतामध्ये लक्झरी कर, जकात कर असेही कर आहेत.

प्रकार	कोण भरणार	कोणा मार्गे	कोणाला
सर्व्हिस कर	सामान्य माणूस, भारतीय नागरिक, ग्राहक, आणि उत्पादक	सेवा देणारे (हॉटेल, हॉस्पिटल, खासगी क्लास, बँक, शाळा)	भारत सरकारला किंवा राज्य सरकारला
अबकारी कर		कंपनी	
व्हॅट (VAT)		दुकानदार	
सीमा शुल्क (Custom Duty)		आयात करणारा	
सिक्युरिटिज व्यवहार कर (STT)		ब्रोकर कंपनी	
स्टॅम्प ड्युटी		बिल्डर	
करमणूक कर		आयोजित करणारा	

असे म्हणले जाते की एक एप्रिल २०१७ पासून वरील सर्व करांचे रूपांतर जीएसटी (GST- Goods and Service Tax)मध्ये होईल.

सरकार सरकार म्हणजे नक्की कोण?

आपण नेहमी बोलत असतो, सरकारने हे करायला पाहिजे, ते करायला पाहिजे, पण सरकार सरकार म्हणजे नक्की कोण? साठ-सत्तर माणसांनी बनलेल्या मंत्रिमंडळाला सरकार म्हणायचे की वर्षानुवर्षे मंत्रालयात काम करणारे लोक, जिल्हा पातळीवर काम करणारे लोक, तालुका पातळीवर किंवा गावागावात काम करणारे आणि तिथूनच निवृत्त होणारे लोक, यांना आपण सरकार म्हणायचे? तुम्हाला काय वाटते?

जेव्हा एखादा पक्ष निवडून सत्तेत येतो तेव्हा तो सत्ता चालवण्यासाठी एक मंत्रिमंडळ स्थापन करतो. मंत्रिमंडळ विविध योजना बनवते, पण त्या योजना प्रत्यक्षात आणण्याचे काम जी माणसे मंत्रालयात, जिल्हा पातळीवर, तालुका पातळीवर आणि गावागावांतील सरकारी कार्यालयांत कामे करतात त्यांचे आहे. नाही का?

समजा, तुम्ही एखादी कंपनी बदलली, तर त्या नवीन कंपनीबरोबर जुळवून घेण्यास तुम्हाला किती वेळ लागू शकतो? नवीन कंपनीतील माणसे कशी असतात? तुमच्याशी कशी वागतात? काही चांगली माणसे असतात, काही खडूस

असतात, काही फार मदत करणारी असतात, काही काहीच माहीत नसलेली, तरी पण उच्च पदावर बसलेली माणसेसुद्धा असतात. म्हणजेच तऱ्हेतऱ्हेची माणसे असतात. नाही, नाही, असे आपल्या कंपनीत होत नाही. आपल्या कंपनीची अशी पॉलिसी नाही. मागे एकाने असा प्रयोग केला, प्रयत्न करून करून थकला व नंतर कंपनी सोडून गेला. मागच्या वेळी असा प्रॉब्लेम आला होता, तेव्हा असा सॉल्व्ह केला होता, असे सांगणारीसुद्धा माणसे असतात. काय, बरोबर बोलतोय ना मी?

समजा, तुम्ही एका कंपनीत पाच वर्षांच्या कॉन्ट्रॅक्टवर गेले आहेत, तर त्या कंपनीतली सर्व माणसे तुमच्याशी कशी वागतील? आणि जर का त्यांना माहिती असेल की याने पाच वर्षे चांगले काम केले तर याचा कॉन्ट्रॅक्ट अजून पाच वर्षांनी वाढेल, तर ते तुमच्याशी कसे वागतील? आणि जर का याची तुलना आपण राज्य आणि केंद्रातील मंत्र्यांबरोबर केल्यावर आपल्याला काय आढळून येईल?

प्रत्येक वर्षी गटारे तुंबतात म्हणून आपण बोंबाबोंब करत असतो व सरकारला दोष देत असतो. याला जबाबदार असलेले सरकार कुठले?

जो गटारे बांधतो ते?

की रस्त्यावर केरकचरा, रिकाम्या बाटल्या अशा प्रकारच्या वस्तू टाकून गटारे निकामी (Choke up) करणारे आपण? तुम्हाला काय वाटते? हे कोण टाळू शकतो?

अशा बऱ्याच उदाहरणांचा तुम्ही पण विचार करू शकता आणि मग आपल्या लक्षात येईल की आपण जर एक बोट समोरच्यांकडे दाखवले तर जास्तीची बोटे आपल्याकडेच इशारा करतील. माझ्या मते, सरकार म्हणजे तुम्ही, आम्ही आपण सर्वच आलो. बरोबर ना?

पंतप्रधानांचे विदेश दौरे

विदेश दौरा करताना आपले पंतप्रधान काळा पैसा भारतात आणण्यासाठी, बहुराष्ट्रीय कंपन्यांवर (MNC- Multinational Company) दुहेरी कर न लावण्यासाठी आणि जर का कुठली बहुराष्ट्रीय कंपनी कमी कर भरत असेल तर त्यांच्याकडून योग्य तो कर वसूल करण्यासाठी विविध देशांबरोबर करार करतात. तसेच, काही देश चांगले दहशतवादी आणि वाईट दहशतवादी (Good terrorist & Bad terrorist) असा जो भेद करतात, तो न करता दहशतवादी हा दहशतवादीच असतो आणि त्याला आळा कसा घालता येईल, याचासुद्धा पाठपुरावा करतात आणि ते योग्यच आहे, असे नाही का तुम्हाला वाटत?

काही भारतीय त्यांचा काळा पैसा विदेशात ठेवतात. खासकरून मॉरिशस आणि स्वित्झर्लंड या दोन देशांमध्ये ठेवतात. जेव्हा कोणीही भारतीय, स्वित्झर्लंडच्या बँकेत त्याचे खाते उघडतो तेव्हा त्याची माहिती आपल्या भारत सरकारला मिळू शकेल, अशा कराराची चर्चा भारत सरकार आणि स्वित्झर्लंड सरकार करत आहेत आणि याची माहिती, खुद्द पंतप्रधानांनी एका खासगी वाहिनीला दिली. गेल्या पंधरा वर्षांत भारताने स्वित्झर्लंडमधून जवळपास २१,८१४.१६ दशलक्ष अमेरिकी डॉलरची आयात केली आहे. कदाचित या कराराच्या बोलणीमागे हा मुद्दा असू शकतो.

आता आपण विश्व व्यापार संघटने (WTO)बद्दल बोलू या.

विश्व व्यापार संघटनेचे काही नियम भारतासारख्या विकसनशील देशाच्या मते अन्यायकारक आहेत आणि त्या नियमांत सुधारणा करण्यासाठी आपले पंतप्रधान एवढ्या देशांचे दौरे करतात. हे अन्यायकारक नियम फक्त भारतासाठीच नाही, तर जवळपास सर्वच सदस्य विकसनशील आणि अविकसित देशाच्या हितासाठी कसे चांगले नाहीत, हे समजावण्यासाठी आणि भारताच्या जोडीने उभे राहण्यासाठी आपले पंतप्रधान एवढ्या देशाचे दौरे करतात.

पंतप्रधान नरेंद्र मोदी यांनी आतापर्यंत (जून २०१६पर्यंत) ४६ देशांचे दौरे केले

आहेत. त्यातील सात देशांचा त्यांनी दोनदा किंवा जास्त वेळा दौरा केला आहे. त्यांनी अमेरिकेला चार वेळा, तर फ्रान्स, सिंगापूर, रशिया आणि नेपाळ या देशांना प्रत्येकी दोनदा भेटी दिल्या आहेत. याचाच अर्थ, त्यांनी एकूण एकोणचाळीस (३९) देशांचे दौरे केले आहेत. या एकोणचाळीस देशांमध्ये १४ विकसित (Developed) तर २५ विकसनशील देश (Developing) आहेत. तसेच, या एकोणचाळीस देशांमध्ये ३५ असे देश आहेत की जे विश्व व्यापार संघटनेचे (WTO) सदस्य देश आहेत. तीन देश विश्व व्यापार संघटनेचे निरीक्षक (Observer) आहेत, तर एक असा देश आहे की जो विश्व व्यापार संघटनेचा निरीक्षकही नाही व सदस्य देशसुद्धा नाही. तसेच, नवी दिल्लीत २०१५ साली २६ ते २९ ऑक्टोबर या दरम्यान, तिसऱ्या भारत-आफ्रिका मंचाची भेट झाली. या वेळी सर्वच्या सर्व म्हणजेच ५३ आफ्रिका देशांचे राष्ट्रप्रमुख किंवा त्यांचे प्रतिनिधी (Representative) भारत भेटीला आले होते. आणि त्या ५३ आफ्रिका देशांच्या राष्ट्रप्रमुखांनी किंवा त्यांच्या प्रतिनिधींनी असे सांगितले की ते भारताच्या सोबतीला आहेत. या ५३ देशांमध्ये ४२ असे देश आहेत की जे विश्व व्यापार संघटनेचे सदस्य देश आहेत. आठ देश विश्व व्यापार संघटनेचे निरीक्षक (Observer) आहेत, तर तीन देश असे आहेत की जे विश्व व्यापार संघटनेचे निरीक्षकही नाहीत व सदस्य देशसुद्धा नाहीत.

विश्व व्यापार संघटनेचे (WTO) देश			
	सदस्य देश	**निरीक्षक देश (Observer)**	**जे देश निरीक्षक पण नाही व सदस्य देशसुद्धा नाही**
विदेश दौरा	३५	३	१
भारत-आफ्रिका मंच	४२	८	३
एकूण	७७	११	४
दोन तृतीयांश (२/३) देशांच्या पाठिंब्यासाठी १६४ देशांपैकी एकशे दहा (११०) देशांची अनुमती लागणार आहे.			
याचाच अर्थ, त्यांना अजून ३३ सदस्य देशांमध्ये विदेश दौरा करावा लागेल (११०-७७ = ३३)			

विश्व व्यापार संघटनेत एकूण १६४ देश आहेत आणि विश्व व्यापार संघटनेत कुठचाही निर्णय बदलण्यासाठी दोनतृतीयांश (२/३) सदस्य देशांची,

म्हणजेच १६४ देशांपैकी एकशे दहा (११०) देशांची अनुमती लागते. याचाच अर्थ, पंतप्रधानांना कमीत कमी एकशे दहा देशांच्या प्रमुखांना भेटणे गरजेचे आहे. चालेल ना? (१६४ गुणिले दोन भागिले तीन = ११०; १६४ ×२/३ = ११०)

दर दोन वर्षांनी या विश्व व्यापार संघटनेची बैठक (Meeting) होते. पुढची मीटिंग २०१७ साली आहे. याचाच अर्थ, त्यांना तोपर्यंत कमीत कमी ३३ सदस्य देशांमध्ये विदेश दौरे करावे लागतील व त्यांचासुद्धा पाठिंबा मिळवावा लागेल, बरोबर ना?

आपण विश्व व्यापार संघटनेची (WTO) थोडक्यात माहिती घेऊ या.

विश्व व्यापार संघटनेची स्थापना १ जानेवारी १९९५ साली झाली. प्रत्येक देशाला आयात आणि निर्यात करावा लागते. हा व्यवहार सुरळीत व्हावा यांच्यासाठी विश्व व्यापार संघटना नियम बनवत असते. तसेच, ती जुन्या नियमात दुरुस्ती करणे, जर कुठल्या सदस्य देशाला मदत हवी असेल तर त्याला मदत करणे, दोन देशांमधील करार होण्यास मदत करणे अशा विविध गोष्टीसुद्धा करत असते.

विश्व व्यापार संघटनेच्या काही नियमांमुळे विकसित (Developed) देश त्यांच्या देशातील वस्तू विकसनशील (Developing) देशात स्वस्तात विकू शकतात. विकसनशील देशातील शेतकऱ्यांच्या शेतमालापेक्षा, विकसित देशातील शेतमाल स्वस्त असल्याकारणाने विकसनशील देशातील शेतकऱ्यांचा शेतमाल, त्यांच्याच देशात विकला जात नाही किंवा विकला गेला, तरी त्यांना त्याची फार कमी किंमत मिळते. म्हणजेच विकसनशील देशातील शेतकऱ्यांचा नफा कमी होतो, नाही का?

आता त्या विश्व व्यापार संघटनेच्या त्या काही नियमांबद्दल जाणून घेऊ या.

१) विश्व व्यापार संघटनेची स्थापना १९९५ साली झाली. पण आधार वर्षासाठी (Base Year) १९८६चे उत्पन्न गृहीत धरले आहे.

२) प्रत्येक देश त्यांच्या शेतकऱ्यांना किती अनुदान (Subsidy) देणार, हे विश्व व्यापार संघटना ठरवते.

३) Peace Clause (शिथिलीकरण)

१) आधार वर्ष

विश्व व्यापार संघटनेची स्थापना १९९५ साली झाली, पण आधार वर्षासाठी (Base Year) १९८६ सालचे शेतीचे उत्पन्न गृहीत धरले गेले व आता तीस

वर्षांनंतर पण १९८६ हेच आधार वर्ष गृहीत धरले जाते (आपण या ठिकाणी शेतीबद्दल बोलणार आहोत). म्हणजे बघा, ज्या दिवशी विश्व व्यापार संघटनेची स्थापना झाली, ते आधार वर्ष न समजता नऊ वर्षांपूर्वीचे वर्ष, हे आधार वर्ष म्हणून गृहीत धरले गेले.

१९८६ साली विश्व व्यापार संघटनेच्या सदस्य देशांचे जे शेतीचे एकूण उत्पन्न होते, ते आधार वर्ष गृहीत धरले गेले. विश्व व्यापार संघटनेच्या सदस्य देशांना आपल्या देशात अनुदान (Subsidy) देताना, १९८६ हेच आधार वर्ष गृहीत धरून अनुदान द्यावे लागते.

भारतासारख्या विकसनशील देशाचे १९८६ सालचे शेतीचे उत्पन्न विकसित देशाच्या शेतीच्या उत्पन्नापेक्षा कितीतरी पटीने कमी होते. १९८६ला आज जवळपास ३० वर्षे झाली व भारतात महागाई जवळपास ६००%ने वाढली, पण अनुदान देताना मात्र, १९८६ हेच आधार वर्ष गृहीत धरून अनुदान द्यावे लागते. म्हणजेच आपण असे म्हणू शकतो की शेतकऱ्यांचा खर्च १९८६ सालापेक्षा जवळपास सहाशे टक्क्यांनी वाढला, पण त्यांना अनुदान देताना, भारत सरकारला १९८६चे शेतीचे उत्पन्न डोळ्यांसमोर ठेवूनच अनुदान द्यावे लागणार, अन् याला कारण विश्व व्यापार संघटनेचे नियम.

२) प्रत्येक देश त्यांच्या शेतकऱ्यांना किती अनुदान (Subsidy) देणार?

विश्व व्यापार संघटनेच्या नियमानुसार सदस्य देश आपल्या देशातील शेतकऱ्यांना जे अनुदान देतात, ते अनुदान तीन प्रकारांत विभागले गेले.

हिरवा बॉक्स – या अनुदानाअंतर्गत, शेतकऱ्यांना प्रशिक्षण देणे, नवीन बी-बियाण्यांचे, खतांचे संशोधन करणे आणि त्यांच्या विकासासाठी मदत करणे या गोष्टी येतात आणि या गोष्टींसाठी प्रत्येक देशाचे केंद्र सरकार त्यांच्या देशातील शेतकऱ्यांना कितीही प्रमाणात अनुदान देऊ शकते.

निळा बॉक्स – जर का एखादा देश, त्यांच्या देशातील शेतकऱ्यांना त्याच्या शेतात पीक न घेण्यासाठी अनुदान देत असेल तर अशा अनुदानाचा समावेश या निळ्या बॉक्स अनुदानामध्ये येतो. समजा, एका शेतातून वर्षाकाठी त्या शेतकऱ्याला दहा हजार रुपये उत्पन्न मिळत असेल, असे आपण गृहीत धरले, तर असे शेत थोड्या कालावधीसाठी लागवडीस न वापरण्याकरता हे अनुदान दिले जाते. (तज्ज्ञांचे असे म्हणणे आहे की थोड्या कालावधीसाठी लागवड न केल्यास जमिनीची पत सुधारू शकते). या अनुदानाअंतर्गतसुद्धा, प्रत्येक देशाचे केंद्र सरकार त्यांच्या देशातील शेतकऱ्यांना कितीही प्रमाणात अनुदान देऊ शकते.

अंबर बॉक्स (Amber Box) – वीज, खते, एमएसपी (MSP– Minimum Selling Price) डिझेलसारख्या गोष्टी अंबर बॉक्स अनुदानात येतात. या अनुदानामुळे प्रत्यक्षरीत्या (Directly) शेतीचे उत्पादन वाढण्यास मदत होते. (व्यापाऱ्यांनी शेतकऱ्याला कमीत कमी किती रुपये भाव द्यावा, हे भारत सरकार ठरावीक वेळेनंतर घोषित करत असते, त्या भावाला एमएसपी असे म्हणतात.)

अंबर बॉक्स अनुदानाअंतर्गत विकसित देश त्यांच्या देशातील शेतकऱ्यांना, जास्तीत जास्त पाच टक्के अनुदान (Subsidy) देऊ शकतात. **पण हे कसले पाच टक्के, तर १९८६ सालच्या त्या विकसित देशातील एकूण शेतीच्या उत्पन्नाच्या पाच टक्के अनुदान, त्यांच्या शेतकऱ्यांना देऊ शकतात आणि विकसनशील देश, १९८६ सालच्या त्या विकसनशील देशातील एकूण शेतीच्या उत्पन्नाच्या, जास्तीत जास्त १० टक्के अनुदान त्यांच्या शेतकऱ्यांना देऊ शकतात.**

३) Peace Clause (शिथिलीकरण)

आपण आधी बघितले होते ना की अंबर बॉक्स अनुदानाअंतर्गत, विकसित देश त्यांच्या देशातील शेतकऱ्यांना जास्तीत जास्त पाच टक्के आणि विकसनशील देश त्यांच्या देशातील शेतकऱ्यांना जास्तीत जास्त दहा टक्के अनुदान देऊ शकतात. ती अट न राहता तुम्ही तुमच्या शेतकऱ्यांना कितीही अनुदान देऊ शकता या गोष्टीला शिथिलीकरण (Peace Clause) असे म्हणतात. याचाच अर्थ, ज्या देशाला विश्व व्यापार संघटनेकडून शिथिलीकरण मिळेल, तो देश त्यांच्या देशातील शेतकऱ्यांना कितीही अनुदान देऊ शकतो.

विश्व व्यापार संघटनेची (WTO) स्थापना १९९५ साली झाली आणि त्यांनी अमेरिका आणि युरोपियन युनियनला १९९५पासून २००४पर्यंत शिथिलीकरण दिला होता. म्हणजेच अमेरिका आणि युरोपियन युनियनसारखे विकसित देश, १९९५ सालापासून (WTOच्या स्थापनेपासूनच) २००४ सालापर्यंत त्यांच्या शेतकऱ्यांना भरपूर मोठ्या प्रमाणात अनुदान देऊ शकत होते. त्याच काळात विकसनशील देश विश्व व्यापार संघटनेच्या नियमानुसार आपल्या शेतकऱ्यांना अनुदान देत होते.

जास्त अनुदान मिळाल्यामुळे विकसित देशातील शेतकऱ्यांचा खर्च कमी झाला. खर्च कमी झाल्याने, विकसित देशातील शेतकरी त्यांचा शेतमाल, आपल्यासारख्या विकसनशील देशात येऊन, आपल्या शेतकऱ्यांपेक्षा कमी भावात विकू शकत होते व त्यामुळे आपल्या शेतकऱ्यांचा शेतमाल आपल्याच देशात विकला गेला नसावा किंवा जरी विकला गेला तरी फार कमी किमतीत विकला गेला असावा आणि तीन-चार वर्षी सतत फायदा झाल्याने, त्या देशातील दुसऱ्या लोकांनासुद्धा त्यात रस

वाटून ते लोकसुद्धा शेतमाल पिकवू शकतात आणि मग तो जास्तीचा शेतमाल आपल्यासारख्या विकसनशील देशात येऊन, आपल्या शेतकऱ्यांपेक्षा कमी भावात विकू शकतात. वर्षानुवर्षे शेतमाल कमी विकला गेल्याने आणि जो शेतमाल विकला जातो त्याला योग्य भाव न मिळाल्यामुळे, भारतासारख्या विकसनशील देशातील काही शेतकऱ्यांनी शेती करणे सोडून दिले असावे किंवा शेती करणे कमी केले असावे किंवा आपण असेही म्हणू शकतो की भारतातील शेतीच्या लागवडीखालील क्षेत्रफळ कमी झाले असावे.

भारतात कुठच्या साली किती क्षेत्रफळ शेतीच्या लागवडीखाली होते हे आपण खालील आलेखात बघू शकतो. जर का आपण निरखून पाहिले, तर २००० सालानंतर शेतीच्या लागवडीखालील क्षेत्रफळ कमी झालेले तुम्हाला आढळून येईल.

(अमेरिका आणि युरोपियन युनियनसारख्या विकसित देशांना १९९५ सालापासून २००४ सालापर्यंत म्हणजेच नऊ वर्षांसाठी शिथिलीकरण दिले गेले होते. आलेखात आपण बघू शकतो की २००० सालानंतर शेतीचे लागवडीखालील क्षेत्रफळ कमी झाले. शिथिलीकरण आणि या गोष्टीचा एकमेकांशी संबंध असू शकतो आणि जर का तुम्हाला आठवत असेल तर २००० सालानंतर महाराष्ट्रात जास्त शेतकऱ्यांच्या आत्महत्या झाल्या आहेत. नाही, मला आपल्या राजकारण्यांना पाठीशी नाही घालायचे आहे. त्यांचा चुका या झाल्याच आहेत. पण आत्महत्येमागे बाहेरील शक्तीचाही हात असू शकतो, असे नाही का तुम्हाला वाटत?)

भारत सरकारचे काय म्हणणे आहे?

भारत सरकारचे असे म्हणणे आहे की हे जे आधार वर्ष आहे, ते १९८६ न धरता, चालू असलेल्या आर्थिक वर्षामागील तीन वर्षांची सरासरी धरावी.

उदाहरणार्थ:– २०१३,१४ आणि १५ सालचे, प्रत्येक देशाचे जे शेतीचे

उत्पन्न येईल, त्यांची सरासरी (Average) ही २०१६ साली अनुदान देण्यास धरावी. आता भारतासारख्या विकसनशील देशातील शेतीचे उत्पादन १९८६ सालापेक्षा २०१३, १४ आणि १५ साली जास्तच असणार. म्हणजेच ते देश आपल्या शेतकऱ्यांना जास्त अनुदान देऊ शकतात, असे नाही का तुम्हाला वाटत?

२०१३च्या बाली परिषदेत (Bali Summit) हा निर्णय घेतला की २०१७ सालापर्यंत काही विकसनशील देश त्यांच्या शेतकऱ्यांना कितीही अनुदान देऊ शकतात. म्हणजे बघा, अमेरिका आणि युरोपियन युनियनसारख्या विकसित देशांना नऊ वर्षांसाठी शिथिलीकरण दिले होते व भारतासारख्या काही विकसनशील देशांना तेच शिथिलीकरण चार वर्षांसाठी दिले. भारतासारख्या विकसनशील देशाला चार वर्षांसाठी शिथिलीकरण मिळाले होते (२०१३ सालापासून २०१७ सालापर्यंत). जेव्हा २०१४ साली नवीन सरकार सत्तेत आले तेव्हा भारत सरकारने विश्व व्यापार संघटनेच्या (WTO) करारावर स्वाक्षरी केली नव्हती व जेव्हा हे शिथिलीकरण अनियमित काळासाठी वाढवून मिळाले (Peace Clause for unlimited time) तेव्हाच भारत सरकारने ३१ डिसेंबर २०१४ला त्या करारावर स्वाक्षरी केली.

आपण एका उदाहरणाच्या मदतीने विकसित देशातील शेतकऱ्यांनी, विकसनशील देशाची बाजारपेठ कशी काबीज केली असावी ते बघू या. खालील गोष्टी आपण गृहीत धरल्या आहेत (अमेरिका हा जवळपास सर्वच गोष्टींत पहिल्या नंबरचा देश असल्याकारणाने इथेही आपण अमेरिका आणि भारताची तुलना करत आहोत).

- समजा, १९९४ साली भारतीय बाजारात १०० टन गव्हाची गरज होती. याचाच अर्थ, १९९४ साली भारतातील नागरिकांनी १०० टन गहू विकत घेतला.
- १९९४ साली भारतीय बाजारात १०० टन गव्हाची गरज होती. त्यातील ८० टन गव्हाचा पुरवठा, भारतीय शेतकऱ्यांपासून होत होता व उरलेले २० टन गहू आपण अमेरिकेहून आयात करत होतो. १९९४ साली, दोन्ही देशातील शेतकरी एक किलो गहू दहा रुपयाला विकत होते असे समजू या.
- भारतीय बाजारात दर वर्षी गव्हाची मागणी दहा टक्क्यांनी वाढते असे गृहीत धरले आहे (गहू ही एक मूलभूत गरज असूनसुद्धा गव्हाची मागणी का वाढते? तर, लोकसंख्या वाढते म्हणून).
- भारत फक्त अमेरिकेतूनच गहू आयात करतो आणि कोणालाच गहू निर्यात करत नाही आणि भारतात गव्हाची नासाडीसुद्धा होत नाही, असे मानले आहे.
- भारतातील महागाई ही दर वर्षी दहा टक्क्यांनी वाढते आणि अमेरिका हा

विकसित देश असल्याने, त्या देशातील पाच टक्क्यांनी वाढते, असेही मानले आहे.

भारतीय बाजारपेठ (दर वर्षी मागणी १० टक्क्यांनी वाढते)				
वर्षे	**मागणी टनामध्ये**	**अमेरिका (महागाई ५% वाढते)**		
		गव्हाची		**किंमत (रुपये)**
		विक्री	**वाढली**	
१९९४	१००	२०		१०
१९९५	११०	२२	१०%	१०.५०
१९९६	१२१	२४.३	१०.४५%	११.०२
१९९७	१३३.१	२६.९	१०.६९%	११.५७
१९९८	१४६.४	२९.९	११.१५%	१२.१५
१९९९	१६१.०५	३३.४	११.७०%	१२.७६
२०००	१७७.१५	३७.४	११.९७%	१३.४०

टेबल ए

तसेच आपण हेही टेबल बघूया.

भारतीय बाजारपेठ (दर वर्षी मागणी १० टक्क्यांनी वाढते)						
वर्षे	**मागणी टनामध्ये**	**भारत (महागाई १०% वाढते)**				
		गव्हाचे		**गव्हाची**		**किंमत (रुपये)**
		उत्पादन	**% ने वाढले**	**विक्री**	**% ने वाढली**	
१९९४	१००	८०		८०		१०
१९९५	११०	८९.६	१२%	८८	१०%	११
१९९६	१२१	१००.३५	१२%	९६.७	९.८८%	१२.१०
१९९७	१३३.१	११०.४	१०%	१०६.२	९.८२%	१३.३१
१९९८	१४६.४	१२०.५	९.१४%	११६.५	९.६९	१४.६४
१९९९	१६१.०५	१३०.४	८.२१%	१२७.६५	९.५७	१६.१०
२०००	१७७.१५	१४०	७.३६%	१३९.७५	९.४७	१७.७१

टेबल बी

हिशोब (Calculations)

१) आपण असे गृहीत धरले आहे की गव्हाची मागणी दर वर्षी दहा टक्क्यांनी वाढणार आहे. १९९४ साली गव्हाची मागणी १०० टन होती. १०० टनाचे दहा टक्के म्हणजे १०, याचाच अर्थ, १९९५ साली गव्हाची मागणी ११० टन होती. ११० टनाचे दहा टक्के म्हणजे ११. याचाच अर्थ, १९९६ साली गव्हाची मागणी १२१ टन होती.

२) आपण असे गृहीत धरले आहे की अमेरिकेत पाच टक्के महागाई होती व भारतात दहा टक्के. त्यामुळे अमेरिकेच्या गव्हाची किंमत पाच टक्क्यांनी, तर भारतात दहा टक्क्यांनी वाढत होती. (भारतात महागाई ही दहा टक्के होती, म्हणजेच १९९४ साली भारतातील शेतकऱ्याला शेतीसाठी जी अवजारे लागत होती, जे बियाणे लागत होते त्याचा भाव १९९५ सालात दहा टक्क्यांनी वाढला होता. १९९४ साली भारतीय शेतकरी एक किलो गहू दहा रुपयाला विकत होता. आणि दहा टक्के महागाईमुळे तोच गहू तो १९९५ साली अकरा रुपयाला विकत होता. त्याच वेळेला अमेरिकेत महागाई पाचच टक्के होती. दहा टक्क्यांचे पाच टक्के म्हणजे पन्नास पैसे. पाच टक्के महागाई असल्यामुळे, जो गहू अमेरिकेचा शेतकरी १९९४ साली दहा रुपयाला विकत होता, तोच गहू १९९५ साली साडेदहा (१०.५०) रुपयाला भारतीय बाजारात विकू शकत होता). म्हणजेच अमेरिकेतील गव्हाची किंमत भारतातील गव्हाच्या किमतीपेक्षा कमी प्रमाणात वाढत होती.

३) अमेरिकन गव्हाची किंमत कमी असल्याने, त्यांचा सर्व गहू भारतीय बाजारात विकला जात होता. शिथिलीकरणामुळे अमेरिकेतील शेतकऱ्यांना जास्त अनुदान मिळत होते. जास्त अनुदान म्हणजे, शेतकऱ्यांना कमी खर्चात जास्त कमाई होत होती. आपण टेबल बी मध्ये बघू शकतो की भारतात गव्हाची आयात जास्त होत आहे. जास्त कमाई झाल्याने, त्यांच्या देशातील जास्त शेतकऱ्यांना गव्हाची शेती करण्यास प्रेरणा मिळत होती व पुढील वर्षी (त्यांच्या देशात) जास्त पीक आल्याने, ते भारतासारख्या विकसनशील देशात, स्थानिक शेतकऱ्यांपेक्षा कमी किमतीत गहू विकू शकत होते.

४) टेबल बी मध्ये आपण बघू शकतो की भारतात जेवढ्या गव्हाचे उत्पादन होते, ते सर्व पीक भारतीय बाजारपेठेत विकले जात नाही. अमेरिकेतून आलेल्या गव्हाची किंमत ही फार कमी असल्याकारणाने, त्यांचा सर्व गहू विकला जात होता आणि आयात केलेल्या गव्हानंतर जी मागणी राहत होती, तेवढ्याच भारतीय गव्हाची विक्री होत होती. आपण १९९६ साली २४.३ टन गहू आयात केला

आणि १९९६ साली १२१ टन गव्हाची मागणी होती. आयात केलेला सर्व गहू कमी किमतीमुळे विकला गेला व भारतीय शेतकऱ्यांचा फक्त १२१–२४.३ = ९६.७ टनच गहू विकला गेला. (आयात केलेल्या गव्हानंतर जी मागणी राहत होती, तेवढ्याच भारतीय गव्हाची विक्री होत होती.) १९९६ साली भारतात १००.३५ टनाचे उत्पादन झाले होते, पण ९६.७ टनच गहू विकला गेला व ३.६५ टन गहू विकला गेला नाही. कमी विक्रीमुळे पुढच्या वर्षीपासून (१९९७) गव्हाची कमी लागवड करण्यात आली.

वरील दोन्ही टेबल्स खालील एका टेबलात एकत्र केली आहेत.

टनामध्ये	**वर्षे**				
	१९९६	**१९९७**	**१९९८**	**१९९९**	**२०००**
गव्हाची मागणी (दर वर्षी मागणी १० टक्क्यांनी वाढते)	१२१	१३३.१	१४६.४	१६१.०	१७७.१
अमेरिकेतून आलेला गहू	२४.३	२६.९	२९.९	३३.४	३७.४
अमेरिकेतून येणाऱ्या गव्हाची वाढणारी टक्केवारी	१०.४५	१०.६९	११.१५	११.७०	११.९
शिल्लक (मागणी-आयात, १२१-२४.३ = ९६.७)	९६.७	१०६.२	११६.५	१२७.६	१३९.७
भारतीय गव्हाचे उत्पादन	१००.३	११०.४	१२०.५	१३०.४	१४०
भारतीय गव्हाचे उत्पादन किती टक्क्यांनी वाढले?	१२	१०	९.१४	८.२१	७.३६
भारतीय गव्हाची विक्री	९६.७	१०६.२	११६.५	१२७.६	१३९.७
भारतीय गव्हाची विक्री किती टक्क्यांनी वाढली?	९.८८	९.८२	९.६९	९.५७	३.४७
किती गहू विकला गेला (गव्हाचे उत्पादन - विक्री) नाही	३.६५	४.२	४	२.७५	०.२५

५) जर का तुम्ही वरील टेबल नीट पाहिले तर तुम्हाला असे लक्षात येईल की अमेरिकेतून आयात होणाऱ्या गव्हाची टक्केवारी आणि विक्री दोन्ही वाढत होती. याउलट भारतात गव्हाचे उत्पादन तर वाढत होते, पण टक्केवारी घसरत होती, तसेच भारतीय गव्हाची विक्री वाढत होती, पण टक्केवारी घसरत होती. (हे सर्व उदाहरण आहे, म्हणजे ज्या किमती आपण बघत आहोत त्या सर्व उदाहरणासाठी

आहेत, पण शिथिलीकरण, अनुदान या गोष्टी विश्व व्यापार संघटनेच्या कराराप्रमाणे आहेत.)

आतापर्यंतच्या उदाहरणाच्या माध्यमाने आपण काय काय बघितले?

- अमेरिकेतील महागाई भारतापेक्षा कमी असल्याकारणाने तेथील शेतकऱ्यांचा खर्च कमी होता.
- शिथिलीकरणामुळे अमेरिकेतील शेतकऱ्यांना जास्त अनुदान मिळत होते. जास्त अनुदान (Subsidy) म्हणजे शेतकऱ्यांना कमी खर्चात जास्त कमाई होत होती. जास्त कमाईमुळे जास्त शेतकऱ्यांना गव्हाची शेती करण्यास प्रेरणा मिळत गेली व पुढील वर्षी (त्यांच्या देशात) जास्त पीक आल्याने, ते भारतासारख्या विकसनशील देशात, स्थानिक शेतकऱ्यांपेक्षा कमी किमतीत गहू विकू शकत होते.
- कमी गहू विकल्यामुळे भारतासारख्या विकसनशील देशातील शेतकरी, पुढच्या वर्षापासून कमी गव्हाची लागवड करू लागले. शेतीची कमी लागवड म्हणजेच कमी लोकांना रोजगार मिळणार. आयात केलेला माल स्वस्त म्हणजेच आपापल्या शेतकऱ्यांना योग्य भाव मिळणार नाही आणि हे फक्त गव्हाच्या बाबतीत नाही, तर थोड्याफार फरकाने सर्वच पिकांच्या बाबतीत झाले असावे, असे आपण गृहीत धरू शकतो.

या उदाहरणातून एवढेच दाखवायचे होते की, भारतासारख्या विकसनशील देशाची बाजारपेठ कशी गिळंकृत केली गेली असावी आणि याची आपल्याला आता कुठे थोडीफार कल्पना येऊ लागली आहे. (जागतिकीकरण (Globalization) म्हणजे कुठल्याही देशातला माल कुठल्याही देशात विकू शकणे. जागतिकीकरणापूर्वीचा १९८६-८७चा विनिमय दर (Exchange Rate) हा १$ = १२.७७ रुपये होता आणि २०१६चा विनिमय दर १$ = ६६.५ रुपये.)

मेक इन इंडिया आणि मेड इन इंडिया

२०१४ साली जेव्हा देशात नवीन सरकार आले तेव्हा त्यांनी मेक इन इंडिया (भारतात वस्तू बनवा) फर्स्ट डेव्हलप इंडिया (पहिला भारताचा विकास करा) स्टार्ट अप इंडियासारख्या नवीन योजना चालू केल्या.

जे विदेशी गुंतवणूकदार भारतीय कंपनीत गुंतवणूक करतात, त्या गुंतवणुकीस एफडीआय (FDI– Foreign Direct Investment) म्हणतात. ४९ टक्के एफडीआय म्हणजे विदेशी गुंतवणूकदार भारतीय कंपनीचे जास्तीत जास्त ४९ टक्के शेअर्स विकत घेऊ शकतात. याचाच अर्थ, कंपनीची ४९ टक्के मालकी ही विदेशी गुंतवणूकदाराची असेल, पण बहुमत (५१ टक्के शेअर्स) भारतीय उद्योजकांकडे असल्यामुळे सर्व निर्णय हे भारतीय उद्योजक किंवा भारतीय मालक घेईल.

एफडीआय	विदेशी मालकी	भारतीय मालकी	कंपनीतील महत्त्वाचे निर्णय कोण घेणार
४९%	४९	५१	भारतीय मालक
५०%	५०	५०	सामोपचाराने (सर्व मिळून)
५१%	५१	४९	विदेशी मालक
१००%	१००	०	विदेशी मालक

विदेशी गुंतवणूकदाराने भारतात गुंतवणूक केल्यावर त्याचा आपल्याला काय फायदा होणार? आणि त्या विदेशी गुंतवणूकदाराला काय फायदा होणार?

जेव्हा विदेशी गुंतवणूकदार भारतात गुंतवणूक करतात तेव्हा ते त्यांचे अद्ययावत तंत्रज्ञान (New Technology) भारतात घेऊन येतात, नवनवीन कल्पना (Idea) घेऊन येतात. तसेच, गुंतवणूक वाढल्यामुळे, कंपनी मोठी करता येऊ शकते आणि

त्यामुळे नवीन रोजगाराची संधीसुद्धा उपलब्ध होऊ शकते.

भारतात सध्या सात ते आठ टक्के विकासदर (ग्रोथ रेट) आहे. हा ग्रोथ, दोन गोष्टींमुळे आहे; काही वस्तूंच्या महागाईमुळे आणि भारतीय बाजारात मागच्या वर्षीपेक्षा जास्त नवीन वस्तू विकल्या गेल्याने. तसेच, असे म्हटले जाते की भविष्यातसुद्धा महागाई पाच ते सहा टक्क्यांपर्यंत राहील. म्हणजेच जर विदेशी गुंतवणूकदारांनी भारतात गुंतवणूक केली तर त्यांना त्यांच्या गुंतवणुकीवर पाच ते आठ टक्क्यांपर्यंत परतावा मिळू शकेल आणि जर का त्यांनी विकसित देशात गुंतवणूक केली तर त्यांना दोन ते तीन टक्केच परतावा (Return) मिळू शकेल. मग साहजिकच आहे, ते भारतातच गुंतवणूक करणार.

आता भारतात चांगला परतावा मिळत आहे, तर गुंतवणूकदार भारतात गुंतवणूक करणारच. काही वर्षांसाठी भारत एक उत्पादन केंद्रसुद्धा (Manufacturing Hub) बनेल, पण जेव्हा भारत एक विकसित देश बनेल, भारताचा ग्रोथ रेट दोन टक्के किंवा तीन टक्क्यांवर येईल तेव्हा हेच गुंतवणूकदार दुसऱ्या देशात, म्हणजे कदाचित आफ्रिकी खंडात किंवा दुसऱ्या कुठल्या तरी देशात त्यांचे लक्ष केंद्रित करू शकतात. गुंतवणूकदार हे नेहमी आपला फायदा कुठे होतो तेच बघणार ना? त्यांना आपण बोल नाही लावू शकत; कारण आपण जेव्हा गुंतवणूक करतो तेव्हा आपणही तसेच करत असतो, नाही का?

हे असेच चालू राहणार. औद्योगिक क्रांतीमुळे (Industrial Revolution) सर्वांत प्रथम युरोपीय; त्यातही पश्चिम युरोपीय देश विकसित झाले. त्यानंतर जेव्हा त्या देशांचा विकासदर किंवा ग्रोथ रेट कमी झाला व एकूणच कामगारांचे पगारवाढीनंतर, कंपन्यांना पश्चिम युरोपात व्यापार करणे कमी नफ्याचे होत गेल्यामुळे गुंतवणूकदारांनी तेच काम अमेरिका आणि कॅनडासारख्या देशांत बाह्यस्रोत (Outsource) केले. नंतर कालांतराने, जेव्हा अमेरिकेपेक्षा त्यांना चीन, तैवान, थायलंड यांसारख्या देशांत स्वस्तात कामगार, स्वस्त जागा आणि व्यापारासाठी अनुकूल वातावरण उपलब्ध झाले तेव्हा अमेरिकेसारख्या देशातील कामसुद्धा या देशांत (चीन, तैवान, थायलंड) बाह्यस्रोत करण्यात आले. आता गुंतवणूकदारांचे लक्ष भारतावर आहे. काही वर्षांनी भारत एक उत्पादन केंद्रसुद्धा बनेल. पण, जसजसा भारताचा विकास होत जाईल तसतसे भारतातील कामगारांचे पगार वाढू लागतील आणि जर का त्याच वेळी भारताचा विनिमय दरसुद्धा (Exchange Rate) सुधारत गेला तर भारतातून निर्यात करणे महाग होऊ शकते (अंदाजे २०४० सालादरम्यान) आणि गुंतवणूकदारांना भारतातील कामगारापेक्षा स्वस्तात कामगार, स्वस्तात कंपनीसाठी जागा अशा गोष्टी उपलब्ध झाल्यास, काही वर्षांनी ते भारतातील गुंतवणूकसुद्धा दुसऱ्या देशात हलवू शकतात (अंदाजे २०५० सालानंतर).

आपण कसे, ज्या योजनेतून आपल्याला जास्त परतावा (Return) मिळतो, त्याच योजनेत गुंतवणूक करतो, तसेच काहीसे हे असते. यासाठी आपण संपूर्ण निर्याताभिमुख अर्थव्यवस्था (Export-oriented Economy) बनवण्यापेक्षा, भारतातील वस्तू भारतातच कशा विकल्या जातील, यावर भर दिला पाहिजे. आपण निर्यात तर केलीच पाहिजेच, पण देशांतर्गत अर्थव्यवस्था कशी वाढली जाईल, यावर जास्त भर दिला पाहिजे.

मेक इन इंडिया

भारत सरकारने २५ सेक्टर डोळ्यांसमोर ठेवून, ही मेक इन इंडिया योजना पुढे आणली. मेक इन इंडियाबद्दल थोडक्यात सांगायचे म्हटल्यावर, आपण ज्या ज्या गोष्टी आयात करतो, त्या गोष्टी आपण भारतातच बनवाव्यात. यांच्यासाठी एफडीआयमार्फत (FDI) विदेशी गुंतवणूकदार, भारतात जास्त गुंतवणूक कसे करतील हे बघितले जाईल. म्हणजेच ज्या कंपनीकडून भारतात मोठ्या प्रमाणात आयात होते, त्या कंपनीने किंवा ज्या सेक्टरची जास्त आयात होते त्या सेक्टरमधील कंपन्यांनी भारतातच त्यांचा उत्पादन कारखाना (Manufacturing Plant) चालू करावा, यासाठी मेक इन इंडिया अंतर्गत विदेशी गुंतवणूकदारास विविध सुविधा मिळतील.

मेक इन इंडियाच्या अंतर्गत ज्या कंपन्यांकडून भारत वस्तू आयात करायचा, त्या कंपन्यांनी भारतातच त्यांची कंपनी चालू करावी, असा भारत सरकारचा प्रयत्न असावा. याने काय होईल, भारताची विदेशी पुंजी वाचेल आणि भारतीय लोकांना रोजगाराचीसुद्धा संधी उपलब्ध होईल. प्रत्यक्ष (Direct) रोजगाराची संधी तर उपलब्ध होईलच, पण अप्रत्यक्ष (Indirect) रोजगाराचीसुद्धा संधी उपलब्ध होईल. प्रत्यक्ष रोजगार म्हणजे ज्या लोकांना त्या कंपनीत काम मिळेल, ते लोक. आता लोकांना काम मिळाले, हातात पैसा आला, तर तो पैसा ते (त्या कंपनीत काम करणारे लोक) खर्च करणार. नवीन कपडे घेणार, हॉटेलमध्ये जाणार, फिरायला जाणार म्हणजेच दुसऱ्या भरपूर लोकांना काम मिळणार, हा झाला अप्रत्यक्ष रोजगार.

सुरक्षा (Defence) सेक्टरमध्ये ऑगस्ट २०१४पर्यंत २६ टक्क्यांपर्यंत विदेशी गुंतवणुकीला मान्यता होती. त्या गुंतवणुकीची मर्यादा भारत सरकारने ४९ टक्क्यांपर्यंत वाढवली आणि (जून) २०१६ साली ती मर्यादा १०० टक्क्यांपर्यंत वाढवली. आपण मोठ्या प्रमाणात विदेशातून शस्त्राची खरेदी करतो. ज्या विदेशी कंपन्यांमधून भारतात मोठ्या प्रमाणात शस्त्राची आयात होते, त्या कंपनीने भारतातच त्यांचा उत्पादन करणारा कारखाना (Manufacturing Plant) चालू केल्यावर भारतातील तरुणांना नवीन रोजगाराची संधी उपलब्ध होऊ शकते आणि आयात

कमी झाल्याने, आपले परकीय चलनसुद्धा वाचू शकते आणि त्यामुळे अमेरिकन डॉलरच्या तुलनेत आपल्या रुपयांचा विनिमय दर (Exchange Rate) चांगला राहून तेलासारख्या अतिमहत्त्वाच्या गोष्टी आयात करताना, आपल्याला कमी पैसे मोजावे लागू शकतात व एकूणच महागाई कमी होण्यास मदतच होईल. बरोबर ना?

काही तज्ज्ञांचे असे म्हणणे आहे की सुरक्षा सेक्टरमध्ये १०० टक्क्यांपर्यंत विदेशी गुंतवणूकदारास मान्यता दिल्यास, ती गोष्ट भारतासाठी धोक्याची ठरू शकेल. कसे असते, कुठचीच गोष्ट १०० टक्के चूक किंवा १०० टक्के बरोबर नसते. भारत सरकार त्या गुंतवणूकदाराबरोबर कसा करार करते, त्यांना कसे मॉनिटर करते, किंवा त्यांना कसे हाताळते तसेच, त्या जागी (भारताच्या सुरक्षा मंत्रिपदावर) नवीन येणारी व्यक्ती कशी आहे, हुशार आहे की नाही, भारतीयांचे हित जोपासते की नाही, अशा अनेक गोष्टींवर, ते सर्व अवलंबून असते.

मेड इन इंडिया म्हणजे ज्या कंपनीचा मालक भारतीय आहे व ज्या व्यवसायाला भारतीय लोकांनी किंवा बँकेने आर्थिक मदत केली आहे, तो व्यवसाय. सहसा व्यवसायातून होणारा नफा कंपनीचा मालक भारतातच ठेवतो किंवा नवीन कंपनी भारतातच चालू करतो. याउलट मेक इन इंडिया म्हणजे ज्या वस्तू आपण विदेशातून आयात करतो, त्या वस्तूंचे उत्पादन (Production) भारतातच घेण्यासाठी प्रयत्न करणे. कंपनीचा मालक आणि कंपनीला आर्थिक साहाय्य करणारा भारतीय असेलच असे नाही आणि झालेल्या नफ्यातून तो भारतात नवीन कंपनी चालू करेलच असे नाही, पण या कंपन्यांचा ग्राहक मात्र प्रामुख्याने भारतीय नागरिकच असणार आहे.

जगातील कुठल्या देशात व्यवसाय करणे किती सोपे आहे, हे आपल्याला ईझ ऑफ डुइंग बिझनेस (Ease of doing Business) या निर्देशांकावरून (Index) कळते. हा निर्देशांक जागतिक बँक बनवते. १८९ देशांमधून, ज्या देशामध्ये कमी अडथळ्यात उद्योजक (Businessman) त्यांचा व्यवसाय करू शकतात, त्या देशाचा या निर्देशांकावर पहिला नंबर असतो. २०१५ साली भारताचा १३४वा नंबर होता आणि जून २०१६ साली जाहीर झालेल्या निर्देशांकानुसार भारताचा १३०वा नंबर लागतो.

तुम्हाला हा प्रश्न तर पडलाच असेल की भारताचा विकासदर हा सात टक्क्यांपेक्षा जास्त आहे. म्हणजेच गुंतवणूकदारास त्याच्या गुंतवणुकीवर सात टक्के परतावा (Retrurn) मिळू शकतो, तर मोठ्या प्रमाणात भारतात गुंतवणूक का नाही होत? बहुधा या ईझ ऑफ डुइंग बिझनेस निर्देशांकात भारताचा १३०वा नंबर असल्याकारणानेच मोठ्या प्रमाणात विदेशी गुंतवणूकदार भारतात गुंतवणूक

करत नसतील.

समजा, तुमच्यासमोर दोन गुंतवणुकीचे पर्याय आहेत. त्यातील पहिली गुंतवणूक तुम्हाला दोन टक्के परतावा (Retrurn) देते, पण ही सुरक्षित गुंतवणूक आहे आणि दुसरी गुंतवणूक सात टक्के परतावा देते, पण ही गुंतवणूक पहिल्या गुंतवणुकीपेक्षा कमी सुरक्षित आहे, तर अशा वेळी तुम्ही काय करणार? काही लोक त्यांचा सर्व पैसा पहिल्या गुंतवणुकीत ठेवणार, काही लोक दुसऱ्या गुंतवणुकीत त्यांचा सर्व पैसा ठेवणार आणि काही लोक दोन्ही गुंतवणुकीत कमी-जास्त प्रमाणात पैसा गुंतवतील, तसेच काहीसे विदेशी गुंतवणूकदाराचे असते.

२००० सालापासून भारतात किती विदेशी गुंतवणूक झाली, ते आपण एका तक्त्याच्या मदतीने बघू या. खालील तक्त्यातील गुंतवणूक कोटी रुपयांत दाखवली आहे.

वर्ष	विदेशी गुंतवणूक	वर्ष	विदेशी गुंतवणूक
२०००-०१	७८४.१६	२००८-०९	११,६८४.८१
२००१-०२	३,९३८.४६	२००९-१०	१२,२६९.६६
२००२-०३	९०७.७३	२०१०-११	७,५४२.०४
२००३-०४	३९७.८४	२०११-१२	९,०११.५३
२००४-०५	५४१.१०	२०१२-१३	१,६५४.३०
२००५-०६	२,७५१.४५	२०१३-१४	७,९८७.२८
२०६-०७	२,१४९.५८	२०१४-१५	१७,३७२.३२
२००७-०८	५,०९९.५६	२०१५-१६	२,३२०.२७*

***टीप** – २,३२०.२७ करोड रुपये, ही जानेवारी २०१६ ते मे २०१६ पर्यंतची विदेशी गुंतवणूक आहे.

जर का तुम्ही वरील तक्ता नीट बघितला तर तुम्हाला एक गोष्ट लक्षात येईल की २००१ आणि २००८-०९ साली काही देशांत आलेल्या आर्थिक संकटाच्या वेळी (Financial Crisis) मोठ्या प्रमाणात विदेशी गुंतवणूक भारतात झाली होती. तसेच, २०१५ सालीसुद्धा भारतात मोठ्या प्रमाणात विदेशी गुंतवणूक झाली होती आणि आता हलक्या आवाजात असे म्हणले जाते की २०१६-१७ सालापासून जगातले आतापर्यंत बघितलेले सर्वांत मोठे जागतिक आर्थिक संकट येऊ शकते. (अर्थात, याची पक्की अशी खबर मुख्य मीडियामध्ये येत नाही.) त्यामुळेच कदाचित, येणाऱ्या पुढच्या दोन ते तीन वर्षांत (२०१९ पर्यंत), भारतात भरपूर

मोठ्या प्रमाणात गुंतवणूक होऊ शकते, पण जर का फारच मोठे आर्थिक संकट आले तर कदाचित ते आपल्या देशातील बँकांसाठी आणि खासकरून एकीकरण करणाऱ्या सरकारी बँकांसाठी धोक्याचे ठरू शकते.

जागतिक आर्थिक संकटाचा भारतावर काय परिणाम दिसून येतो?

प्रत्येक देश त्यांच्या देशातील कंपन्यांचे (कंपनीचा मालक, कंपनीत काम करणारे सर्व कर्मचारी, कंपनीला कच्चा माल पुरवणारी दुसरी कंपनी वगैरे) हित जोपासते. आपल्या देशातील कंपनीचा जास्त माल विकला जावा म्हणून प्रत्येक देश विदेशी वस्तूंवर निर्बंध लावत होता किंवा वेगवेगळ्या प्रकारे अडथळे आणत होता (आयात कर वाढवून, विदेशातून आलेला माल पोर्टवरच थांबवून ठेवणे वगैरे). पण काही काळानंतर, जगातील जवळपास सर्वच देशांनी जागतिकीकरण (Globalization) स्वीकारले किंवा त्यांना ते स्वीकारावे लागले. (भारतावर १९९१व्या सालाच्या दरम्यान आर्थिक संकट आले होते. RBI ने भारत सरकारला (जास्तीचे) कर्ज देण्यास नकार दिला व आपल्याकडे फक्त तीन आठवडे पुरतील एवढेच परकीय चलन उपलब्ध होते. परकीय चलन, ज्याच्या मदतीने आपण तेलासारख्या भरपूर गोष्टी आयात करतो. तेलाचा तुटवडा झाल्यास काय काय होऊ शकते, याचा विचार न केलेलाच बरा. भारताने मदतीसाठी आयएमएफकडे (IMF–International Monetary Fund) विचारणा केली. भारताला आयएमएफकडे जवळपास ४७ टन सोने गहाण ठेवावे लागले. या सोन्याच्या बदल्यात भारत सरकार, आयएमएफकडून जवळपास चाळीस कोटी ($400 Millon) अमेरिकी डॉलर्सपर्यंतचे कर्ज घेऊ शकत होता आणि या १९९१ सालीच भारताने जागतिकीकरणाचे धोरण स्वीकारले होते).

आता जगातील बहुतेक देशांनी जागतिकीकरण स्वीकारले आहे. जागतिकीकरण म्हणजे कुठलाही देश आपला माल कुठल्याही देशात विकू शकतो. या जागतिकीकरणामुळे झाले काय? तर, ज्या देशात स्वस्त कामगार, कंपनीसाठी स्वस्तात जागा व चांगल्या पायाभूत सुविधा उपलब्ध होत्या, तिथे मोठ्या प्रमाणात नवीन कंपन्या सुरू झाल्या. खर्च कमी झाल्याने कंपनीने त्यांच्या वस्तूंची किंमत कमी केली. किंमत कमी झाल्यामुळे ग्राहकांनी याच वस्तूखरेदीवर जोर दिला, त्यामुळे झाले काय? त्यांच्या देशातील छोट्या-छोट्या कंपन्यांची विक्री कमी कमी होत गेली आणि कालांतराने त्या बंद कराव्या लागल्या. कंपन्या बंद झाल्यामुळे त्या देशात बेरोजगारी वाढत गेली (मी फक्त भारताबद्दल नाही, तर जगातील एकूण परिस्थितीबद्दल बोलत आहे).

थायलंड देशात मोठ्या प्रमाणात इलेक्ट्रॉनिक्स वस्तू बनवल्या जातात.

भरपूर कंपन्यांचा उत्पादन करणारा कारखाना (Manufacturing Plant) थायलंड देशात आहे. २००४-०५च्या दरम्यान आलेल्या सुनामीचा (Tsunami) तडाखा भारत आणि थायलंड देशाबरोबर आग्नेय आशियातील नऊ देशांना बसला होता. थायलंड हे एक इलेक्ट्रॉनिक्स वस्तू बनवण्याचे हब आहे. म्हणजेच जगातील बहुतांश मोठ्या-मोठ्या इलेक्ट्रॉनिक्स कंपन्यांचे, सुटे भाग (Spare Parts) थायलंड देशात बनतात आणि सुनामी आल्याने, थायलंडमध्ये इलेक्ट्रॉनिक्स वस्तूंचे कमी उत्पादन (२००४ ते ०५) झाले आणि त्याचा फटका जवळपास संपूर्ण जगाला बसला होता. २०१२-१३च्या दरम्यान जपानमध्ये नैसर्गिक आपत्ती (Natural Disaster) आली होती आणि त्याचाही फटका संपूर्ण जगाला बसला होता.

जागतिकीकरणामुळे जगातील प्रत्येक देश दुसऱ्या देशावर अवलंबून आहे. कुठल्याही देशात एखादी घटना घडल्यावर त्याचा परिणाम संपूर्ण जगावर कमी-जास्त प्रमाणात दिसून येतो. खासकरून, प्रत्येक देशाच्या शेअर मार्केटवर तो दिसतोच दिसतो. कधीकधी असे वाटते की कदाचित याच कारणासाठी जागतिकीकरण केले असावे. (The world is so globalized (may be purposely globalized) that any change in any corner of world, will result in volatility in the entire world, especially in the share market of all countries).

ठीक आहे, तर आपला प्रश्न काय होता? जागतिक आर्थिक संकटाचा भारतावर काय परिणाम दिसून येतो?

जर का जगावर आर्थिक संकट आले असेल किंवा जगात आर्थिक मंदी आली असेल तर त्याचा परिणाम आपल्याला आपल्या देशातसुद्धा जाणवतो. जगात आर्थिक मंदी आली असेल तर त्याचा सर्वांत जास्त फटका निर्यात करणाऱ्या कंपन्यांना बसतो आणि त्या कंपन्या ज्या देशात आहेत, त्या देशांनासुद्धा बसतो. भारतातसुद्धा त्याचा सर्वांत जास्त फटका, निर्यात करणाऱ्या कंपन्यांना बसतो. **पण भारत निर्यातीपेक्षा आयात जास्त करत असल्याकारणाने, दुसऱ्या प्रमुख देशांपेक्षा भारतावर आर्थिक मंदीचा जास्त प्रभाव दिसून येणार नाही.**

२०१५ सालाच्या मंदीनंतर, कच्च्या तेलाचे भाव कमी झाले होते. त्यामुळे भारताला आयात करताना कच्च्या तेलासाठी कमी पैसे मोजावे लागले. म्हणजेच आर्थिक मंदीमुळे तेलाची मागणी कमी झाली आणि किंमत कमी झाली. आता तेलाची किंमत कमी झाल्याने, जे देश तेल आयात करत होते त्यांचे मोठ्या प्रमाणात परकीय चलन वाचले व त्या देशातील महागाई कमी झाली. अक्षय

ऊर्जेच्या (Renewable Energy) जास्त वापरानेसुद्धा तेलाची किंमत कमी झाली. तसेच, काही मोठ्या गुंतवणूकदारांनी तेलाच्या कंपनीतील गुंतवणूक काढून ती अक्षय ऊर्जा बनणाऱ्या कंपनीत गुंतवली. (एखाद्या देशातील शेअर मार्केट जास्त प्रमाणात वर गेल्यावर तसेच स्थावर मालमत्तेची (Blocks, घरे इत्यादी) किंमत फारच जास्त प्रमाणात वाढल्यानंतर त्या देशावर आर्थिक संकट येऊ शकते.)

स्टार्टअप इंडिया (Startup India) – जानेवारी २०१६ रोजी भारतीय पंतप्रधान नरेंद्र मोदी यांनी स्टार्टअप इंडियाची घोषणा केली. ही योजना होतकरू नागरिकांसाठी आहे. नागरिकांनी दुसऱ्या कोणाकडे तरी नोकरी करण्यापेक्षा, नवीन व्यवसाय चालू करावा, हा या योजनेमागील मुख्य हेतू आहे. या योजनेसाठी त्यांनी दहा हजार कोटी रुपयांचा निधी राखून ठेवला आहे. जेव्हा आपण एखादा व्यवसाय सुरू करतो तेव्हा आपण आपल्याबरोबर एक-दोन जणांना तरी बरोबर घेतो. याचाच अर्थ, नवीन रोजगाराची संधी उपलब्ध करतो. भारतातील सर्वच लोकांना रोजगार उपलब्ध करून देणे, हे तसे जिकिरीचे काम आहे. केंद्र सरकारचे असे म्हणणे आहे की या योजनेच्या साहाय्याने तुम्ही नोकरी शोधणारे न बनता, नोकरी देणारे बनावे.

भारत सरकारने अशा विविध योजना आणल्या आहेत आणि या सर्वांचा मुख्य हेतू जास्तीत जास्त लोकांना रोजगार कसा मिळेल, गरिबी कशी कमी होईल आणि गरीब आणि श्रीमंत यातील दरी कशी कमी होईल, हा आहे. अर्थात, आपण इथे (या पुस्तकात) केंद्र सरकारने काय काय केले आहे आणि काय काय करायला पाहिजे, याबद्दल चर्चा न करता, अशा प्रश्नाबद्दल बोलणार आहोत की जे सामान्य माणसाला नेहमी भेडसावतात.

माणसाला नोकरीची गरज का असते?

- कुठलीही वस्तू (मूलभूत गरज किंवा विलासी गरज/ Basic Need or Luxurious Need) विकत घ्यायला पैसा लागतो आणि आपण कुठले तरी काम केल्यावर किंवा व्यवसाय केल्यावर आपल्याला पैसा मिळतो.
- समाजात स्वत:ची पत दाखवण्यासाठी किंवा ओळख निर्माण करण्यासाठी. म्हणजे मी या कंपनीत या पदावर आहे किंवा माझा असा व्यवसाय आहे.
- आपण घेतलेल्या ज्ञानाचा, शिक्षणाचा उपयोग झाला पाहिजे. आपल्या कर्तृत्वाला वाव मिळाला पाहिजे. कोणीतरी आपली स्तुती केली पाहिजे.
- माणसाने स्वत:ला कुठेतरी गुंतवून ठेवण्यासाठी. कारण स्वत:ला कुठेतरी गुंतवून नाही ठेवले, तर रिकाम्या वेळेत तो अयोग्य कामे करू शकतो. आपल्याला तर माहीतच असेल की 'खाली दिमाग शैतान का घर'.

शिकलेल्या तरुणांना रोजगार न मिळाल्यास हॅकिंग किंवा सायबर गुन्हेगारी वाढू शकते. माणसाच्या हातात काम नसेल तर तो वाईट कृत्य करायला धजावतो. मी त्यांची बाजू घेत नाही किंवा कामाला जाणारी माणसे वाईट कृत्य करतच नाहीत, असेही मी म्हणत नाही. मनुष्याचा जसा स्वभाव असतो त्याप्रमाणेच तो वागतो. पण जास्त बेरोजगारी असल्यावर चोऱ्या वाढतात, तंटे वाढतात.

सगळ्यांनाच ऑफिसमध्येच कामे कशी मिळणार? बहुतेकांना सरकारी नोकरी किंवा त्या तऱ्हेचे वातावरण असलेली नोकरी हवी असते. म्हणजेच बहुतेकांना त्यांच्या सोयीची नोकरी हवी असते. तसेच, लोकांना भरवशाचे/ शाश्वत उत्पन्न हवे असते (Definite Regular Income). लोकांच्या हातात कामे नाहीत म्हणून सोशल मीडियावर काही लोक (खासकरून बेरोजगार तरुण वर्ग) एकमेकांबद्दल वाईट टिप्पणी करत असतात. दुसऱ्याबद्दल अयोग्य विचार मांडतात. हा एकवटलेला राग दुसऱ्या मार्गाने बाहेर पडतो. याची कल्पना त्यांनाही असते आणि आपण करत असलेल्या वर्तनाशी तो शंभर टक्के सहमत असेलच असे नाही. बोलायचेच झाले, तर लोकांचे लक्ष वेधण्यासाठी प्रसिद्ध माणसांविरुद्ध अफवा पसरवणे किंवा जनतेचे मन कलुषित होईल असे लिखाण किंवा वक्तव्य करणे. समजा, कुणी भारतरत्न सचिन तेंडुलकर आणि भारतरत्न लता मंगेशकर यांच्याबद्दल वाईट लिखाण किंवा वक्तव्य केले, तर तुम्हाला तरी ते योग्य वाटेल का? काहींचा अशा अयोग्य गोष्टींतूनही प्रसिद्धी मिळवण्याचा विकृत स्वभाव असतो. आपल्या देशात बोलण्याचे/ लिहिण्याचे स्वातंत्र्य आहे हे मान्य, पण याचा अर्थ कोणीही दुसऱ्याबद्दल बदनामीकारक वक्तव्य करणे नव्हे, बरोबर ना?

अयोग्य वर्तन टाळण्यासाठी आपण जास्तीत जास्त लोकांना रोजगार कसा उपलब्ध होऊ शकतो, यावर भर द्यावा लागेल. बरोबर ना?

विकसित आणि विकसनशील देश

ज्या देशाची अर्थव्यवस्था (Economy) दुसऱ्या देशापेक्षा जास्त असते, तसेच ज्या देशाची पायाभूत सुविधा (Infrastructure) ही दुसऱ्या देशापेक्षा चांगली असते, त्या देशांना विकसित देश असे म्हणतात. विकसित देशांमध्ये नॉर्वे, ऑस्ट्रेलिया, अमेरिका, स्वित्झर्लंड, इंग्लंड, जपान अशा देशांचा समावेश होतो. विकसित देशात जास्तीत जास्त सोयी-सुविधा सर्व लोकांना सहज आणि योग्य किमतीत उपलब्ध असतात.

ज्या देशाची अर्थव्यवस्था आणि पायाभूत सुविधा विकसित देशापेक्षा कमी आणि अविकसित देशांपेक्षा जास्त असते, त्या देशांना विकसनशील देश असे म्हणतात. विकसनशील देशांमध्ये भारत, दक्षिण आफ्रिका, श्रीलंका, चीन, रशिया, मलेशिया अशा देशांचा समावेश होतो.

अर्थव्यवस्थेच्या नियमानुसार, जर का आपण असलेल्या संसाधनांचा पूर्णत: उपयोग केला नाही तर त्या वस्तूस अविकसित असे म्हणतात. (In economics, underdevelopment is when resources are not used to their full socioeconomic potential). ज्या देशांमध्ये गरीब आणि श्रीमंत यांमध्ये फार मोठी दरी असते, रोजगाराची कमी संधी उपलब्ध असते, आरोग्य सेवेचा दर्जा चांगला नसतो, तसेच पुरेसे अन्न, शिक्षण, कपडालत्ता अशा मूलभूत गोष्टींची कमतरता असते, त्या देशांचा समावेश अविकसित देशांमध्ये होतो. अविकसित देशांमध्ये लायबेरिया, माली, टोगो, टांझानिया अशा देशांचा समावेश होतो.

काही विकसनशील आणि अविकसित देशांमध्ये सतत युद्ध होत असते. त्यामुळे त्या देशातील लोक, विकसित देशात स्थलांतरित (Migration) होतात. जर का आपण २००० सालापासून ते २०१६ सालाचा विचार केला तर भरपूर मोठ्या प्रमाणात मध्य पूर्वेतील लोक युरोपमध्ये स्थलांतरित झाले आहेत, असे आपणास आढळेल.

सप्टेंबर २००१ साली झालेल्या अमेरिकेतील वर्ल्ड ट्रेड सेन्टरवरील अतिरेकी हल्ल्यानंतर, अमेरिकन हल्ल्याला जबाबदार असलेल्या संघटनेचा नायनाट करण्यासाठी अफगाणिस्तान, इराक या देशांवर हल्ला केला. सतत होणाऱ्या युद्धामुळे या दोन देशांतील नागरिक मोठ्या प्रमाणात दुसऱ्या देशात विस्थापित झाले आणि त्याच्यानंतर बहुतांश मध्य पूर्वेतील देशात, त्यांच्या त्यांच्या सरकारविरुद्ध उठाव झाले आणि तिकडील सरकार कमकुवत झाले/ पाडण्यात आले. पण त्याच्यानंतर तिथे कोण प्रमुख होणार या गोष्टीत एकवाक्यता न झाल्याने, तसेच काही देशांत लोकांनी निवडून दिलेले सरकार असतानासुद्धा, काही धार्मिक संस्थेच्या चुकीच्या धोरणामुळे अराजकता पसरली आणि तेथील लोक विस्थापित झाले किंवा त्यांना स्थलांतरित (Migration) व्हावे लागले. या सर्व देशांतील लोकांनी बाजूच्याच देशाचा आसरा घेतला व काहींनी युरोप खंडाचा आश्रय घेतला.

अमेरिकी अध्यक्ष, जॉर्ज डब्ल्यू बुश आणि ब्रिटिश पंतप्रधान टोनी ब्लेअर यांच्या म्हणण्यानुसार, इराक देशात धोकादायक शस्त्रे असल्याच्या संशयावरून, सद्दाम हुसेन अतिरेक्यांना करत असलेली मदत थांबवण्यासाठी आणि इराकी जनतेस त्यांच्या जाचातून (सद्दाम हुसेन यांच्या जाचातून) मुक्त करण्यासाठी अमेरिका आणि ब्रिटिश सरकारने हे युती-मिशन २००३ साली केले. पण जुलै २०१६ साली आलेल्या रिपोर्टनुसार, इराक देशात धोकादायक शस्त्रे नव्हती, तसेच काही तज्ज्ञांच्या मते, सध्याच्या काळात (२०१४ सालापासून) मध्य पूर्वेत जो आतंकवाद जन्माला आला, तो या युती- मिशनच्या चुकीच्या धोरणामुळे जन्माला आला. या युती-मिशनमुळे, इराक देशात चालू झालेल्या युद्धामुळे जवळपास पाच लाख लोकांचे प्राण गेले आणि त्या दरम्यान जन्माला आलेल्या अतिरेकी संघटनांमुळे सीरिया देशात जवळपास चार लाख लोक मारले गेले, तसेच भरपूर लोकांना त्यांचा देश सोडावा लागला.

या सर्व गोष्टींमुळे झाले काय? ज्या देशात जास्त माणसांनी स्थलांतरित केले, त्या देशावरती ताण वाढला. माणसांनी स्थलांतरित व्हायला नाही पाहिजे, असे मी नाही म्हणत, पण ज्या देशात जास्त माणसांनी स्थलांतर केले, तो देश अशा प्रकारच्या परिस्थितीला तयार होता का? तो देश काय किंवा जगातील कुठलाच देश, अशा प्रकारची परिस्थिती आल्यावर गोंधळून जाणे स्वाभाविकच आहे. म्हणजे त्यांना मदत करायची असते, पण तेवढ्या संसाधनांची (Resources) सोय नसते. म्हणजे बघा, आता समजा एक हॉस्पिटल एका वेळेला एक हजार माणसांवर उपचार करू शकते, पण जर का एकाच वेळी दोन हजार किंवा त्यापेक्षा जास्त माणसे आल्यावर त्या हॉस्पिटलची व्यवस्था कोलमडून जाईल, नाही का?

सर्वच स्थलांतर नाइलाजाने होत असते, असे नव्हे. काही लोक चांगल्या

जीवनशैलीसाठीसुद्धा विकसित किंवा जवळच्या विकसनशील देशात स्थलांतरित होत असतात. म्हणजेच विविध कारणांनी माणसास त्याचा देश सोडावा लागतो. अशा बहुतेक लोकांना संयुक्त राष्ट्र (United Nations), जागतिक बँक (World Bank), तसेच काही स्वयंसेवी संस्था (NGO) अन्न, वस्त्र आणि निवाऱ्यासारख्या मूलभूत गोष्टी पुरवून मदत करत असतात. अशा संस्थेनी मदत केली पाहिजेच, पण जर का त्यांना काम दिले तर फार बरे होईल, असे नाही का तुम्हाला वाटत? जर का हातापायाची किंवा बुद्धीला काम करण्याची सवय मोडली व असे जर का आयुष्यभर होत राहिले, तर त्या लोकांच्या पुढच्या पिढीची या अवयवाची गरज नाहीशी होऊन शेपटासारखे हे अवयवसुद्धा गायब होतील की काय, अशी भीती तुम्हाला नाही का वाटत? आणि समजा असे झाले, तर त्याला जबाबदार कोण?

एखाद्या गरजू व्यक्तीला जेव्हा आपण पैशांची मदत करतो तेव्हा त्या पैशाने तो काही दिवस त्याच्या कुटुंबाचे पालनपोषण करू शकतो, पण जर का तुम्ही त्याला काम दिले तर संपूर्ण आयुष्यभर तो त्यांच्या कुटुंबाचे पालनपोषण करू शकेल, असे नाही का तुम्हाला वाटत? (Give a man a fish and you will feed him for a day. Teach a man how to fish and you will feed him for a life time.)

जशा जगातील स्वयंसेवी संस्था (NGO) त्यांची त्यांची कामे करत असतात, तशीच ती भारतातसुद्धा कामे करत असतात. मार्च २०१४ला प्रसिद्ध झालेल्या एका वृत्तानुसार भारतात वीस लाख स्वयंसेवी संस्था आहेत. पण ऑगस्ट २०१५ला एका वृत्तपत्राने जारी केलेल्या बातमीनुसार भारतात ३१ लाख स्वयंसेवी संस्था कार्यरत आहेत. म्हणजे सोळा ते सतरा महिन्यांत असे झाले काय की या काळात नवीन ११ लाख स्वयंसेवी संस्था चालू झाल्या. आता भारताची लोकसंख्या आहे १२५ कोटी आणि भारतात ३१ लाख स्वयंसेवी संस्था आहेत. म्हणजेच जवळपास चारशे चार (४०४) माणसांमागे एक स्वयंसेवी संस्था, आणि समजा प्रत्येक संस्थेत दहा माणसे आहेत असे जरी गृहीत धरले, तर प्रत्येक चाळीस माणसांमागे, स्वयंसेवी संस्थेतील एक मनुष्य येईल. तुम्हाला आठवते का की तुम्ही तुमच्या शहरात किंवा गावात कधी स्वयंसेवी संस्था बघितल्या आहेत? आणि जर का आपल्या आजूबाजूला स्वयंसेवी संस्था नाही आहेत तर त्या आहेत तरी कुठे?

साधारणत: स्वयंसेवी संस्था दोन प्रकारच्या असतात. काही संस्थांना भारतातील नागरिक, भारतातील उद्योजक मदत करतात. मदत म्हणजे पैशाने केलेली मदत आणि स्वत:चा वेळ देऊन केलेली मदत, आणि काही संस्थांना भारतातील

नागरिक, भारतातील उद्योजक आणि विदेशातूनसुद्धा मदत मिळते. ज्या संस्थांना विदेशातून मदत मिळते, त्यांना नोंदणी करताना तशी (विदेशातून मदत येणार आहे) नोंद केंद्र सरकारकडे करावी लागते. भारतातील काही स्वयंसेवी संस्थांना विदेशातून दर वर्षी जवळपास ११,५०० कोटी रुपये येत असतात. म्हणजे बघा, विदेशातील लोकांना आपली किती काळजी आहे आणि आपण सहिष्णुता (Tolerance) आणि असहिष्णुता (Intolerance) या विषयांवर भांडत बसतो. आता मला सांगा, हा जो पैसा विदेशातून भारतात येतो, त्या सगळ्यांचा उद्देश भारताच्या विकासाचा आणि भल्याचाच असणार ना? तुम्हाला काय वाटते?

भारत सरकारने एक असा कायदा मंजूर केला की ज्याने एक एप्रिल २०१४ पासून ज्या कंपन्यांची उलाढाल (खरेदी आणि विक्री or Turnover) एक हजार कोटींपेक्षा जास्त आहे, ज्या कंपन्यांचे नेट वर्थ (Net Worth) पाचशे कोटींपेक्षा जास्त आहे व ज्या कंपन्यांचा निवळ नफा (Net Profit) पाच कोटींपेक्षा जास्त आहे, त्या सर्व कंपन्यांना त्यांच्या तीन वर्षांतील निवळ नफ्याच्या सरसरीची (Average of Profit) दोन टक्के रक्कम सामाजिक कामासाठी खर्च करावी लागेल (Corporate Social Responsibility). म्हणजेच आपण असे म्हणू शकतो की स्वयंसेवी संस्थांना ही रक्कम मिळू शकते. आता कदाचित एवढी रक्कम मिळणार आहे हे ऐकल्यामुळे सोळा महिन्यांत जवळपास अकरा लाख नवीन स्वयंसेवी संस्था निर्माण झाल्या असतील, असे नाही का तुम्हाला वाटत?

या सर्व पैशांच्या मदतीने, रोजगार निर्मिती नाही का होऊ शकत? रोजगार म्हणजे फक्त ऑफिसमध्ये बसून होणाऱ्या रोजगाराबद्दल नाही, तर बाकीच्या रोजगाराचासुद्धा आपण विचार करावा. म्हणजे आता तुम्हाला तर माहीतच असेल की आपल्या आजूबाजूला किती समस्या असतात. त्या समस्या सोडवण्याबद्दल मी बोलत आहे. अर्थात, स्वयंसेवी संस्था लोकांच्या समस्या सोडवून लोकांना मदतच करत असतात, पण प्रत्येक संस्था काय काम करते? याआधी त्यांनी काय काय कामे केलीत, याचा पाठपुरावा आपल्याला करायला पाहिजे की नाही? तुम्हाला काय वाटते?

सीबीआयने (CBI) सुप्रीम कोर्टाला २०१५ साली दिलेल्या रिपोर्टनुसार, भारतातील फक्त दहा टक्केच स्वयंसेवी संस्थांनी त्यांचा आर्थिक तपशील (जमाखर्च/ ताळेबंद) संबंधित अधिकाऱ्याकडे दिला आहे.

या सगळ्या गोष्टी सांगायचा उद्देश हाच की आपल्या आजूबाजूच्या समस्या कमी करण्यासाठी आपल्याकडे भरपूर मार्ग असतात. मला काय त्याचे, ही वृत्ती असेल, तर तशी वृत्ती कमी करायला नको का? कारण जर का जग बुडत असेल तर कोणताही मनुष्य तरेल का? अर्थात, जग बुडणार आहे, असे मी बोलत नाही,

पण जर का आपल्या आजूबाजूला एवढ्या समस्येचे डोंगर आहेत अणि त्या समस्या सोडवण्यासाठी भरपूर माणसे कामे करत असतील (काम करतात म्हणजे तसे त्यांचे म्हणणे असते) तर अशा वेळी समस्या कमी व्हायच्या ऐवजी वाढतच का जातात? किंवा एक समस्या कमी झाल्यावर दुसरी समस्या का निर्माण होत असावी? तुमचे काय मत आहे यावर?

भारत कधी होणार विकसित देश?

किंवा स्वातंत्र्यापासूनच भारत हा एक विकसनशील देश आहे, तो विकसित कधी होणार?

जर का आपण विकसित आणि विकसनशील देशावरील कर्ज बघितले तर आपल्याला कळू शकते की विकसित देशांवर जास्त कर्ज आहे. जर का आपण युरोपमधील विकसित देशांबद्दल बोलत असू तर त्या देशांनी जवळपास १०० ते २०० वर्षे जगातील विविध देशांवर राज्य केले होते. याचाच अर्थ, युरोपियन देश फार पूर्वीपासून पुढारलेले देश आहेत. सध्याच्या स्थितीबद्दल बोलायचे झाले, तर युरोपियन देश म्हणजे युरोपियन युनियन (२७ देशांचा समूह) आणि युनायटेड किंग्डम फार पूर्वीपासून पुढारलेले देश आहेत. अमेरिकेबद्दल बोलत असाल तर अमेरिकेला स्वातंत्र्य मिळून २४० वर्षे झाली आहेत आणि आपल्याला स्वातंत्र्य मिळून ७० वर्षे झाली आहेत. म्हणजे, माझा म्हणायचा मुद्दा हा आहे की काही देशांनी कर्ज घेऊन मोठ्या प्रमाणात विकास केला. ते देश विकसित झाले हे फारच चांगले आहे, पण त्याच्यासाठी त्या देशांनी भरपूर मोठ्या प्रमाणात कर्ज घेतले आणि कर्ज पण केवढे? तर, त्या देशाच्या मिळकतीपेक्षा पण जास्त कर्ज.

दुसऱ्यांना भलेभुरे बोलून आपण आपल्या चुका लपवू शकत नाही किंवा मला विकसित देशांच्या चुका दाखवण्यात धन्यता मिळत नाही. माझे फक्त एवढेच मत आहे की दुसरा काय करतो, किती कमावतो यांच्याशी आपला काय संबंध? आणि जर का कोणी तशी तुलना करत असेलच तर तुलना सर्वच बाबतीत करावी. याआधी, जेव्हा पण आपण आपल्या देशाची तुलना विकसित देशाबरोबर करत होतो तेव्हा आपण आपली भारतीय संस्कृती किती महान आहे, याचे गोडवे गायचो. नाही, आपली संस्कृती चांगलीच आहे, पण म्हणून ती जगातील सर्वश्रेष्ठ संस्कृती आहे, असा दिंडोरा पिटायला नको.

सर्वच बाबतीत तुलना करायची म्हणजे त्या देशावर किती कर्ज आहे?

विकसित देशातील लोकांकडे किती बचत आहे? बँकेचा व्याजदर कमी असल्याकारणाने आणि पैसा बचत करण्यापेक्षा तो खर्च केला पाहिजे, या मानसिकतेमुळे विकसित देशातील मध्यमवर्गाकडे विकसनशील देशातील मध्यमवर्गातील माणसांपेक्षा कमी पैसे आहेत (व आता त्या देशातील लोक आपल्या देशातील बचत पद्धत स्वीकारायचे बघत आहेत) आणि आता सध्याची स्थिती बघितली, तर काही विकसित देशांच्या डोक्यावर, जास्त घेतलेल्या कर्जांमुळे आणि स्थावर मालमत्तेच्या बुडबुड्यामुळे (रिअल इस्टेट बबलमुळे/ Real Estate Bubble) मोठ्या आर्थिक संकटाची टांगती तलवार लटकत आहे.

भारत विकसित देश कधी होणार, या प्रश्नाच्या उत्तरासाठी आपणास इतिहासात डोकवावे लागेल. आपण इथे दोन कालखंडाचा विचार करू या. दहाव्या शतकापूर्वीचा काळ आणि दहाव्या शतकानंतरचा काळ (Before 1000 & After 1000). मी दहावे शतक यासाठी घेतले कारण दहाव्या शतकानंतर भारतावर मोठ्या प्रमाणात परकीय आक्रमणे झाली. पहिल्यांदा मुघलांनी भारतावर आक्रमण केले व त्या नंतरच्या काळात युरोपीय देशांनी (आक्रमणे केली).

आपण पुन्हा एकदा विकसित देशाची व्याख्या (Definition) थोडक्यात जाणून घेऊ या. विकसित देश म्हणजे ज्या देशात दळणवळणाची चांगली सोय आहे आणि ज्या देशाचा एकूण विकास दुसऱ्या देशांपेक्षा जास्त झाला आहे, तो देश. विकसित देशात जास्तीत जास्त सोयी-सुविधा सर्व लोकांना सहज आणि योग्य किमतीत उपलब्ध असतात. तर, या व्याख्येनुसार, भारत दहाव्या शतकात आणि त्याच्या आधीच्या काळात विकसित देश होता. आता तुम्हाला प्रश्न पडला असेल की जर का भारत दहाव्या शतकात विकसित देश होता, तर आता तो विकसनशील देश का आहे? किंवा तुम्ही असे कसे म्हणता की भारत दहाव्या शतकात विकसित देश होता? विकसित देश म्हणजे काय? तर, ज्या देशाचा विकास दुसऱ्या देशांपेक्षा जास्त झाला आहे, तो देश. आता मी भारताला विकसित देश म्हणताना, दहाव्या शतकातला भारत आणि आताचा भारत, अशी तुलना न करता दहाव्या शतकातला भारत आणि दहाव्या शतकातीलच जगातील दुसरे देश यांची तुलना करत आहे. म्हणजेच दहाव्या शतकात भारत हा एक विकसित देश होता.

दहाव्या शतकानंतर भारतावर मोठ्या प्रमाणात परकीय आक्रमणे झाली. भारताच्या भरपूर मोठ्या भूभागावर त्यांनी सत्ता गाजवली (त्यांनी म्हणजे मुघलांनी आणि युरोपीय देशांनी) आणि दहाव्या शतकानंतर जगात ज्या जोमाने विकास झाला त्या जोमाने भारताचा (परकीय राजा असल्याने) विकास झाला नाही.

आता यासाठी आपल्याला फक्त परकीय शक्तींना दोष देऊन चालणार नाही. परकीय शक्तींनी भारतावर आक्रमणे का केली? जर का तुम्ही इतिहास बघितला

तर तुम्हाला एक गोष्ट लक्षात येईल की भारतातील राजे किंवा राज्ये एकमेकांशी भांडत होती म्हणून परकीय शक्तींना भारतावर आक्रमणे करता आली. जर का आपले राजे एकत्र येऊन परकीय शक्तीच्या विरोधात उभे राहिले असते, तर भारतावर परकीय शक्तीची कधीच सत्ता आली नसती.

काही राजांनी आपल्या प्रतिस्पर्धी राजाला हरवण्यासाठी परकीय शक्तीची मदत घेतली, तर काहींनी स्वत:च्या भावाच्या किंवा वडिलांच्या सिंहासनावर बसण्यासाठी परकीय शक्तीची मदत घेतली. हो, हे खरे आहे की परकीय शक्तींनी कपटानेसुद्धा काही राज्ये बळकावली, पण हेही खरे आहे की आपल्या राजांनी एकत्र येऊन परकीय शक्तीचा सामना केला असता, तर भारतावरती परकीय शक्तीची कधीच सत्ता आली नसती. बऱ्याच वेळेला आपण पळवाटा शोधत असतो आणि स्वत:च्या चुकीचे किंवा अपयशाचे खापर दुसऱ्याच्या डोक्यावर फोडायचे प्रयत्न करत असतो. आपण सर्वांनीच दुसऱ्यांना दोष देण्यापेक्षा, स्वत:चे आत्मपरीक्षण केले पाहिजे, असे नाही का तुम्हाला वाटत?

जर का भारतातील लोकांनी परकीय शक्तींना मदत केली नसती, तर भारतावर परकीय आक्रमण झालेच नसते आणि आताही परिस्थिती काही बदललेली नाही, हेच बरोबर, खरं ना? एखाद्या देशात (परकीय) हल्ला का होतो? कारण त्या देशातीलच माणसांची त्याला मदत मिळते म्हणून. मी फक्त भारताबद्दल नाही, तर जगातील सर्व देशांबद्दल बोलत आहे. काही काही ठिकाणी तर (जगातील काही ठिकाणी) सत्ताबदल करण्यासाठी विरोधी पक्षातील लोक, अशा लोकांशी हातमिळवणीसुद्धा करतात. (आपल्या पुस्तकाचा विषय जरी महागाई का वाढते, हा असला तरी आपल्याला या गोष्टी माहीत असल्याच पाहिजेत; कारण या गोष्टीसुद्धा महागाईवर परिणाम करतात. संपूर्ण पुस्तक वाचल्यावर या सर्वांचा महागाईवाढीशी कसा संबंध आहे, हे आपल्याला कळू शकेल आणि जगातील बहुतेक गोष्टींचा आपल्यावर प्रत्यक्ष किंवा अप्रत्यक्षरीत्या (Direct or Indirect) कसा फरक पडतो, हेही आपल्याला कळेल.)

आजही जगात काही लोक तोंडावर गोड गोड बोलून स्वत:च्या फायद्याचे काम करून घेतात व पाठीमागे नावे ठेवतात. काही लोक स्वत:चा स्वार्थ साधण्यासाठी दोन लोकांमध्ये भांडण लावून देतात किंवा काही काही लोक तर, मी फार गरीब आहे किंवा फार गरजवंत आहे, असे म्हणतात आणि स्वत:चा फायदा झाल्यानंतर निघून जातात. म्हणजे काळ जरी बदलला तरी माणसाचा स्वभाव काही बदललेला नाही, हेच बरोबर. खरं ना?

जर का तुम्ही इतिहासात डोकावले तर तुम्हाला एक गोष्ट लक्षात येईल की गरीब गरीब म्हणून काही लोकांनी, श्रीमंत व्यक्तीच्या किंवा किंगमेकर व्यक्तीच्या

किंवा ज्याच्या हातात सत्ता आहे अशा व्यक्तीच्या किंवा भरपूर लोक ज्याचे म्हणणे मानतात अशा व्यक्तीच्या जास्तीत जास्त जवळ जाण्याचा प्रयत्न केला. कुठच्या कुठच्या उदाहरणात तर, त्या व्यक्तीच्या आजूबाजूच्या लोकांमध्ये फूट पाडून स्वत:चे स्थान पक्के केले. त्यांचा सॉफ्ट कॉर्नर काय आहे हे जाणून घेतले, त्यांच्या पूर्ण स्वभावाबद्दल जाणून घेतले, त्यांच्या मागच्या आयुष्याबद्दल माहिती काढली. दुसऱ्यांबद्दल वाईट किंवा चुकीचे बोलून, त्या महत्त्वाच्या व्यक्तीच्या मनात स्थान मिळवले आणि मग स्वत:चा मूळ हेतू साध्य केला. जेव्हा आपल्यासमोर कोणीही दुसऱ्याची चुगली करतो, दुसऱ्या व्यक्तीचे दोष दाखवतो तेव्हा तीच व्यक्ती आपलीसुद्धा चुगली दुसऱ्यांकडे करू शकते आणि बहुतेक वेळा ती व्यक्ती चुगली करतेच; कारण त्या व्यक्तीचे व्यक्तिमत्त्व तसेच असते. हे नको का आपण लक्षात घ्यायला?

युगानुयुगे मनुष्य स्वभाव बदललेला नाही. म्हणजेच हजारो वर्षांपूर्वी जशी अयोग्य स्वभावाची माणसे होती तशी आत्ताही आहेत आणि भविष्यात पण असतील. तरीही हे जग असेच चालत राहील; कारण समाजात जरी अयोग्य माणसे असली तरी हा समाज काही अयोग्य माणसांमुळे नव्हे, तर योग्य आणि नीतिवान माणसांच्या कार्यभागामुळे आणि साध्याभोळ्या माणसांमुळे चालत असतो आणि भविष्यातसुद्धा चालत राहील.

काही अयोग्य किंवा अनीतिवान माणसे चांगल्या गोष्टीतसुद्धा पहिल्यांदा वाईट गोष्ट शोधतात. ती गोष्ट कशी चुकीची आहे, याची खोटी माहिती जनतेला देतात. अशी माणसे स्वत: काही काम करत नाहीत आणि दुसऱ्यालासुद्धा काही कामे करू देत नाहीत. जर का तुम्ही इतिहासात डोकावले किंवा आता टीव्हीवर बघितले तर तुम्हाला ही गोष्ट लक्षात येईल की मी कोणाबद्दल बोलत आहे? त्या (अयोग्य) माणसाला कामे करायची नसतात किंवा काही कामे करण्यापेक्षा दुसऱ्यांना, खासकरून मनापासून काम करत असलेल्या माणसांना, नावे ठेवणे त्या (अयोग्य) माणसांना सोपे वाटते. अशा माणसांना कुठलेही चांगले काम करता येत नसल्यामुळे किंवा स्वत: काही काम करत नसल्यामुळे भरपूर वेळ असतो. मग स्वत:चा वेळ घालवण्यासाठी अशी माणसे दुसऱ्यांवर बिनबुडाचे आरोप करतात. काही मीडियावालेसुद्धा अशाच माणसांना का महत्त्व देतात, हे एक न उलगडणारे कोडे आहे. मीडियाचे काम काय आहे? तर, ज्या गोष्टीने देशाचे किंवा जगाचे भले होणार आहे, अशा गोष्टी दाखवणे, त्या विषयावर चर्चा करणे, अयोग्य गोष्टी करणाऱ्यांचे पितळ उघडे पाडणे, पण तसं न करता, कोणी कोणाला काय म्हटले किंवा कोणाच्या घरात काय चालू आहे किंवा कोणामध्ये भांडण झाले, या गोष्टीला महत्त्व देतात. कदाचित काही काही मीडियावाल्यांना विसर पडला असेल की त्यांचे काम लोकांना भडकवणे नसून

लोकांपर्यंत खरी गोष्ट पोहोचवणे किंवा लोकांना खरी गोष्ट सांगणे आहे.

काही काही मीडियावाले तर एखादी गोष्ट दाखवण्यासाठी त्यांच्याकडून पैसे घेतात. म्हणजे समजा, तुम्हाला तुम्ही करत असलेल्या चांगल्या गोष्टीबद्दल माहिती द्यायची असेल किंवा तुम्हाला वाटत असेल की तुमचा फोटो पेपरात यावा, तर काही मीडियावाले तुमच्याकडून पैसे घेऊन तुमच्याबद्दलची (खरी किंवा खोटी) बातमी पेपरात छापतात किंवा टीव्हीवर दाखवतात. कधीकधी तर पेपरात बातमी न छापण्यासाठी किंवा टीव्हीवर न दाखवण्यासाठीसुद्धा काही मीडियावाले पैसे घेतात, असे बोलले जाते. तुम्ही माझ्यापेक्षा या अशा गोष्टींबद्दल जास्त जाणत असाल.

स्वत:चा आणि सर्व जनतेचा वेळ घालवण्यासाठी अयोग्य माणसे दुसऱ्यांवर बिनबुडाचे आरोप करतात आणि त्यांना काही मीडियावाले साथ देतात. मनापासून काम करत असलेल्या माणसांना अशा गोष्टींसाठी वेळ नसतो म्हणून मग तो या गोष्टींकडे दुर्लक्ष करतो आणि जर का कोणी कंटाळून या अयोग्य माणसाचा विरोध केलाच तर तो अयोग्य माणूस आणि काही मीडियावाले त्या योग्य माणसाच्या हात धुऊन मागेच लागतात. म्हणजे योग्य माणूस करत असलेले काम थांबते किंवा त्याच्या कामात व्यत्यय येतो. अयोग्य माणसाकडे काही कामच नसल्यामुळे किंवा काही काम करताच येत नसल्यामुळे वेळच वेळ असतो आणि काही मीडियावाल्यांना तर त्यांचा टीआरपी वाढवण्याची आयती संधी मिळत असावी, असे नाही का तुम्हाला वाटत?

कधीकधी मला प्रश्न पडतो की या मीडियावाल्यांना त्यांचे नातलग काय बोलत नसतील का की बाबा तू काय करत आहे? तुझे काम समाजात फूट पाडायचे नसून ते जोडण्याचे आहे, की खरोखरच काही मीडियावाले गेंड्याच्या कातडीचे असतात?

असो. आपण आपल्या मुद्द्यावर परत येऊ या. भारत दहाव्या शतकानंतर विकसित देशाच्या बरोबरीने विकास करू शकला नाही याला जेवढे परकीय राजे किंवा शासनकर्ते जबाबदार आहेत, तेवढेच किंवा त्यांच्यापेक्षा जास्त आपल्या देशातील राजे (आपल्या राजांची सत्तेसाठी हाव, महत्त्वाकांक्षा) जास्त जबाबदार आहेत.

आता तुम्ही म्हणाल की दहाव्या शतकाअगोदर भारतातील राज्यांत युद्धे नाही व्हायची का? मग त्या काळीसुद्धा विकास कसा होत होता? हो, दहाव्या शतकाअगोदर भारतातील राज्याराज्यांत युद्धे व्हायची. एक राजा, दुसऱ्या राजाचा प्रदेशसुद्धा काबीज करायचा, पण तो राजा जिंकलेल्या क्षेत्रातील जनतेला त्रास देत नव्हता किंवा त्यांच्याकडून अमानवी कर वसूल करत नव्हता. तो जनतेच्या कलागुणांना वाव द्यायचा. मुघल किंवा युरोपीय राष्ट्रे, कर किंवा महसूल गोळा करून किंवा विविध प्रकारचा कच्चा माल भारतातून, त्यांच्या त्यांच्या मूळ परदेशात घेऊन जात होते.

आपली जी आताची शिक्षण पद्धती आहे, त्यावर ब्रिटिशकालीन शिक्षण पद्धतीचा फार मोठा प्रभाव आहे. शिक्षण पद्धती म्हणा किंवा एकूणच व्यवस्था म्हणा. या व्यवस्थेनुसार त्यांना फक्त कारकूनच हवे होते; कुठचेही काम (खासकरून सामान्य जनतेशी निगडित काम) एका वेळेला झाले नाही पाहिजे, अशीच ती व्यवस्था होती, असे नाही का तुम्हाला वाटत? हो, इंग्रजांनी चांगल्या दळणवळणाच्या सोयी-सुविधा केल्या, पण बहुतांश दळणवळणाच्या सुविधा या भारतातून कच्चा माल (त्यांच्या देशात) नेण्यासाठी केल्या.

आता जर का आपण आताच्या काळाबद्दल बोलत असाल तर जागतिकीकरणामुळे जवळपास प्रत्येक देश दुसऱ्या देशाबरोबर व्यवहार करत असतो आणि दुसऱ्या देशांशी व्यवहार करणार म्हणजे दुसऱ्या देशांच्या चलनांशी संबंध येणार आणि त्यासाठी विनिमय दर महत्त्वाचे योगदान निभावत असतो. युरोपीय देश आधीच विकसित होते. त्यांच्या चलनाला जास्त मागणी असल्यामुळे त्यांचा विनिमय दरसुद्धा (Exchange Rate) चांगला आहे म्हणून जेव्हा जेव्हा भारत विकसित देशातून कुठलीही वस्तू आयात करतो तेव्हा आपल्याला जास्त रुपये द्यावे लागतात. पण याउलट जेव्हा आपण एखादी गोष्ट निर्यात करतो तेव्हा आपल्याला जास्त पैसे मिळतात. पण विविध मार्गांनी विकसित देश, विकसनशील देशावर कोटा पद्धत लावते ज्याने आपल्यासारख्या विकसनशील देशांना निर्यात करण्यावर मर्यादा येते. भारताची आयात ही त्याच्या निर्यातीपेक्षा खूप जास्त आहे आणि त्यामुळेसुद्धा महागाई वाढते.

असो. आता आपण आपला देश विकसित कधी होणार, या विषयावर येऊ या. समजा २०३० साली भारत विकसित देशांच्या यादीत समाविष्ट होईल, असे आपण समजू या. आता विकसित देशांच्या यादीत समाविष्ट होईल म्हणजे काय? तर, भारतातील लोकांकडे जास्त सोयी-सुविधा सहज आणि योग्य किमतीत उपलब्ध होतील. भारतात महागाई कमी होईल आणि इतर विकसित देशांसारखे भारतातील विकासदरसुद्धा (Growth Rate) कमी होईल.

आता आपण, याआधीच बघितले आहे की विकासदर कमी असल्यास गुंतवणूकदार विकसित देशातील कंपनी बंद करून विकसनशील देशात चालू करतात. कदाचित जशी आताच्या घडीला विकसित देशात मोठ्या प्रमाणात बेरोजगारी आहे तशी बेरोजगारी भारत विकसित झाल्यावर भारतात येऊ शकते. नाही, मला लोकांना घाबरवायचे नाही. मी फक्त एक शक्यता बोलून दाखवली.

ठीक आहे, आता आपण या विकसित देशांच्या बाबतीत काही गोष्टी जाणून घेऊ या.

१) विकसित देशांचा विकासदर (Growth Rate) कमी का असतो?

२) काही कालावधीनंतर, काही विकसित देशांतील कंपन्या त्यांच्या देशातील कंपन्या बंद करून, विकसनशील देशात का चालू करतात?

१) विकसित देशांचा विकासदर कमी का असतो?

विकसित देश म्हणजे ज्या देशाचा विकास दुसऱ्या देशापेक्षा जास्त झाला आहे, तो देश. दुसऱ्या देशातील लोकांपेक्षा विकसित देशातील लोकांकडे एकाच वस्तूचे जास्त पर्याय असतात. विकसित देशात जास्तीत जास्त सोयी-सुविधा सर्व लोकांना सहज आणि योग्य किमतीत उपलब्ध असतात.

विकसित देशामध्ये एकाच वस्तूसाठी जास्त पर्याय उपलब्ध असतात. याचाच अर्थ, वस्तू एकच त्याचा उपयोग एकच, त्याची गुणवत्ता (Quality) सारखीच, पण ती वस्तू बनवणाऱ्या कंपन्या भरपूर असतात व ग्राहकांनी आपलीच वस्तू विकत घ्यावी, यासाठी सर्वच कंपन्या नवनवीन प्रयोग करत असतात, शोध लावत असतात. म्हणजेच ग्राहकांना योग्य किमतीत आकर्षक आणि किफायतशीर वस्तू कशी मिळू शकेल, या प्रयत्नात सर्व कंपन्या असतात.

स्पर्धेमुळे आणि जवळपास सर्वच जागेचा विकास झाल्याकारणाने, विकसित देशातील कंपन्यांना, विकसित देशात नवनवीन ग्राहक मिळवणे आणि जुने ग्राहक टिकवणे फार जिकिरीचे काम असते. (Due to huge competition & less untrap market, organization find difficult to grow in developed country).

एखाद्या कंपनीचा विकास कधी होतो? तर, जास्त लोकांनी त्या कंपनीची वस्तू विकत घेतल्यावर किंवा महागाई वाढल्यावर. महागाई जास्त वाढण्याचा प्रश्नच उद्भवत नाही; कारण विकसित देशात कुठल्याही वस्तूचा पुरवठा (Supply) हा जास्तच असतो (जास्त कंपन्या असल्यामुळे व त्यांच्यात ग्राहक टिकवण्यासाठी होणाऱ्या स्पर्धेमुळे) आणि समजा एखाद्या गोष्टीचा तुटवडा पडलाच, तर त्यांचे सरकार ती वस्तू दुसऱ्या देशातून आयात करू शकते. विनिमय दर (Exchange Rate) जास्त असल्याकारणाने, त्यांच्या सरकारला त्या वस्तूसाठी कमी किंमत मोजावी लागते. पर्यायाने विकसित देशातील नागरिकांना (विकसनशील देशातील नागरिकांपेक्षा) स्वस्तात ती वस्तू उपलब्ध होऊ शकते.

जर का एखाद्या देशात लोकसंख्या वाढत असेल तर आपण असे म्हणू शकतो

की त्या देशात ग्राहकांची संख्या वाढत आहे. म्हणजेच, जर का एखाद्या देशात लोकसंख्या वाढत असेल तर त्या देशातील माणसे कुठली ना कुठली तरी वस्तू विकत घेणारच आणि ज्या कंपनीची वस्तू विकत घेणार त्या कंपनीची विक्री वाढणार, म्हणजेच त्या कंपनीचा विकासदर (Growth Rate) वाढणार. पण विकसित देशांमध्ये वाढणारी लोकसंख्या (टक्केवारीत मोजली तर) विकसनशील देशात वाढणाऱ्या लोकसंख्येपेक्षा कमी असते. म्हणजेच, विकसित देशात जास्त लोकसंख्या न वाढल्यामुळे, विकसित देशातील कंपन्यांचा विकासदर (विकसनशील देशापेक्षा) कमी असतो. (काही विकसित देशात स्थलांतरित लोकांचे प्रमाण जास्त आहे, पण जी माणसे स्थलांतरित होतात त्यातील बहुतांश माणसे ही आर्थिकदृष्ट्या दुर्बल असल्याकारणाने, ती फक्त मूलभूत गरजेच्याच वस्तू विकत घेऊ शकतात आणि काही काही लोक तर संपूर्णतः दुसऱ्यावर अवलंबून असतात. अर्थात, त्यांच्या देशात चांगली परिस्थिती नसल्यामुळेच त्यांनी विकसित देशाचा आसरा घेतलेला असतो, हे आपण आधीच बघितले आहे).

एकूणच काय, तर विकसित देशातील कंपन्यांचा विकसित देशात जास्त विकास होत नाही. जर का तुम्ही इंटरनेटच्या माध्यमातून विकसित देशाच्या विकासदराची माहिती काढली तर तुम्हाला असे लक्षात येईल की विकसित देशाचा विकासदर हा दोन ते तीन टक्क्यांच्या आसपास असतो.

याउलट, विकसनशील देशात विकासदर खूप जास्त असतो. भारताबद्दलच बोलायचे झाले, तर भारताचा विकासदर (Growth Rate) सात टक्क्यांच्या आसपास आहे आणि बहुतेक तज्ज्ञांचे असे म्हणणे आहे की भरपूर काळासाठी भारताचा विकासदर सात टक्के किंवा त्यापेक्षा जास्त राहू शकतो. याचाच अर्थ, जर का विकसित देशातील कंपन्यांनी भारतासारख्या विकसनशील देशाबरोबर व्यवहार केल्यावर, त्यांना जास्त फायदा होऊ शकतो. म्हणजेच आपण असे म्हणू शकतो की गुंतवणूकदारांना विकसित देशात त्यांच्या गुंतवणुकीच्या दोन ते तीन टक्क्यांपर्यंत परतावा (Return) मिळतो. याउलट, भारतासारख्या विकसनशील देशात सात टक्क्यांपर्यंत परतावा मिळू शकतो.

२) काही कालावधीनंतर, काही विकसित देशांतील कंपन्या त्यांच्या देशातील कंपन्या बंद करून विकसनशील देशात का चालू करतात?

पहिले कारण तर स्पष्टच आहे. विकसनशील देशात जास्त विकासदर असल्याकरणाने, विकसनशील देशात कंपन्यांना जास्त परतावा (Return) मिळू शकतो.

विकसित देशात कंपन्यांसाठीचे नियम कडक असतात. तिथे कर्मचाऱ्यांना कमीत कमी किती पगार असावा याचे नियम असतात. एखादा माणूस आठवड्यात

जास्तीत जास्त किती वेळ काम करू शकतो याचे पण नियम असतात. तसेच, काही ठिकाणी, मालमत्ता कर (Property Tax)सुद्धा जास्त असतो. म्हणजेच, कंपन्यांचा नफा हा कमी असल्याकारणाने, विकसित देशातील कंपन्या त्यांच्या देशातील कंपन्या बंद करून दुसऱ्या देशात चालू करतात. तसेच, विकसनशील देशात स्वस्तात (विकसित देशापेक्षा) काम करणारी माणसे उपलब्ध होतात. कंपनीसाठी स्वस्तात जागा मिळते. ग्राहकवर्ग मोठा असल्याने विकसनशील देशात कंपनीची ग्रोथसुद्धा चांगली होते.

एखादी कंपनी दुसऱ्या देशात कधीपर्यंत निर्यात करू शकते?

जेव्हा ग्राहक एखादी वस्तू विकत घेतो तेव्हा तो ती वस्तू का वापरणार आहे, ती वस्तू त्याच्यासाठी किती गरजेची आहे, त्या वस्तूसाठी तो किती पैसे खर्च करू शकतो, वस्तूची गुणवत्ता (Quality) आणि किंमत किती आहे यांसारख्या विविध गोष्टींचा विचार करतो.

सहसा, माणूस विदेशी वस्तू विकत घेताना, त्याची गुणवत्ता आणि किंमत या दोन गोष्टींवर भर देतो (काहींना विदेशी वस्तू वापरणे हे मोठे असल्याचे लक्षण वाटते). आपलीच वस्तू जास्त देशातील लोकांनी विकत घ्यावी म्हणून काही देश त्यांच्या चलनाची किंमत कमी करू शकतात (अवमूल्यन/ Depreciation of own currency). चलनाची किंमत कमी केल्याने, काही काळासाठी निर्यात (Export) करणाऱ्या देशांना फायदा होऊ शकतो, पण हीच गोष्ट आयात करणाऱ्या देशासाठी चांगली नसते. आयात करणाऱ्या देशात, त्यांच्याच देशातील वस्तूपेक्षा आयात (Import) केलेल्या वस्तू स्वस्त असल्याने, त्या देशातील व्यावसायिकांच्या वस्तू त्यांच्याच देशात कमी विकल्या जातात. म्हणजेच, आपण असे म्हणू शकतो की जो देश जास्त प्रमाणात आयात करतो, त्या देशातील कंपन्यांचा नफा कमी होऊन त्या कंपन्या बंद होऊ शकतात आणि त्या (आयात करणाऱ्या) देशात बेरोजगारी वाढू शकते.

आयात करणाऱ्या देशात जास्त बेरोजगारी वाढल्यावर, निर्यात (Export) करणारा देश आयात करणाऱ्या देशात कोणाला माल विकणार? म्हणजेच, आयात करणाऱ्या देशात बेरोजगारी वाढल्यावर त्या माणसांकडे फारच कमी पैसे असणार आणि फार कमी पैसे असल्यावर कुठलाही मनुष्य, सर्वांत प्रथम त्याच्या मूलभूत गरजाच (Basic Needs) भागवणार नाही का? सहसा मूलभूत गरजेच्या वस्तूपेक्षा चैनीच्या (Luxurious) वस्तू निर्यात केल्यावर जास्त फायदा होतो. याचाच अर्थ, त्या आयात करणाऱ्या देशात जास्त बेरोजगारी वाढल्यावर तेथील लोक बाहेरच्या देशातील कमी वस्तू विकत घेतील. कदाचित निर्यात करणाऱ्या देशाला त्यांच्या

देशातील वस्तू विकण्यासाठी तिसरा देश शोधावा लागेल, पण कधी ना कधी त्या तिसऱ्या देशातसुद्धा बेरोजगार लोकांची संख्या वाढू शकते. मग नंतर काय? म्हणजे प्रत्येक गोष्टीला एक मर्यादा असते. बरोबर ना?

एका उदाहरणावरून आपण ही गोष्ट समजून घेऊ या. आपण अ, ब आणि क या तीन काल्पनिक देशांचे उदाहरण घेऊ या. क देशाची अर्थव्यवस्था निर्यातीवर अवलंबून आहे किंवा तो जास्त प्रमाणात निर्यात करतो, असे आपण गृहीत धरू या. समजा क, अ देशात फार स्वस्तात वस्तू निर्यात करतो. क देशात बनलेल्या वस्तू स्वस्त असल्याकारणाने, अ देशातील नागरिक अ देशातील वस्तूंपेक्षा क देशातून आयात केलेल्या जास्त वस्तू विकत घेतात. (प्रश्न असा उभा राहतो की क देशातील वस्तू एवढ्या स्वस्त कशा? निर्यात वाढवण्यासाठी क देश त्यांच्या देशातील चलनाची किंमत कमी करतो म्हणून क देशातील वस्तू एवढ्या स्वस्त असतात. तरी पण काहींना एक प्रश्न सतावू शकतो की जर निर्यात वाढवण्यासाठी क देश त्यांच्या देशातील चलनाची किंमत कमी करत असेल, तर आयात करताना त्यांना जास्त पैसे द्यावे लागतील किंवा आयात महाग होऊ शकते. हो, बरोबर आहे. यावर तोडगा काढण्यासाठी, क देशाने भरपूर मोठ्या प्रमाणात अविकसित देशांबरोबर करार केलेला आहे. या करारानुसार, क देश अविकसित देशातील साधनसामग्री अल्प दरात विकत घेऊ शकतात आणि त्याच्या बदल्यात, क देश अविकसित देशात चांगल्या दळणवळणाची सुविधा उपलब्ध करून देतात. साधनसामग्री म्हणजे तेल, विविध धातूंच्या खाणी अशा सर्व प्रकारच्या गोष्टी ज्याची गणना आपण 'कच्चा माल' असे करू शकतो. म्हणजेच काय झाले, क देशाने भरपूर मोठ्या प्रमाणात अविकसित देशांबरोबर करार केलेला असल्यामुळे, त्यांना कुठचाही कच्चा माल आयात करताना जास्त पैसे द्यावे लागत नाहीत. याउलट, क देशातील चलनाची किंमत कमी असल्याकारणाने, क देश, अ देशात जास्त प्रमाणात निर्यात करू शकतो.)

असो. आता आपण आपल्या मूळ मुद्द्यावर परत जाऊ या. क देशात बनलेल्या वस्तू स्वस्त असल्याकारणाने अ देशातील नागरिक, अ देशातील वस्तूंपेक्षा क देशातून आयात केलेल्या जास्त वस्तू विकत घेतात. आता अ देशातील वस्तू त्यांच्याच देशात विकल्या न गेल्याने, अ देशातील कंपन्यांचा नफा कमी होऊन, त्यांना त्या कंपन्या बंद कराव्या लागू शकतात. (जास्त निर्यात केल्यामुळे क देशातील चलनाचा विनिमय दर (Exchange Rate) अ देशाच्या तुलनेत वाढू शकतो. मग अशा वेळी क देश, परत त्यांच्या चलनाची किंमत कमी करू शकतो. क देश जास्त चलन छापून चलनाची किंमत कमी करू शकतो.) अ देशातील कंपन्यांचा नफा कमी झाल्यामुळे, त्या कंपन्या बंद होऊ शकतात. कंपन्या बंद

झाल्या म्हणजेच लोकांचा रोजगार जाणार व हातात कमी पैसा असल्याकारणाने अ देशातील लोक जास्त वस्तू विकत घेऊ शकणार नाहीत. जसजसा क देश, अ देशात जास्त वस्तू निर्यात करणार, तसतसा अ देशातील कंपन्यांचा नफा कमी कमी होत जाणार व एक वेळ अशी येऊ शकते की अ देशातील भरपूर लोकांच्या हातात रोजगार नसणार. लोकांच्या हातात रोजगार नसणार म्हणजे लोक फार कमी वस्तू विकत घेणार आणि बहुधा मूलभूत (Basic Needs) गरजेच्याच वस्तू विकत घेणार. थोडक्यात काय, तर अशा वेळी क देश मोठ्या प्रमाणात अ देशात वस्तू निर्यात नाही करू शकणार. मग अशा वेळी क देश किंवा क देशातील उद्योजक (Businessman) ब या नवीन देशाबरोबर व्यापार करायला सुरुवात करू शकतात आणि ब देशातसुद्धा काही काळानंतर, अ देशासारखी परिस्थिती आली तर? म्हणजेच, ब देशात जास्त लोक बेरोजगार झाल्यावर क देश काय करणार? तर, क देश, ड देशात निर्यात करू पाहणार, बरोबर ना?

प्रत्येक माणसांनी किती कमवावे याचीसुद्धा एक मर्यादा असावी, असे नाही का तुम्हाला वाटत? फक्त आपणच किंवा आपल्याच देशाने पुढे जावे असा विचार करून चालणार नाही; कारण अशा गोष्टी होणे अशक्यच आहे. आपल्याला तर माहीतच आहे की पाणी, पैसा आणि ज्ञान साठवून ठेवले, तर ते कुजून जाते.

विश्व व्यापार संघटनेतील (WTO) एखादा सदस्य देश क देशासारखा वागत असेल, तर काय करता येईल? तर, जेवढ्या वेळा त्या देशाने निर्यात जास्त करण्यासाठी त्यांच्या देशाच्या चलनाची किंमत कमी केली असेल तेवढ्या पटीने त्या देशातील वस्तूवर आयात कर लावला पाहिजे. आपण वरील उदाहरणाबाबतच बोलू या. समजा, क देश विश्व व्यापार संघटनेतील सदस्य देश आहे असे आपण समजू या आणि २०१० सालापासून क देश, अ देशात स्वस्तात मोबाइल विकत आहे असे समजू या. २०१२ आणि २०१५ साली क देशाने त्यांच्या चलनाचे दोन पट अवमूल्यन केले. मग अ देशाने क देशातून येणाऱ्या वस्तूवरील आयात कर वाढवला पाहिजे, असे नाही का तुम्हाला वाटत? (आता आयात कर किती वाढवला पाहिजे? चार पट वाढवू शकतो किंवा अवमूल्यन केल्याने क देशाला जेवढा फायदा होणार आहे किंवा झाला, तेवढ्या रुपयांची वाढ आयात करात केली पाहिजे, असे नाही का तुम्हाला वाटत? अर्थात, विश्व व्यापार संघटनेतील दोनतृतीयांश (२/३) सदस्य देशांनी यासाठी अनुमती दिली पाहिजे आणि जर का क देशासारखे जो देश वागत आहे, तो देश आणि तो देश ज्या अविकसित देशांमधून कच्चा माल कमी किमतीत विकत घेतो, ते अविकसित देशसुद्धा विश्व व्यापार संघटनेतील सदस्य देश असतील, तर दोनतृतीयांश बहुमत मिळणे थोडेसे कठीण काम आहे.)

जर का सर्व नफा विकसित देशातील कंपन्यांनी घ्यायचा ठरवला तर विकसनशील किंवा अविकसित देशाची प्रगती होणार नाही आणि अशा देशांमध्ये म्हणजे खासकरून अविकसित देशांमध्ये बेरोजगारीमुळे अराजकता माजू शकते आणि त्या देशातील नागरिकांना विकसित देशात स्थलांतरित व्हावे लागेल.

आपले पंतप्रधान म्हणत असतात ना की 'सबका साथ, सबका विकास' हे बोलताना त्यांच्या डोळ्यांसमोर फक्त भारतातीलच लोकांचा नाही, तर जगातील सर्व देशांतील लोकांचा विचार असू शकतो व त्यात काही गैर नाही. बरोबर ना?

शहर आणि गाव

आपण आपल्या देशातील शहरे आणि गावे यांचा विचार करू या. शहरांमध्ये जास्त सुविधा असतात, रोजगाराची चांगली संधी उपलब्ध असते. या आणि अशा विविध कारणांमुळे भारतातल्या गावागावांतून लोक शहरात येतात. जर का गावागावांतच लोकांना रोजगाराची संधी उपलब्ध करून दिली, तर गावातील लोकांना शहरात यावे लागणार नाही व दाटीवाटीनेसुद्धा राहावे लागणार नाही.

शहरात रोजगाराची संधी कशी निर्माण होते?

अर्थव्यवस्थेत तीन क्षेत्रे असतात. प्राथमिक क्षेत्र (Primary Sector), माध्यमिक क्षेत्र (Secondary Sector) आणि तृतीय क्षेत्र (Tertiary Sector). आपल्याला या तीन क्षेत्रांपैकी एका क्षेत्रात रोजगार मिळतो किंवा आपण जो व्यवसाय करतो, तो या तीन क्षेत्रांमध्ये मोडतो. ती तीन क्षेत्रे कोणती आहेत, याची आपण थोडक्यात माहिती घेऊ या.

प्राथमिक क्षेत्र (Primary Sector)

ज्या क्षेत्रात नैसर्गिक संसाधनाच्या मदतीने उत्पादन घेतले जाते, त्या क्षेत्रास प्राथमिक क्षेत्र असे म्हणतात. कृषी क्षेत्र, वनीकरण, मासेमारी आणि खाणीचे क्षेत्र या प्राथमिक क्षेत्रात मोडतात. विकसनशील देशात भरपूर जणांना रोजगार हा प्राथमिक क्षेत्रातून मिळतो.

माध्यमिक क्षेत्र (Secondary Sector)

या क्षेत्राला निर्मिती क्षेत्र असेही म्हणतात. सहसा प्राथम्कि क्षेत्रातील उत्पादित केलेला माल किंवा अंतिम उत्पादन हा माध्यमिक क्षेत्राचा कच्चा माल असतो. कपड्याची कंपनी, शूजची कंपनी, घरी वापरायच्या छोट्या-छोट्या गोष्टी, स्टील कंपनी, गाड्यांची कंपनी, विमाने बनवणारी कंपनी अशा क्षेत्रांची गणना माध्यमिक क्षेत्रात होते.

तृतीय क्षेत्र (Tertiary Sector)

या क्षेत्राला सेवा (Service) क्षेत्र असेही म्हणले जाते. या क्षेत्रामध्ये सरकार आपल्याला देत असलेल्या सोयी-सुविधा, हॉस्पिटल, बँकिंग, विमा क्षेत्र, वकिली सेवा, सनदी लेखापालाची सेवा (Chartered Accountant), डॉक्टर आपल्या पेशंटची करत असलेली सेवा, रिअल इस्टेट, माहिती तंत्रज्ञान (IT) शिक्षण, मोबाइल सेवा, कचऱ्याची विल्हेवाट लावणे, जनसंपर्क (Mass Media), मनोरंजनाचे क्षेत्र, पर्यटन क्षेत्र, फ्रॅन्चायझिंग अशा गोष्टींचा समावेश होतो. विकसित देशांचा या सेवा (Service) क्षेत्रावर जास्त भर असतो.

अर्थव्यवस्थेत रोजगाराची नवीन संधी कशी निर्माण होते किंवा व्यावसायिकाला नवीन काम किंवा प्रोजेक्ट कसा मिळतो?

जेव्हा आपण एखादी गोष्ट विकत घेतो तेव्हा ती आपण कुणाकडून तरी विकत घेतो म्हणजेच त्यांना पैसे देऊन आपण आपल्याला हवी असलेली वस्तू विकत घेतो किंवा हवी असलेली सेवा घेतो (वर तृतीय क्षेत्रात दाखवलेल्या गोष्टींचा सेवा क्षेत्रात समावेश होतो) आणि त्या कंपनीला किंवा सेवा देणाऱ्यांना पैसे मिळतात व तो ते पैसे त्याच्याकडे काम करत असलेल्या माणसांना देतो. कामाचा व्याप वाढल्यावर किंवा त्याच्याकडे (कंपनीकडे किंवा व्यवसायाकडे किंवा सेवा देणाऱ्याकडे) जास्त काम आल्यावर, तो नवीन लोकांना कामावरती रुजू करतो. म्हणजेच, आपण असे म्हणू शकतो की जेव्हा आपण एखादी वस्तू विकत घेतो तेव्हा कुणाला तरी रोजगार मिळतो.

आता आपण आपल्या शहराबद्दल काही गोष्टी जाणून घेऊ या.

- शहरात जास्त माणसे राहत असल्यामुळे व्यावसायिकांच्या एकाच ठिकाणी जास्त प्रमाणात वस्तू विकल्या जाऊ शकतात.
- काही शहरांतील कामावर जाणाऱ्या लोकांना कमी वेळ असतो. म्हणून मग ते, जे काम स्वत: नाही करू शकत, ते काम दुसऱ्या कुणाकडून तरी करून घेतात किंवा दुसऱ्या कुणाकडून तरी सेवा घेतात. (दुसऱ्या कुणाकडून तरी सेवा/ काम करून घेतात म्हणजे इस्त्रीचे काम, घरकाम, मुलांचे क्लास अशी कामे.)
- माणसे वाढली म्हणजेच गरजा वाढल्या आणि गरजा वाढल्या म्हणजेच जास्त जणांना रोजगार मिळणार.

शहरात कुठल्या कुठल्या प्रकारे रोजगार मिळू शकतो किंवा व्यावसायिक कुठचा कुठचा व्यवसाय करू शकतो हे आपण बघू या.

- नोकरीला जाणारी माणसे.
- इस्त्रीचे काम, घरकाम, इमारतीची सुरक्षा (वॉचमन), ऑफिस आणि घरी खाण्याचे डबे पुरवणे, विविध सणांना जिन्नस पुरवणारी माणसे, मुलांचे क्लास, अशा विविध सुविधा पुरवणारी माणसे किंवा संस्था.
- नळदुरुस्ती करणारी माणसे, घराला रंग देणारी माणसे, फर्निचर, घरात लागणाऱ्या भांड्यांची विक्री करणे, फॅन, मोबाइल, टीव्ही, वॉशिंग मशीन बनवणारी कंपनी, त्या वस्तू विकणारी दुकाने आणि त्यात काम करणारी माणसे.
- चारचाकी, दुचाकी विकणे, त्यांचा मेन्टेनन्स करणारी गॅरेजेस, गाड्यांचा इन्शुरन्स काढणारी माणसे, दुचाकी आणि चारचाकी बनवणारी कंपनी आणि त्यात काम करणारी माणसे, पेट्रोल पंपावर काम करणारी माणसे, दुचाकी आणि चारचाकीला लागणारे सुटे भाग (Spare Parts) बनवणारी कंपनी, त्या वस्तू विकणारी दुकाने आणि त्यात काम करणारी माणसे इत्यादी.
- इमारत बांधणारे, इमारतीसाठी रेती, सिमेंट, दगड, विटा पुरवणारे व्यापारी. सिमेंट विकणारी दुकाने आणि त्यात काम करणारी माणसे (सहसा सिमेंटची कंपनी शहराबाहेर असते), ब्लॉक्स किंवा घरे विकणारी माणसे, रोड बनवणारे.
- शेतमाल आणि त्याच प्रकारचे सामान शहरात विकणारे घाऊक आणि किरकोळ व्यापारी, किराणामालाचे व्यापारी.
- जसजशी शहराची लोकसंख्या वाढत जाते तसतशा नवनवीन इमारती बांधल्या जातात, मग तेथील रहिवाशांसाठी किराणामालाचे दुकान, झेरॉक्सचे दुकान, डॉक्टरची सेवा, बँकिंग, विमा क्षेत्र, वकिली सेवा, सनदी लेखापालाची सेवा (Chartered Accountant) शाळा, हॉस्पिटल, अग्निशामक दल, पोलीस अशा त्या नवीन भागात नवीन सेवा वाढत जातात. तसेच, फॅन, मोबाइल, टीव्ही, वॉशिंग मशीन, खाण्याचे पदार्थ विकणारी नवनवीन दुकानेसुद्धा त्या नवीन वस्तीत वाढत जातात. लोकांना दररोज भाजी लागते. त्यामुळे भाजी विक्रेत्यांना त्यांचा व्यवसाय भेटतो. होलसेल भाजी विक्रेते, किरकोळ भाजी विक्रेते अशा सर्वांना काम मिळते. म्हणजेच, जेव्हा नवीन वस्ती बनते आणि तिथे माणसे राहायला येतात तेव्हा तिथे फार मोठ्या प्रमाणात रोजगाराची किंवा नवीन व्यवसाय चालू करण्याची संधी असते. अशा भरपूर कारणांमुळे शहरात जास्त प्रमाणात रोजगाराची संधी उपलब्ध असते.

म्हणजेच काय, तर शहरात माणसे वाढतात, त्यांच्या गरजा वाढतात आणि त्यामुळे ते विविध गोष्टी विकत घेतात आणि ही गोष्ट दुसऱ्या लोकांना रोजगार मिळण्यास कारणीभूत ठरते.

आपण अर्थव्यवस्थेत मोठ्या प्रमाणात रोजगार कशा प्रकारे निर्माण करू शकतो?

कधीकधी मित्र भेटल्यावर आपली कुठल्या गोष्टीवर चर्चा होते? काही मित्र म्हणतात, ''नाही रे, भरपूर काम आहे. कधीकधी दिवसातील दहा-दहा, बारा तास काम असते. उद्या नाहीतर नंतर कधीतरी बघू.'' काहीसे अशाच प्रकारचे आपले संभाषण होत असावे. सुट्टीच्या दिवशीसुद्धा आपण आपल्या मित्रांना भेटू शकत नाही.

म्हणजे बघा, काहींकडे एवढे काम असते की त्यांना स्वत:कडे किंवा स्वत:च्या कुटुंबाकडेसुद्धा लक्ष द्यायला वेळ नसतो. जे लोक दिवसाचे दहा-दहा तास काम करतात आणि त्यात जर का एक-दोन तास किंवा त्याच्यापेक्षा जास्त नियमित प्रवास करत असतील तर ते लोक त्यांच्या जवळच्या माणसाला जास्त वेळ नाही देऊ शकत, पण त्या लोकांकडे स्वत:साठी किंवा स्वत:च्या तब्येतीसाठीसुद्धा वेळ नसतो. अशा लोकांना विविध आजार होऊ शकतात.

हे सर्व टाळून बेरोजगारांनासुद्धा रोजगार देता येऊ शकतो आणि बेरोजगारीमुळे वाढणाऱ्या अयोग्य गोष्टींना आळा घालता येऊ शकतो, असे नाही का वाटत? मी फक्त ऑफिसमधील कामाबद्दल नाही, तर एकूणच आपल्या अवतीभोवती होणाऱ्या सर्व कामांबद्दल बोलत आहे.

- आपण कामाची मर्यादा आठ तासांवरून सहा किंवा चार तासांवर आणू शकतो का?
- महिन्यातील पंधराच दिवस काम, किंवा आठवड्यातील तीनच दिवस काम अशा वेगवेगळ्या पद्धतीनेसुद्धा आपण जास्त लोकांना रोजगार मिळण्यास मदत करू शकतो का?
- आता समजा, खड्डा खोदायचे काम आहे, तर जो मनुष्य पहिल्या दिवशी काम करतो, त्या मनुष्याला दुसऱ्या दिवशी आराम करायला सांगून कुणा दुसऱ्या माणसाकडून ते काम करता येऊ शकते आणि तिसऱ्या दिवशी परत पहिल्या माणसाने खड्डा खणायचे काम करावे. अशा अनेक गोष्टींतून आपण रोजगार वाढवू शकतो, असे नाही का तुम्हाला वाटत? सध्या ज्या सेवा आपल्याला आठवड्यातून फक्त तीस ते चाळीस तासच मिळतात, त्या आठवड्याला सत्तर ते ऐंशी तास करून रोजगार वाढवता येईल का? (आठवड्याचे सत्तर ते ऐंशी तास काम म्हणजे दोन किंवा जरूर पडल्यास

तीन पाळीत काम करून) अशाने रोजगार पण वाढेल व कमी तास काम केल्यामुळे उत्साह टिकून उत्पादकता (Productivity) वाढू शकते, असे नाही का तुम्हाला वाटत?

शिवाय, ज्या माणसांकडे जास्तीचा पैसा आहे, त्यांनी जर का तो पैसा शेअर बाजारात गुंतवण्याऐवजी मूलभूत गरज असलेल्या गोष्टींत वळवल्यावर मोठ्या प्रमाणात रोजगार निर्मिती तर होईलच वर महागाईसुद्धा कमी होईल. जर का रिझर्व्ह बँकेने (RBI) जास्त चलने छापून त्याच्या मदतीने मूलभूत गरज असलेल्या गोष्टीत तो पैसा दिला तर फार मोठ्या प्रमाणात रोजगार निर्मिती होईल आणि म्हागाईसुद्धा कमी होईल, असे नाही का तुम्हाला वाटत?

तसेच, जर का आपण दोन चलनांची व्यवस्था स्वीकारली आणि भारत सरकारने मूलभूत गरजेच्या चलनांची निर्मिती केली आणि त्या चलनांच्या मदतीने सरकारने शेतकऱ्यांना शेतीसाठी लागणारी अवजारे, खते आणि बी-बियाणे अशा सर्व गोष्टी माफक किमतीत दिल्यावर फार मोठ्या प्रमाणात रोजगार निर्मिती होईल आणि महागाईसुद्धा कमी होईल.

भारतात दर वर्षी किती अन्नधान्याची गरज असते, याची माहिती केंद्रीय अन्नखात्याजवळ असणारच. तसेच, कुठच्या क्षेत्रात किती आणि कुठले पीक घेतले जाते, कुठल्या कडधान्यांचे उत्पादन घेतले जाते याचीसुद्धा माहिती असते. याचाच अर्थ, भारत सरकारकडे कडधान्ये आणि धान्याची किती मागणी आहे आणि त्यांचा किती पुरवठा होऊ शकतो याची माहिती असणार. (धान्य म्हणजे तांदूळ, गहू, ज्वारी, बाजरी, मका, नाचणी इत्यादी आणि कडधान्ये म्हणजे चणा, वाटाणा, मूग, राजमा, तूर, उडीद, मटकी, चवळी इत्यादी.)

आता ही व्यवस्था कशी चालू शकते, हे आपण बघू या. शेतकऱ्यांना बी-बियाणे, खते आणि इतर ज्या ज्या गोष्टी हव्या आहेत, त्या सरकारने शेतकऱ्यांना द्याव्यात व जेव्हा ते पीक विकून शेतकऱ्यांच्या हाती पैसे येतील तेव्हा शेतकऱ्यांनी पैसे सरकारदरबारी जमा करावेत. शेतीच्या कामासाठी मजुरांची गरज असते, त्या मजुरांनासुद्धा भारत सरकारने पैसे द्यावेत आणि शेतीतील माल विकल्यानंतर ते पैसे शेतकऱ्यांकडून घ्यावेत. थोडक्यात काय, तर शेतकऱ्यांचा सर्व खर्च सरकारने करावा व शेतकऱ्याने त्याच्या शेतातील माल विकून झाल्यावर झालेला खर्च सरकारकडे टप्प्याटप्प्याने भरावा. कुणीही कुठचीही वस्तू फुकट देऊ नये व घेऊ नये. फुकट दिल्याने माणसे आळशी बनतात. आता हा सर्व व्यवहार मूलभूत चलनात होईल. हा झाला सर्व प्रत्यक्ष रोजगार. माणसाच्या हातात पैसा आल्याने तो विविध वस्तू विकत घेऊ शकतो आणि त्याने अप्रत्यक्षरीत्या रोजगार निर्माण होतील.

भारतातील बहुतांश भागातील शेती मान्सूनवर अवलंबून असते. म्हणजेच, आपण असे म्हणू शकतो की वरील योजनेअंतर्गत शेतकरी आणि मजुरांना चार महिने रोजगार किंवा व्यवसाय उपलब्ध होऊ शकतो. जर का पाण्याची आणि विजेची मुबलक व्यवस्था गावागावांत पोहोचली तर बारा महिने लोकांच्या हातात काम राहील आणि पर्यायाने बारा महिने त्यांच्या हातात पैसा राहील. बारा महिने काम असल्यावर उत्पादनात वाढ होईल (चार महिन्यांऐवजी बारा महिने काम म्हणजेच जवळपास उत्पादन तिप्पट वाढेल). उत्पादन वाढल्याने महागाईसुद्धा फार मोठ्या प्रमाणात कमी होईल आणि यांच्यासाठी सरकारे तर कामे करत आहेतच, पण ज्याला जमेल त्याने त्यांच्यापरीने हातभार लावला पाहिजे, असे नाही का तुम्हाला वाटत?

दोन चलनांची योजना व्यवहारात येण्यासाठी, ती योजना संसदेत पास झाली पाहिजे. तसेच, मूलभूत चलनाची निर्मिती करण्याचा अधिकार फक्त केंद्र सरकारला असला पाहिजे; कुठल्याही राज्य सरकारला नाही. हे चलन छापण्यासाठी विशिष्ट संस्था स्थापन करायची गरज मला तरी वाटत नाही. केंद्रीय अर्थखाते हे चलन छापू शकते.

निर्यात कशी करावी आणि आंतरराष्ट्रीय चलनाबरोबर या मूलभूत चलनाचे रूपांतर होऊ शकते का, हा प्रश्न उभा राहतो.

आपण महागाई कमी करण्यासाठी, रोजगार वाढवण्यासाठी आणि आंतरराष्ट्रीय बाजारातील अनिश्चितता टाळण्यासाठी ही मूलभूत चलनाची योजना पुढे आणली. म्हणजेच, आंतरराष्ट्रीय चलनाबरोबर या मूलभूत चलनाचे रूपांतर झाले नाही पाहिजे. आता प्रश्न उभा राहतो की मग निर्यात कशी करणार?

चलनाच्या आधी आपल्याकडे वस्तुविनिमय प्रणाली (Barter System) अस्तित्वात होती. या व्यवस्थेअंतर्गत वस्तूची देवाणघेवाण होत होती. म्हणजे, समजा एखाद्या माणसाला पाच किलो गहू विकत घ्यायचा आहे व त्याच्याकडे दहा किलो कांदा आहे, तर त्याला अशा माणसाबरोबर व्यवहार करावा लागणार की ज्याच्याकडे गहू आहेत व त्याला कांदा विकत घ्यायचा आहे. इंटरनेटच्या मदतीने आपण या व्यवस्थेचा उपयोग चांगल्या पद्धतीने करू शकतो.

म्हणजे बघा, जेव्हा एखादा शेतकरी दुसऱ्या देशात निर्यात करणार तेव्हा त्याला त्याबदल्यात आंतरराष्ट्रीय चलन मिळणार. आता त्या आंतरराष्ट्रीय चलनाचे रूपांतर रुपयात करावे (आपण इथे सध्या वापरात असलेल्या रुपयाला चैनीच्या वस्तूसाठी वापरायचे चलन गृहीत धरले आहे.) लागेल किंवा त्या शेतकऱ्याला वस्तुविनिमय प्रणाली वापरावी लागेल. जर रुपयात रूपांतर केले तर त्या शेतकऱ्याला

तो रुपया जास्त करून शहरातच वापरावा लागेल; कारण आपण असे गृहीत धरले आहे की गावात आपण मूलभूत गरजेचे चलन वापरणार आहोत.

आपण हे सर्व फक्त महागाई कमी करण्यासाठी आणि रोजगार निर्मितीसाठी करत नाही, तर मूलभूत चलनावर बाजारातील अनिश्चितता टाळण्यासाठीसुद्धा करत आहोत, हे मला पुन्हा नमूद करावेसे वाटते आणि मी असे नाही म्हणत की फक्त भारतानेच दोन चलनांची व्यवस्था स्वीकारावी असे, पण जगातील सर्वच देशांनी ही व्यवस्था स्वीकारावी, असे मी नक्की म्हणेन.

तरुणी आणि तरुणांना आपापल्या गावातच रोजगार कसा मिळू शकतो?

वरील प्रश्नाच्या उत्तराकडे जाण्याआधी, आपण काही गोष्टी जाणून घेऊ या.

१) चौदाव्या अर्थ आयोगाच्या शिफारशीनुसार भारत सरकारने, नगरपालिका आणि ग्रामपंचायतीसाठी २.८७ लाख कोटींचा निधी राखीव ठेवला आहे (२०१६-१७च्या बजेटपासून).

२) वस्तुमान उत्पादन (Mass Production) – जेव्हा एखाद्या कंपनीत भरपूर मोठ्या प्रमाणात आंतरराष्ट्रीय मानक वस्तूचे उत्पादन घेतले जाते तेव्हा त्या उत्पादनास वस्तुमान उत्पादन असे म्हणतात. (जेव्हा एखादी वस्तू जगातील कुठल्याही देशात वापरता येऊ शकते, तेव्हा त्या वस्तूस आंतरराष्ट्रीय मानक वस्तू म्हणतात. जगात कुठेही ती वस्तू बनवताना, त्या वस्तूची परिमाणे (Dimensions), वजन, वापरला जाणारा कच्चा माल, आणि वस्तू उत्पादित करण्याची प्रक्रिया सारखीच ठेवावी लागते; कारण तसा आंतरराष्ट्रीय नियमच आहे.)

वस्तुमान उत्पादन करणारी कंपनी म्हणा किंवा दुसरी कुठलीही मोठी कंपनी म्हणा, कमी खर्चात जास्त वस्तूंचे उत्पादन करण्यासाठी किंवा मानवी चुकीपासून (Human Error) कंपनीचा होणारा तोटा टाळण्यासाठी या मोठमोठ्या कंपन्या, त्यांच्या कंपन्यात ऑटोमेशन किंवा रोबोटचा उपयोग भविष्यकाळात जास्त प्रमाणात करू शकतात. ग्राहकांना वस्तू स्वस्तात मिळतील, पण ऑटोमेशनमुळे त्या मोठ्या कंपनीत काम करत असलेल्या सर्वच लोकांकडे नोकरी राहील का? तुमचे काय मत आहे यावर? तसेच, जे ग्राहक आहेत, तेही कुठल्या ना कुठल्या कंपनीत कामाला असतातच ना? मग त्यांच्या कंपनीतसुद्धा ऑटोमेशन किंवा रोबोटचा उपयोग वाढल्यावर त्यांचीसुद्धा नोकरी जाऊ शकते आणि नोकरी गेल्यावर त्यांच्याकडे जास्त पैसे राहतील का? आणि कमी पैसे असल्यावर माणसे कमी प्रमाणात वस्तू विकत घेतील आणि कमी वस्तू विकल्या गेल्याने कंपन्यांचा नफा कमी होऊन त्या कंपनीतील लोकांचा रोजगार जाऊ शकतो किंवा ती कंपनी बंद पडू शकते. म्हणजेच, आपण असे म्हणू शकतो की ऑटोमेशन किंवा रोबोटच्या जास्त

वापरामुळे बेरोजगारी वाढू शकते आणि विकासदर कमी होऊ शकतो.

माझा म्हणायचा मुद्दा हाच आहे की एका मोठ्या कंपनीपेक्षा दहा छोट्या-छोट्या कंपन्या केव्हाही चांगल्या; कारण त्याने भरपूर लोकांना रोजगार मिळू शकतो. बरोबर ना? कारण जसजशी कंपनी मोठी होत जाते तसतशी त्या कंपनीत काम करत असलेल्या लोकांच्या पगारातील दरी वाढत जाते आणि पर्यायाने अर्थव्यवस्थेत श्रीमंत आणि गरीब यांतील दरी वाढत जाते. (माझ्या मते, गरीब म्हणजे कोण, याचीसुद्धा वेगवेगळी व्याख्या असू शकते. स्वत:च्या मूलभूत गरजा पूर्ण न करू शकणारी माणसे आणि ज्या व्यक्ती स्वत:च्या मूलभूत गरजा पूर्ण करू शकतात, पण त्यांच्याकडे दुसऱ्यांपेक्षा फार कमी पैसे आहेत, अशी माणसे. आता हे कमी-जास्त राहणारच ना?)

३) आपल्याला नोकरी कशी मिळते? तर, जेव्हा आपण एखादी वस्तू विकत घेतो तेव्हा त्या कंपनीला नफा होतो आणि त्या कंपनीचा मालक त्याचा व्यवसाय वाढवण्यासाठी नवीन लोकांना भरती करतो. म्हणजेच, कोणीतरी कुठली तरी वस्तू विकत घेतल्यावर नवीन रोजगार निर्माण होतो.

आता आपण आपल्या मुद्द्यावर येऊ या. तो म्हणजे तरुणी आणि तरुणांना आपापल्या गावातच रोजगार कसा मिळू शकतो?

ज्या ज्या वस्तू आपण गावात बनवू शकतो, त्या त्या वस्तू गावातच बनवाव्यात आणि गावातील लोकांनी त्या वस्तू विकत घ्याव्यात. आता आपल्या गावातच शेतमाल विकला जात असल्यामुळे वाहतुकीचा खर्च वाचेल आणि त्यामुळे शेतकऱ्यांना त्यांच्या शेतमालाचा योग्य भाव मिळू शकतो आणि गावातच कंपनी असल्याकारणाने तरुणी आणि तरुणांना आपापल्या गावातच रोजगार मिळू शकेल. आता कदाचित एका गावात कंपनी चालू करणे आणि वस्तूची विक्री करणे हे तोट्याचे होत असेल, तर दहा गावांचा एक समूह करावा व त्यांनी आपसात व्यवहार करावा. ज्या कंपनीसाठी किंवा ज्या लघुउद्योगासाठी कमी भांडवल लागते, ते उद्योग आपण या दहा गावांच्या समूहात चालू करू शकतो.

कुठकुठले लघुउद्योग आपण सुरू करू शकतो?

- आपण जास्वंदाच्या फुलापासून बनलेल्या तेलाचा, तसेच नारळाच्या तेलाचा उपयोग डोक्याला लावायच्या तेलासाठी करू शकतो.
- खाण्याच्या तेलासाठी शेंगदाण्याच्या किंवा सूर्यफुलाच्या तेलाचा उपयोग करू शकतो.

- कापसापासून हातमागाच्या किंवा चरख्याच्या साहाय्याने कपडे बनवू शकतो.
- दंतमंजनासाठी (Toothpaste) कडुलिंब, मीठ, कोळसा आणि हळदीचा उपयोग करू शकतो (आताच्या काही जाहिराती बघितल्या, तर तुम्हाला हेच आढळून येईल की मोठमोठ्या आंतरराष्ट्रीय कंपन्यासुद्धा दंतमंजनासाठी वरील सर्व गोष्टी वापरतात).

अशा भरपूर गोष्टींची यादी आपण बनवू शकतो, ज्या आपल्याला दर महिन्याला लागतात. आपल्या गावात अशा गोष्टी दुसऱ्या ठिकाणाहून येतात. आता दुसऱ्या ठिकाणाहून येणार म्हणजे पेट्रोल किंवा डिझेलचा खर्च आलाच आणि जेव्हा आंतरराष्ट्रीय बाजारात कच्च्या तेलाचे भाव वाढतात तेव्हा आपल्या देशात पेट्रोल आणि डिझेलचे भाव वाढतात आणि पर्यायाने देशात महागाईसुद्धा वाढते. जर का आपण आपल्याला लागणाऱ्या गोष्टी आपल्याच गावात किंवा दहा गावांच्या समूहात बनवल्या तर आपला भरपूर खर्च वाचू शकतो आणि महागाईसुद्धा कमी होऊ शकते. तसेच, पेट्रोल किंवा डिझेलच्या कमी वापरामुळे पर्यावरणालासुद्धा मदतच होणार आहे. नाही का?

शेतकऱ्याचा शेतमाल गावातच विकला जात असल्याने, उसाच्या शेतकऱ्यासारखी मूल्य साखळी (Value Chain) तयार होईल. गावातच कंपनी असल्याने प्रत्यक्ष (Directly) शेतकऱ्यांकडूनच शेतमाल उचलला जाईल आणि दलाल नसल्यामुळे शेतकऱ्यांना त्यांच्या शेतमालाचा चांगला मोबदला मिळू शकतो.

तसेच, आपण भारत सरकारने जारी केलेल्या किसान विमा योजनेअंतर्गत, शेतमालाचा विमा काढू शकतो. शेतकऱ्यांना हक्काची बाजारपेठ मिळेल. जे पैसे भारत सरकार प्रत्येक ग्रामपंचायतीस देणार आहे, त्या पैशांच्या मदतीने आपण गावागावांत हे असे लघुउद्योग चालू करू शकतो.

आपण याआधी बघितले होते ना की जेव्हा आपण एखादी वस्तू विकत घेतो तेव्हा त्याने दुसऱ्या लोकांना कशी नोकरी मिळते, त्या उदाहरणालाच नजरेसमोर ठेवून आपण गावातील किंवा दहा गावांच्या समूहातील अर्थव्यवस्था कशी चालू शकते, यावर एकदा नजर फिरवू या.

समजा, रामने गोडेतेल विकत घेतले, तर गोडेतेलाच्या कंपनीची विक्री (Sell) वाढणार. म्हणजेच, त्या गोडेतेलाच्या कंपनीचा मालक काय करणार? एकतर पैसे स्वत:जवळ ठेवणार, कामगारांचा पगार वाढवणार किंवा नवीन लोकांना भरती करणार. मग त्या कंपनीतील माणसे दंतमंजन विकत घेऊ शकतात किंवा दुसरी कुठचीतरी वस्तू विकत घेऊ शकतात आणि हे चक्र असेच चालू राहील. हो, दहा गावांत कमी लोकसंख्या असल्याकारणाने, तो लघुउद्योग एका मर्यादेपेक्षा जास्त वाढणार नाही. पण या गोष्टीमुळे त्या दहा गावांतील बहुतेक लोकांना रोजगार

मिळेल. तसेच, भारत सरकार जे पैसे प्रत्येक ग्रामपंचायतीला देणार आहे, त्या पैशांच्या मदतीने गावात पाणतलाव बांधणे, रस्ते, शाळा, कम्पोस्ट खत, बायोगॅस अशा विविध गोष्टीसुद्धा करू शकतो.

मला अन्य काही गोष्टी जोडायला आवडतील ज्या तुमच्याही मनात असतील.

१) प्रत्येक ग्रामपंचायतीस भारत सरकारकडून काही ठरावीक रक्कम मिळणार आहे. हे ऐकून एकाच ग्रामपंचायतीत दोन गट पडून दोन ग्रामपंचायती होऊ शकतात. (काही विध्वंसक वृत्तीची माणसे यासाठीच बसलेली असतात. स्वत:च्या नजीकच्या फायद्यासाठी अशी माणसे समाजात फूट पाडण्याचे काम करत असतात.)

भारत सरकारने, नगरपालिका आणि ग्रामपंचायतीसाठी २.८७ लाख कोटींचा राखीव निधी ठेवला आहे. आता प्रत्येक ग्रामपंचायतीस किती पैसे मिळणार, याची पक्की अशी माहिती त्यांनी दिली नाही. उदाहरणाखातर, आपण असे समजू या की भारत सरकार, प्रत्येक ग्रामपंचायतीस दर वर्षी जवळपास ऐंशी लाख रुपये देणार आहे. जर का एका ग्रामपंचायतीत फूट पडून दोन ग्रामपंचायती झाल्याच तर प्रत्येक ग्रामपंचायतीस, ऐंशी-ऐंशी लाख रुपये न देता, पस्तीस-पस्तीस लाख रुपये द्यावेत. दहा लाखांचा दंड (Penalty) म्हणून वापर करावा. या दहा लाखांचा उपयोग तंटामुक्त गाव, सामाजिक बंधुभाव योजना यांसारख्या योजनेत करावा.

२) जेव्हा आपण गावागावांत लघुउद्योग चालू करणार तेव्हा त्या लघुउद्योगाचा मालक गावातीलच किंवा पंचक्रोशीतीलच (येथे दहा गावांच्या समूहातीलच) व्यक्ती असली पाहिजे. म्हणजे त्या गावातील मतदान यादीत त्याचे नाव असले पाहिजे. अर्थात, तंत्रज्ञाची (Technician) मदत जरूर घ्यावी, पण कंपनीचा मालक गावातीलच व्यक्ती असली पाहिजे, ज्याचे गावातील मतदान यादीत नाव आहे आणि गावात होणाऱ्या निवडणुकीच्या वेळी, तो मतदान करतो. नाहीतर काय होऊ शकते? ज्या माणसांकडे जास्त पैसा आहे, तीच माणसे अशा योजनेचा जास्त लाभ घेतील.

ग्रॅन्ड सोलार मिनिमा

दर वर्षी आपल्या सभोवतालचे तापमान कमी किंवा जास्त का होते? आता काही लोक म्हणतील की हा सर्व जागतिक तापमानवाढीचा (Global Warming) परिणाम, पण मग दर वर्षी तापमान (मागच्या वर्षीपेक्षा जास्त) वाढले पाहिजे ना? तुम्हाला जर का आठवत असेल, २०१४ साली आपल्या सभोवतालाचे तापमान जास्त होते. २०१४ साल हे मॅक्सिमम सोलारचे वर्ष होते. आता हे मॅक्सिमम सोलार म्हणजे नक्की काय, ते आपण या ठिकाणी समजून घेऊ या.

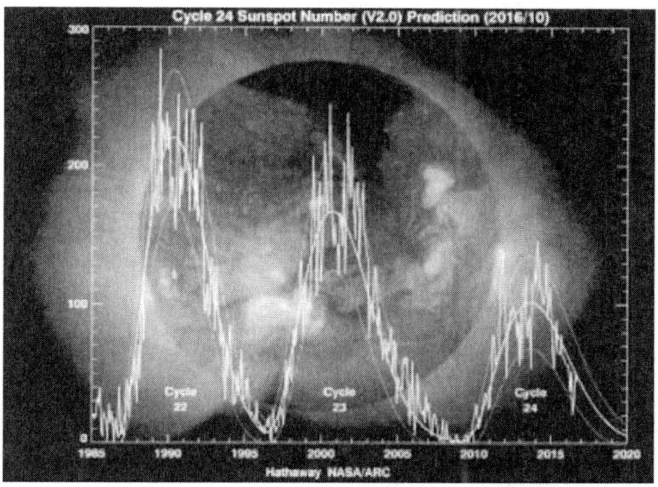

वर दाखवलेली प्रतिमा, विकिपीडियावरून घेतली आहे.

जेव्हा सूर्य ताऱ्यावर जास्त प्रमाणात ऊर्जा निर्माण होते तेव्हा पृथ्वीवरसुद्धा सूर्याची जास्त तीव्रतेची किरणे पडतात आणि त्या वेळी पृथ्वीवरील तापमान वाढते, त्या काळाला मॅक्सिमम सोलार असे म्हणले जाते (मॅक्सिमम म्हणजे जास्तीचा.

वरील प्रतिमेत आपण बघू शकता की २०१४, २००१ आणि १९९० या वर्षांदरम्यान पृथ्वीवर मॅक्सिमम ऊर्जा होती. म्हणजेच, त्या वर्षी पृथ्वीवर जास्त तापमान होते) आणि जेव्हा सूर्यावर कमी ऊर्जा निर्माण होते तेव्हा पृथ्वीवरसुद्धा सूर्याची कमी तीव्रतेची किरणे पडतात आणि त्या वेळी पृथ्वीवरील तापमान (इतर वर्षांपेक्षा) कमी असते, त्या काळाला मिनिमम सोलार असे म्हणतात (मिनिमम म्हणजे कमी. वरील प्रतिमेत आपण बघू शकता की २००९, १९९७ आणि १९८७ या वर्षांदरम्यान पृथ्वीवर मिनिमम सोलार होता. म्हणजेच, त्या वर्षी पृथ्वीवर कमी तापमान होते).

वरील प्रतिमेत बघितल्यावर आपल्याला जाणवेल की मिनिमम सोलारनंतर सूर्यावर तयार होणारी ऊर्जा मॅक्सिमम सोलारपर्यंत वाढत जाते आणि मॅक्सिमम सोलारनंतर सूर्यावर तयार होणारी ऊर्जा कमी होत जाते. थोडक्यात काय, तर मिनिमम सोलारनंतर पृथ्वीवरील तापमान मॅक्सिमम सोलारपर्यंत वाढत जाते आणि मॅक्सिमम सोलारनंतर पृथ्वीवरील तापमान मिनिमम सोलारपर्यंत कमी होत जाते. एका सोलार मिनिममपासून दुसऱ्या सोलार मिनिममपर्यंतच्या काळाला सोलार सायकल असे म्हणतात.

ग्रॅन्ड सोलार मिनिमा – जेव्हा जास्त काळासाठी सूर्यावर कमी ऊर्जा तयार होते तेव्हा पृथ्वीवरसुद्धा सूर्याची कमी तीव्रतेची किरणे पडतात आणि अशा काळाला ग्रॅन्ड सोलार मिनिमा असे म्हणतात. (मागच्या वेळी ग्रॅन्ड सोलार मिनिमाचा काळ सत्तर वर्षांचा होता. १६४५ पासून १७१५ पर्यंत.)

कमी सूर्यप्रकाश असल्याने पाण्याचे बाष्पीभवन (Vaporization) होणार नाही किंवा झालेच, तरी फार कमी होईल. कमी बाष्पीभवनामुळे कमी पाऊस पडू शकतो. कमी पावसामुळे दुष्काळ पडू शकतो; फारच कमी लोक शेती करू शकतील. याचाच अर्थ, ग्रॅन्ड सोलार मिनिमामध्ये अन्नधान्याचा तुटवडा होऊ शकतो.

आपल्या आजूबाजूला असे काही किटाणू असतात की जे जास्त तापमान सहन न झाल्याने मरतात. ग्रॅन्ड सोलार मिनिमामध्ये जास्त कालावधीसाठी कमी सूर्यप्रकाश असल्याकारणाने, ते किटाणू मरणार नाहीत आणि त्यामुळे जगात रोगराई वाढू शकते आणि आताच जर का तुम्ही औषधाच्या किमतीवर नजर फिरवली तर **तुम्हाला लक्षात येईल की औषधे किती महाग आहेत ती आणि भविष्यकाळात अजून किती महाग होऊ शकतात ते.**

नासाचे असे म्हणणे आहे की आता लवकरच ग्रॅन्ड सोलार मिनिमा येणार आहे. (तसं बघितलं, तर नासाच्या चांद्र मोहिमेबद्दल भरपूर लोकांच्या मनात शंका आहेत. चांद्र मोहीम म्हणजे १९६९ साली नील आर्मस्ट्रॉंग आपल्या

साथीदारांसोबत चंद्रावर उतरला होता, त्या मोहिमेबद्दल भरपूर लोकांच्या मनात शंका आहेत. म्हणजे, खरोखरच माणसाने चंद्रावर पाय ठेवला की नाही, याबाबत काही लोकांमध्ये मतभेद आहेत) पण जगातील बहुतेक सूर्यशास्त्रज्ञांच्या मते, लवकरच ग्रॅन्ड सोलार मिनिमा येणार आहे, पण तो कधी येऊ शकतो याची पक्की माहिती अजून बाहेर आलेली नाही. (२०३० सालाच्या आसपास येईल असे म्हटले जाते.)

नाही, माझा उद्देश लोकांना घाबरवण्याचा नाही. जसे काही मीडियावाले त्यांचा टीआरपी (TRP) वाढवण्यासाठी लोकांना घाबरवतात किंवा काही खासगी कंपन्यावाले त्यांच्या वस्तू विकण्यासाठी जाहिराती (Advertisement) देतात. तुम्ही अशी जाहिरात तर बघितली असणारच ना की पस्तीस वर्षांपेक्षा जास्त वयाच्या माणसांना ठरावीक आजार होऊ शकतो आणि तो आजार न होण्यासाठी तुम्ही आमच्या कंपनीचे औषध घ्या म्हणून. माझा उद्देश लोकांना घाबरवण्याचा नसून लोकांमध्ये जागरूकता निर्माण करण्याचा आहे.

याआधीच्या ग्रॅन्ड सोलार मिनिमामध्ये फार मोठ्या प्रमाणात जीवित व वित्त हानी झाली होती आणि आताच्या ग्रॅन्ड सोलार मिनिमामध्ये तशी परिस्थिती उद्भवू नये म्हणून आपण काळजी घेतली पाहिजे. ग्रॅन्ड सोलार मिनिमा काळामध्ये, जगातील काही ठिकाणी पूरसदृश स्थिती आली होती, तर काही ठिकाणी फार मोठ्या प्रमाणात थंड वातावरण झाले होते व या गोष्टीमुळे जगात मोठ्या प्रमाणात जीवित व वित्त हानी झाली होती.

- १६३० साली भारतात २० लाख लोकांना आपले प्राण गमवावे लागले.
- सोळाव्या शतकाच्या पहिल्या काही वर्षांमध्ये भारतात सलग दोन वर्षांमध्ये पावसाचा एक थेंबसुद्धा पडला नव्हता.
- १६८० साली सार्डिनियात जवळपास ८० हजार लोकांना आपले प्राण गमवावे लागले.
- १६९० सालात स्कॉटलंडमधील एकूण लोकसंख्येच्या पंधरा टक्के लोकांना आपले प्राण गमवावे लागले.
- १६९३ ते ९४ या काळात फ्रान्समध्ये २० लाख लोकांना आपले प्राण गमवावे लागले.
- १६९५ साली स्वीडनमध्ये जवळपास एक लाख लोकांना आपले प्राण गमवावे लागले.
- १७०२ ते ०४ या काळात भारतात पुन्हा एकदा २० लाख लोकांना आपले प्राण गमवावे लागले.

जगातील बहुतेक सूर्यशास्त्रज्ञांच्या मते, लवकरच ग्रॅन्ड सोलार मिनिमा येणार

आहे. तेव्हा आता येणाऱ्या ग्रॅन्ड सोलार मिनिमासाठी आपण तयार राहायला हवे. घाबरून जाण्याचे कारण नाही; कारण घाबरून जाण्याने समोरील समस्या कमी होत नाही, उलट ती समस्या वाढते.

काहींच्या मनात प्रश्न उभा राहू शकतो की या ग्रॅन्ड सोलार मिनिमाचा महागाईशी काय संबंध आहे?

ग्रॅन्ड सोलार मिनिमा येऊ शकतो म्हणजेच अन्नधान्याचा तुटवडा पडू शकतो म्हणजेच अन्नधान्याची किंमत वाढू शकते. ग्रॅन्ड सोलार मिनिमामुळे जगात रोगराई पसरू शकते आणि त्यामुळे औषधांची किंमत वाढू शकते. जर योग्य प्रमाणात पाऊस नाही पडला तर पाण्याची कमतरता होऊ शकते आणि यांच्यासारख्या भरपूर समस्या उद्‌भवू शकतात.

कदाचित आत्ताच्या काळात जेवढ्या धान्यांची किंवा प्रत्येक वस्तूंची निर्मिती होते, तेवढी निर्मिती ग्रॅन्ड सोलार मिनिमाच्या काळात होऊ शकणार नाही आणि या सर्वांच्या एकंदरीत परिणामामुळे ग्रॅन्ड सोलार मिनिमाच्या काळात महागाई वाढू शकते. (जगातील काही देशांच्या डोक्यावर आर्थिक संकटाची (Financial Crisis) टांगती तलवार लटकत आहे आणि जर का त्या देशात आर्थिक संकट आलेच तर त्या देशातील उत्पादकता कमी होऊ शकते आणि जागतिकीकरणामुळे (Globalization) त्याचा परिणाम जगातील इतर देशांवरसुद्धा दिसून येऊ शकतो किंवा इतर देशसुद्धा यात ओढले जाऊ शकतात.) यासाठी अन्नधान्याची व सर्वच गोष्टींची नासाडी थांबवणे, ही तर आपली सवयच बनली पाहिजे, असे नाही का तुम्हाला वाटत? मी असे नाही सांगत की ग्रॅन्ड सोलार मिनिमाच्या काळात तुम्ही उपाशी राहा म्हणून, पण आपली शारीरिक शक्ती कायम ठेवूनही काही गोष्टी कराव्या लागतील. त्या म्हणजे एक वेळ जेवणे, कधीकधी फक्त पाणी पिणे, कमीत कमी बोलणे जेणेकरून आपली शक्ती कमीत कमी खर्च होईल. आपण या अशा सर्व गोष्टींची मानसिक तयारी ठेवणे चुकीचे वाटते का? आपल्या मनाची तयारी करण्यासाठी योगा शिकणे व तो आचरणात आणणे हा एक चांगला उपाय ठरू शकतो. तसेच, दररोज योगा केल्याने आपले मन आणि शरीर तंदुरुस्त राहण्यास मदतच होते आणि योगाचा उपयोग प्रतिबंधात्मक देखभालीसाठीसुद्धा (Preventive Maintenance) होऊ शकतो. (प्रतिबंधात्मक देखभाल म्हणजे एखादी अप्रिय गोष्ट न होण्यासाठी घेतलेली काळजी). (या लिखाणाचा हेतू लोकांना घाबरवण्याचा नसून, लोकांमध्ये जागरूकता निर्माण करणे हा आहे. जर का, खरंच पृथ्वीवर ग्रॅन्ड सोलार मिनिमासारखी परिस्थिती आली तर आपणास ज्या ज्या गोष्टींची गरज लागेल त्या गोष्टींची साठवणूक आपल्याला करावी लागेल. तर त्या गोष्टी

कुठच्या असू शकतात, याबद्दल ग्रॅन्ड सोलार मिनिमम या विषयात जाणून घेणार आहोत).

आपल्याला काही गोष्टींची खबरदारी घ्यावी लागेल.

१) ग्रॅन्ड सोलार मिनिमाच्या काळात अन्नधान्याचा तुटवडा पडू नये यासाठी मोठमोठी गोदामे बांधून, त्यात भरपूर मोठ्या प्रमाणात अन्नधान्याचा साठा करावा लागेल.

२) ग्रॅन्ड सोलार मिनिमाच्या काळात कमी सूर्यप्रकाशामुळे पृथ्वीवर थंडी वाढू शकते. मग आपल्याला मोठ्या प्रमाणात गरम कपड्याची साठवणूक करावी लागेल. तसेच, तेलाची आणि कोळशाचीसुद्धा मोठ्या प्रमाणात साठवणूक करावी लागेल. तेलाचा आणि कोळशाचा उपयोग ऊर्जेसाठी होऊ शकतो. म्हणजे समजा, पाऊस पडलाच नाही आणि थंड वातावरणामुळे बर्फ पडला, तर बर्फाचे पाण्यात रूपांतर करण्यासाठी तेलाचा आणि कोळशाचा उपयोग होऊ शकतो. तसेच, थंडीपासून वाचण्यासाठीसुद्धा (ऊब) त्यांचा उपयोग होऊ शकतो.

३) ग्रॅन्ड सोलार मिनिमाच्या काळात कमी सूर्यप्रकाशामुळे काही किटाणू मरणार नाहीत आणि त्यामुळे जगात रोगराई पसरू शकते आणि हे टाळण्यासाठी प्रत्येक नागरी वस्तीजवळ डॉक्टरांची सेवा उपलब्ध असली पाहिजे, असे नाही का तुम्हाला वाटत?

४) ग्रॅन्ड सोलार मिनिमाच्या काळात ज्या ठिकाणी बर्फ पडण्याची आणि पूर येण्याची शक्यता असेल तिथे हेलिकॉप्टर आणि बोटीची व्यवस्था करावी लागेल.

यांच्यासारख्या भरपूर गोष्टी आपल्याला कराव्या लागतील. आपत्ती व्यवस्थापनाकडे (Disaster Management) याची पूर्ण यादी असणारच, पण आपण प्रत्येकानेसुद्धा खबरदारी घेतली पाहिजे, असे नाही का तुम्हाला वाटत?

बहुतेकांचे असे म्हणणे असते की आजारपणावर जास्त खर्च होतो. असे का?

- कारण डॉक्टर बनण्यासाठी भरपूर खर्च असतो.
- डॉक्टरांना महागडी महागडी उपकरणे वापरावी लागतात.
- काही काही डॉक्टर कर्ज काढून त्यांचे शिक्षण पूर्ण करतात. काही डॉक्टरांना नवीन उपकरणांसाठी कर्ज काढावे लागते.
- काही डॉक्टरांनी हॉस्पिटल काढण्यासाठी कर्ज काढलेले असते.

डॉक्टर बनण्यासाठी भरपूर खर्च का येतो?

जास्त लोकांना डॉक्टर बनायचे असते, पण तेवढी कॉलेजेस उपलब्ध नसतात आणि अर्थव्यवस्थेच्या नियमानुसार, जेव्हा एखाद्या गोष्टीची मागणी ही त्याच्या पुरवठ्यापेक्षा जास्त असते तेव्हा त्याची किंमत वाढते. कमी वैद्यकीय कॉलेजेस आणि जास्त लोकांना डॉक्टर बनायचे असल्याकारणाने, वैद्यकीय शाखेची फी फार जास्त असते. फी जास्त असल्याकारणाने डॉक्टर बनायला जास्त खर्च होतो.

डॉक्टरांना लागणारी उपकरणे, त्यांना लागणारी मशिन्स या सर्व गोष्टीसुद्धा फार महाग असतात. त्या मशिन्स बनवणाऱ्या कंपन्या जास्त प्रमाणात आणि किफायतशीर किमतीत कशा प्रकारे मशीन बनवू शकतात, याचा आपणास विचार करावा लागेल. या आणि अशा विविध कारणांनी खासगी हॉस्पिटलमध्ये उपचार घेणे फार खर्चीक असते.

माझा म्हणायचा मुद्दा हाच आहे की जर का डॉक्टरांचा खर्च कमी झाला तर रुग्णांकडून (Patient) ते कमी पैसे घेतील, पर्यायाने औषधावर होणारा खर्च कमी होईल. अजून एक गोष्ट मला सांगायला आवडेल, डॉक्टरांची संख्या कमी असल्याकारणाने, बहुधा त्यांना एक ऑपरेशन झाल्यावर दुसऱ्या ऑपरेशनची तयारी करावी लागते किंवा कधीकधी तर, दुसऱ्या हॉस्पिटलमध्ये जावे लागते आणि अशा वेळी जर का प्रत्येक रुग्णांच्या नातेवाइकाचा हा अट्टहास असेल की डॉक्टरांनी त्यांच्याशी दोन मिनिटे बोलावे, तर पुढील ऑपरेशन जे दुसऱ्या हॉस्पिटलमध्ये असू शकते त्याला उशीर होऊ शकतो. नातेवाइकांच्या भावना बरोबर असतात, पण त्यांनी डॉक्टरांचासुद्धा विचार करावा, एवढेच माझे म्हणणे आहे. बरोबर ना? या विवेचनामुळे तुम्हालाही कळत असेल की आजारपणावर जास्त खर्च का होतो.

साधारणत: बहुतांश डॉक्टर हे त्यांच्या वयाच्या पंधराव्या वर्षापासून (दहावीपासून) जवळपास पंधरा ते अठरा तास मेहनत घेतात. मेहनत म्हणजे शालेय आणि कॉलेज जीवनात अभ्यासासाठी घेतलेली मेहनत आणि डॉक्टर बनल्यावर रुग्णांसाठी घेतलेली मेहनत.

आता आपण थोडेसे आपल्या मीडियाबद्दल बोलू या.

मीडियाला ग्रॅन्ड सोलार मिनिमाबद्दल कदाचित माहिती नसावी किंवा काही मीडियावाल्यांना याची कल्पना असूनसुद्धा ते जाणीवपूर्वक यावर दुर्लक्ष करत असतील आणि जागतिक तापमान वाढीच्या (Global Warming) गोष्टी करत असतील. जागतिक तापमानवाढीसारख्या विषयाला महत्त्व दिले गेले पाहिजेच, पण अशा गोष्टीलाही महत्त्व दिले पाहिजे, असे मला वाटणे अयोग्य आहे का?

(जागतिक तापमानवाढीबद्दल काही संस्था लोकांत जागरूकता (Awareness) निर्माण करण्याचे काम करत असतात. माझ्या मते, त्यांनी लोकांमध्ये या अशा ग्रॅन्ड सोलार मिनिमासारख्या गोष्टीचीसुद्धा जागरूकता निर्माण करावी.)

समजा मीडियाला या ग्रॅन्ड सोलार मिनिमाबद्दल माहिती नसेल आणि जेव्हा केव्हा त्यांना ही माहिती मिळेल तेव्हा त्यांनी लोकांना घाबरवण्यापेक्षा काय काय उपाय केले पाहिजेत, याची माहिती द्यावी. नाही का?

मीडियाचे काम काय आहे? तर, भारतातील आणि जगातील सर्व महत्त्वाच्या गोष्टींची न्यूज देणे, खासकरून भारतातील सर्व गोष्टींची न्यूज देणे, पण काही मीडियावाले संपूर्ण भारतातील बातम्या सांगण्यापेक्षा काही ठराविक सात किंवा आठ राज्यांतीलच जास्त बातम्या दाखवतात. न्यूज (NEWS) म्हणजे नॉर्थ (North उत्तर), ईस्ट (East पूर्व), वेस्ट (West पश्चिम) आणि साउथ (South दक्षिण) झाले ना? आणि जर का तुम्ही नीट लक्ष देऊन बघितले तर हिंदी भात्रिक जास्त असलेल्या किंवा हिंदी भाषा व्यवहारात जास्त वापरणाऱ्या राज्यांतीलच बातम्या काही मीडियावाले दाखवतात. म्हणजेच हा सगळा टीआरपीचाच (TRP) खेळ नाही का? मग, तुम्ही जनतेचा आवाज आहात, जनतेला हे जाणून घेण्याचे आहे, असा कांगावा का? तुमचे काय मत आहे याबाबत?

सहसा काही मीडियावाले काय करतात? तर, एका समस्येची चर्चा करताना ती समस्या अशा पद्धतीने एखादी समस्याच सुटू शकते किंवा तशा पद्धतीने सुटू शकते, म्हणजेच एकाच वेळी ते दहा-बारा विविध पर्याय सुचवतात. उपाय सुचवणे केव्हाही चांगलेच, पण एखादी गोष्ट संपूर्ण होण्यासाठी वेळ हा लागणारच ना? आणि तोपर्यंत थांबण्याचीसुद्धा काहींची तयारी नसते.

कदाचित काहींना असे वाटत असावे की त्यांना सर्वातले सर्व कळते, बाकीच्यांना काही कळत नाही. मग अशा लोकांनी एसीमध्ये बसून बोलण्यापेक्षा निवडणुका लढवाव्यात आणि लोकहिताची कामे करावीत. कदाचित त्यातील अतिहुशार लोक, 'ते आमचे काम नाही, आमचे काम लोकांचा आवाज सरकारसमोर मांडणे आहे', असे बोलू शकतात. जर का त्यांचे असे मत असेल तर त्यांनी फक्त घडणाऱ्या गोष्टी जशाच्या तशा सांगाव्यात, कोणालाही गुन्हेगार किंवा दोषी आणि कुणालाही निरपराध ठरवू नये; कारण ते काम कोर्टाचे आहे. निर्णय घेण्याचा, एखाद्याला दोषी किंवा निर्दोष ठरवण्याचा अधिकार सुप्रीम कोर्टाचा आहे आणि कोर्ट त्यांचे काम करण्यास समर्थ आहे. कोणीही कायदा स्वत:च्या हातात घेण्याचा किंवा तसे भासवण्याची गरज नाही, असे नाही का तुम्हाला वाटत?

आपल्या देशात जवळपास शंभराच्या आसपास मीडियावाले असतील. शंभर हा आकडा गृहीत धरला आहे, त्याच्यापेक्षा जास्त असतील. असो.

समजा, प्रत्येक मीडियावाल्याने दररोज एकच प्रश्न विचारला. म्हणजे, जो प्रश्न पहिल्या मीडियावाल्याने विचारला, तोच दुसऱ्याने, तिसऱ्याने आणि असे करता करता सर्व शंभर मीडियावाल्यांनी तोच प्रश्न विचारला आणि अधिकृत माणसाने जरी फक्त दोन मिनिटांत त्या प्रत्येक प्रश्नाचे उत्तर दिले तरी त्या माणसाचे दिवसातील दोनशे मिनिटे फक्त प्रश्नांची उत्तरे देण्यातच जाईल, तर मग तो स्वत:चे काम कधी करणार? आणि समजा, तो एखादा मंत्री असेल, तर तो त्याचे काम कधी करणार? आणि काम नाही केले, तर साहजिकच आहे बोंबाबोंब होऊ शकते, असे नाही का तुम्हाला वाटत?

काही लोक लोकांना घाबरवून त्यांच्या चॅनेलचा टीआरपी कसा वाढेल हेच बघतात. काही लोक तर, खऱ्या गोष्टी लपवून खोट्या गोष्टीच दाखवत असतात. अर्थात, पत्रकारितेतसुद्धा भरपूर समस्या असतात. म्हणजे, त्यांच्यावर होणारे जीवघेणे हल्ले, त्यांना एखादी गोष्ट न दाखवण्यासाठी कधीकधी धाकातसुद्धा घेतले जाते आणि स्पर्धेतसुद्धा टिकून राहण्याचे आव्हान त्यांच्यासमोर असतेच. असे जरी असले तरी पत्रकारांनी प्रत्येक गोष्टीच्या मुळाशी जायला पाहिजे. कधीकधी एक घटना घडते व त्या घटनेसंबंधाची दुसरी घटना काही कालावधीनंतर घडते. पत्रकारांना अशा गोष्टींचा संबंध लावता आला पाहिजे, असे नाही का तुम्हाला वाटत?

आता आपण सोन्याचे व्यापारी संपावर का गेले होते आणि त्याच्यामागे काय कारण असू शकते, या गोष्टीबद्दल जाणून घेऊ या.

सर्वांत प्रथम आपण सोन्याचे व्यापारी संपावर का गेले होते, याची कारणे जाणून घेऊ या किंवा त्यांच्या काय मागण्या होत्या बघू या.

१) भारत सरकारने घेतलेल्या निर्णयानुसार ज्या व्यापाऱ्यांची वार्षिक उलाढाल (Turnover) १२ कोटींपेक्षा जास्त आहे, त्यांना विक्रीवर एक टक्का अबकारी कर (Excise Duty) भरावा लागणार.

२) व्यापाऱ्यांना ही भीती वाटते की या अबकारी करामुळे इन्स्पेक्टर राज येऊ शकते.

३) गरीब कारागिरांना कर भरावा लागेल, त्यामुळे बेरोजगारी वाढू शकते, तसेच ते रेकॉर्डची देखरेख (To Maintain Record) नाही करू शकत.

४) अबकारी कराऐवजी व्हॅट (VAT) आणि आयात कर (Import Duty) लावावा.

५) एक जानेवारी २०१६पासून, केंद्र सरकारने दोन लाख रुपये आणि

त्यावरील रकमेच्या ज्वेलरी खरेदीसाठी पॅनकार्ड सक्तीचे केलेले आहे. त्याची मर्यादा वाढवावी.

आता आपण, वरील सोन्याच्या व्यापाऱ्यांच्या मागण्यांबद्दल किंवा तक्रारींबद्दल सविस्तर जाणून घेऊ या.

१) अबकारी कर (Excise Duty)

एक एप्रिल २०१६पासून, ज्या व्यापाऱ्यांची वार्षिक उलाढाल १२ कोटींपेक्षा जास्त होईल, त्यांना विक्रीवर एक टक्का अबकारी कर भरावा लागणार. ज्या व्यापाऱ्याची वार्षिक उलाढाल १२ कोटींपेक्षा जास्त आहे, तो व्यापारी गरीब असू शकेल, असे तुम्हाला वाटते का? आपण याआधीच टॅक्स स्लॅबमध्ये बघितले आहे की जर का तुमचे वार्षिक उत्पन्न अडीच लाखांपेक्षा जास्त असल्यावर त्या उत्पन्नावरील दहा टक्के रक्कम टॅक्स किंवा कर म्हणून द्यावी लागेल. आता मला सांगा, अडीच लाखांपेक्षा जास्त उत्पन्न असलेला सामान्य माणूस, दहा टक्के कर भरतो, तर वर्षाला बारा कोटी उलाढाल असलेला व्यापारी एक टक्का कर नाही का भरू शकत? तुम्हाला काय वाटते, व्यापाऱ्यांवर अन्याय झाला आहे का? (अर्थात, तो प्रत्यक्ष कर (Direct Tax) झाला आणि सरकारने सुचवलेल्या ठिकाणी गुंतवणूक केल्यास किंवा खर्च केल्यास त्याचा कर वाचू शकतो आणि हा अप्रत्यक्ष कर (Indirect Tax) आहे आणि व्यापाऱ्यांना हा अप्रत्यक्ष कर भरावाच लागणार.)

आपण याआधी टॅक्स स्लॅबमध्ये बघितले आहे की सरतेशेवटी अप्रत्यक्ष कर हा सामान्य माणूसच भरत असतो. या ठिकाणीसुद्धा सोन्याचे व्यापारी अबकारी कर भरणार आणि नंतर तो झालेला खर्च सामान्य माणसाकडून घेणार. भारतीय कंपन्यासुद्धा अबकारी कर (Excise Duty) भरतात. आपण जेव्हा एखादी वस्तू विकत घेतो तेव्हा कुठलीही कंपनी सर्व खर्च जोडूनच ती वस्तू विकत असते. काही काही कंपन्या तर आपल्या वस्तूवर लिहीतसुद्धा असतात की सर्व कर जोडला गेला आहे (Including All Taxes). याचाच अर्थ, जरी सोन्याचे व्यापारी अबकारी कर भरणार असतील तरी सरतेशेवटी, सामान्य माणूसच तो अबकारी कर भरतो, नाही का?

असे म्हटले जाते की मोठ्या व्यापाऱ्यांनी अबकारी कर भरला, मग तो कर ते छोट्या व्यापाऱ्यांवर हस्तांतरण (Transfer) करतील आणि छोटे व्यापारी सामान्य ग्राहकांवर. (कारण छोटे व्यापारी मोठ्या व्यापाऱ्यांकडूनच सोने विकत घेतात.) म्हणजेच, ग्राहकांना हे पैसे भरावे लागतील आणि सोने महाग झाल्याने व्यापाऱ्यांचे ग्राहक कमी होतील. ज्या ग्राहकांना सोने विकत घ्यायचे आहे, तो ग्राहक सोने विकत घेणारच, काही ग्राहक काही वेळ वाट बघतील, पण सरतेशेवटी ज्यांना सोने घ्यायचे आहे, ते सोने घेणारच ना? तसे बघायला गेले, तर सोने विकत घेणे ही

काही आपली मूलभूत गरज (Basic Need) नाही. काही काही ग्राहक तर असे असतात की सोने महाग झाल्यावर ते जास्त सोने विकत घेतात. बरोबर ना?

२) इन्स्पेक्टर राज

सोन्याचा एक दागिना बनायला त्याला साधारणत: सात-आठ छोट्या-छोट्या कारागिरांच्या हाताखालून जावे लागते आणि या सर्वांवर अबकारी कर लागणार का? आणि बहुधा हे कारागीर जास्त शिकलेले नसतात, त्यामुळे हे सर्व कारागीर रेकॉर्ड कसे मेन्टेन करतील? आणि रेकॉर्ड मेन्टेन करण्यासाठी त्यांना एक हिशोबनीस (Accountant) ठेवावा लागणार. म्हणजेच त्या कारागिरांचा खर्च वाढणार आणि रेकॉर्ड मेन्टेन करायचे म्हणजे ते तपासायला कोणी तरी येणार आणि त्यामुळे इन्स्पेक्टर राज येऊ शकते, असे काही व्यापाऱ्यांचे म्हणणे होते.

अर्थमंत्री अरुण जेटली यांनी सांगितले आहे की इन्स्पेक्टर राज येणार नाही. व्यापारी ऑनलाइन नोंदणी (Register)सुद्धा करू शकतात. मग तुम्हाला वाटते का, त्यासाठी इन्स्पेक्टरला व्यापाऱ्याच्या दारी जावे लागेल?

३) गरीब कारागिरांना कर भरावा लागेल, त्यामुळे बेरोजगारी वाढेल, तसेच ते रेकॉर्डची देखरेख करू शकत नाहीत.

भारत सरकारचे असे म्हणणे आहे की त्यांनी कारागिरांना यातून वगळले आहे. जर का कोणा कारागिरांचे उत्पन्न टॅक्स स्लॅबमध्ये येत असेल, तर त्यांनीसुद्धा टॅक्स स्लॅबप्रमाणेच टॅक्स भरावा, असे नाही का तुम्हाला वाटत? सहसा कारागीर महिन्याला सात किंवा आठ हजार रुपये कमावतो, त्यामुळे तो टॅक्स स्लॅबमध्ये येऊ शकत नाही, पण समजा कोणाचे उत्पन्न जास्तच असेल, तर त्यांनी त्यांचा योग्य कर भरावा, असे मला वाटणे चुकीचे आहे का?

४) एक जानेवारी २०१६पासून केंद्र सरकारने दोन लाख रुपये आणि त्यावरील रकमेच्या ज्वेलरी खरेदीसाठी पॅनकार्ड सक्तीचे केलेले आहे.

भारत सरकारने ही मर्यादा आता पाच लाख केली आहे. भारतात फक्त चौदा टक्के लोकांकडेच पॅनकार्ड आहे. याचाच अर्थ, जास्तीत जास्त चौदा टक्के लोकच प्रत्यक्ष कर भरत असतील, नाही का? सरकारची अशी इच्छा असावी की जास्तीत जास्त लोकांकडे पॅनकार्ड असले पाहिजे आणि त्यात काही चूक आहे, असे तुम्हाला वाटते का?

ग्राहकांकडून फॉर्म नंबर ६० व ६१ भरून घेणे व ते सर्व रेकॉर्ड सहा वर्षे सांभाळणे.

एखाद्या गोष्टीच्या खरेदीसाठी ग्राहकांना त्यांचे पॅनकार्ड दाखवावे लागते आणि ग्राहकांकडे पॅनकार्ड नसल्यावर, ग्राहक हा फॉर्म नंबर ६० व ६१ भरून त्या गोष्टी

विकत घेऊ शकतात. (व्यापारी या कारणासाठी संपावर गेलेले नव्हते.)

या फॉर्ममध्ये ग्राहकांना खालील माहिती द्यावी लागते.

तुमची वैयक्तिक माहिती म्हणजे नाव, जन्मतारीख, घरचा पूर्ण पत्ता, कधी वस्तू खरेदी केली आणि त्याची किंमत किती होती, आधार नंबर असल्यावर त्याची नोंद करावी. जर पॅनकार्डसाठी अर्ज (Application) भरला असेल आणि अजूनपर्यंत पॅनकार्ड मिळाले नसेल तर अर्ज भरण्याची तारीख, पोच नंबर (Acknowledgement Number). जर पॅनकार्डसाठी अर्ज भरला नसेल तर ज्या वर्षी तुम्ही सोने खरेदी केले त्या वर्षीचे तुमचे एकूण उत्पन्न किती होते, शेती असल्यास, त्यातून त्या वर्षी किती उत्पन्न झाले या सर्वांची माहिती ग्राहकाला द्यावी लागते.

व्यापाऱ्यांचे संपावर जाणे आणि काळ्या पैशाचा (Black Money) काही संबंध असू शकतो का, ते आपण जाणून घेऊ या.

पाच लाख रुपयांपेक्षा जास्त सोने खरेदी किंवा विक्री केल्यावर तुम्हाला पॅनकार्डचे तपशील (Details) द्यावे लागतील आणि जर का ग्राहकांकडे पॅनकार्ड नसेल तर ते फॉर्म नंबर ६० व ६१ भरून सोने विकत घेऊ शकतात. असे म्हटले जाते की जेव्हा जेव्हा भारत सरकारकडून काळ्या पैशांसाठी (Black Money) धाड पडते तेव्हा त्यांना पैशांपेक्षा सोन्याची बिस्किटे आणि सोन्याचे दागिने जास्त मिळतात.

रेकॉर्ड मेन्टेन केल्यामुळे भारत सरकारला कळू शकते की कोणी किती सोने खरेदी केले; तुमच्याकडे पॅनकार्ड असो वा नसो. पॅनकार्ड नसेल, तर तुम्हाला फॉर्म नंबर ६० व ६१ भरावा लागतो ना?

यावरून तुम्हाला असे नाही का वाटत की समजा कोणी जास्त प्रमाणात सोन्याची खरेदी करत असेल, तर त्याची माहिती सरकारला कळू शकेल आणि समजा एखादा मनुष्य करच (Tax) भरत नसेल आणि तरी मोठ्या प्रमाणात सोन्याची खरेदी करत असेल, तर याचाच अर्थ त्याच्याकडे काळा पैसा आहे, असे नाही का होत? तुम्हाला काय वाटते?

समजा, एखादा मनुष्य त्याचे उत्पन्न कमी दाखवत असेल आणि कमी कर भरत असेल, पण जास्त प्रमाणात सोने विकत घेत असेल, तर तुम्हाला नाही का वाटत, की अशा माणसाकडेसुद्धा काळा पैसा असू शकतो? आणि ही सगळी माहिती सरकारला कळू शकते, नाही का?

आता समजा, ज्यांच्याकडे जास्त प्रमाणात सोन्याची बिस्किटे आणि सोन्याचे

दागिने आहेत आणि त्यांनी ते व्यापाऱ्याकडे विकायचे ठरवले. समजा, त्या सोन्याची किंमत पाच लाख रुपयांपेक्षा जास्त असल्यावर, त्या विक्रेत्याला पॅनकार्डची माहिती द्यावी लागेल किंवा ती नसल्यावर फॉर्म नंबर ६० व ६१ सोन्याच्या व्यापाऱ्याकडे भरून द्यावा लागणार. आता समजा, एखाद्या माणसाने भरपूर मोठ्या प्रमाणात सोन्याची विक्री केली, तर त्याने आतापर्यंत किती कर भरला आहे, याची माहिती सरकारला मिळू शकते आणि त्या माणसाबद्दल साशंकता (Doubt) निर्माण झाल्यास, त्याच्या घरी इन्कम टॅक्सची धाड पडू शकते, असे त्यांना वाटते का? म्हणजेच, जर का तुमच्याकडे सोन्याच्या रूपात काळा पैसा आहे तर ते सोने विकताना तुम्हाला तुमची माहिती द्यावी लागेल, असे त्यांना वाटते का?

असे म्हटले जाते की सोन्याचे व्यापारी संपावर गेल्यामुळे सतरा दिवसांत साठ हजार कोटींचे नुकसान झाले. संपावर कोण आणि का गेले, आणि त्यामुळे कोणाचे नुकसान झाले, हे माझ्या मते तुम्हा सर्वांना माहीत असेलच, नाही का?

आता जर का सतरा दिवसांत साठ हजार कोटींचे नुकसान होते, याचाच अर्थ, सतरा दिवसांत साठ हजार कोटींची उलाढाल होते, असे नाही का होत? जर का सतरा दिवसांत साठ हजार कोटींची उलाढाल होत असेल तर एका महिन्यात किती रुपयांची उलाढाल होईल, हे आपण बघू या.

साठ हजार कोटींना सतराने भागल्यावर एका दिवसात किती व्यवसाय होऊ शकतो, हे समजेल आणि जर का त्याला तीसने गुणल्यावर एका महिन्यात किती व्यवसाय किंवा उलाढाल होऊ शकते, हे समजेल.

६० हजार कोटी / १७ × ३० = १०५ हजार कोटी.

आपण या वरील गोष्टीवर एक टक्का अबकारी कर लावू या. अर्थात, अबकारी कर ज्यांची उलाढाल बारा कोटींपेक्षा जास्त आहे, त्यांनाच लागतो.

१०५ हजार काटींचा एक टक्का हा १०५० कोटी होईल. म्हणजेच, १०५० काटी रुपयांचा कर भारत सरकारकडे जमा होऊ शकतो. जर एका महिन्यात १०५० कोटी रुपयांचा कर जमा होत असेल तर एका वर्षात त्याच्या बारा पट कर गोळा होऊ शकतो, नाही का? आणि सरकारने उत्पन्न सोडावे, असे तुम्हाला वाटते का?

आता मला तुम्हीच सांगा, की सोन्याचे व्यापारी संपावर का गेले होते? अर्थात, तो संप आता मिटलेला आहे. तुम्हाला नाही का वाटत की मीडियाने अशा महत्त्वाच्या गोष्टींचा पाठपुरावा करून ती गोष्ट जनतेसमोर आणावी असे. हो, हिंदी न्यूज चॅनेल झी न्यूजने या गोष्टींचा चांगला पाठपुरावा केला आहे.

लोकसंख्या : मूळ समस्या

आपण मूलभूत गरजांची महागाई का वाढते, ते जाणून घेऊ या. शेती करणे जास्त खर्चीक आणि कष्टप्रद असल्याकारणाने, शेतीकडे काही तरुण मंडळी पाठ फिरवत आहेत. शेती करणे खर्चीक झाले, त्यामधील एक कारण म्हणजे काही व्यापाऱ्यांची आणि काही अडत्यांची असमाधानी वृत्ती. काही व्यापाऱ्यांची आणि काही अडत्यांची असमाधानी वृत्ती एवढी मोठी आहे की ते एकाच वेळी शेतकरी आणि सामान्य माणूस या दोघांचीही पिळवणूक करतात. नाही म्हटले तरी काही राजकीय नेते किंवा राजकीय पक्ष शेतकरी आणि सामान्य माणसांच्या बाजूने उभे राहतात. पण कोणीही, श्रीमंत आणि असमाधानी वृत्तीच्या दलालांविरुद्ध जास्त वेळ उभे राहत नाही आणि जर का कोणी उभा राहिला तर वेगवेगळ्या मार्गांनी त्यांचा विरोध हे असमाधानी वृत्तीचे दलाल मोडून काढतात (वेगवेगळा मार्ग म्हणजे कधी बाजार समित्या बंद करून, कधी शेतकऱ्यांकडून कमी शेतमाल घेऊन, कधी त्याला कमी किंमत देऊन, कधी एखाद्या धान्याचा साठा करून, कृत्रिमरीत्या त्या धान्याचा तुटवडा निर्माण करतात). व्यापाऱ्यांनी व्यापार करावा, नफा पण कमवावा, पण तो नफा त्यांनी शेतकऱ्यांमध्येसुद्धा वाटला पाहिजे.

भारत सरकार दर वर्षी एक एमएसपी (MSP- Minimum Selling Price) जाहीर करते. या एमएसपीपेक्षा कमी किमतीत, कुठलाही व्यापारी शेतकऱ्याकडून शेतमाल विकत घेऊ शकत नाही. (हा जो एमएसपी आहे, तो विश्व व्यापार संघटनेच्या (WTO) नियमाअंतर्गत येतो.) कसं असतं बघा ना, व्यापारी माफक किमतीत शेतकऱ्यांकडून शेतमाल विकत घेतो आणि जास्त किमतीत सामान्य माणसांना विकतो, आणि यातून तो व्यापारी अथवा ते व्यापारी भरपूर पैसा कमावतात आणि या पैशांच्या मदतीने निवडणुकीच्या वेळी काही व्यापारी पक्षांना मदत करत असावेत. (कधीकधी तर, जिंकून येऊ शकतील अशा दोन्ही पक्षांना मदत करू शकतात. मदत म्हणजे त्या पक्षाला देणगी देतात.) आता मला सांगा, अशा वेळी एखादा पक्ष किंवा एखादे सरकार या अशा व्यापारी लॉबीविरुद्ध जाऊ

शकेल का? किंवा गेलेच तरी किती दिवस ते त्यांच्या विरुद्ध उभे राहू शकतील? जेव्हा पुढची निवडणूक येईल तेव्हा प्रत्येक पक्षाला निवडणुकीसाठी पैशांची गरज लागणारच ना? तेव्हा काय? तेव्हा त्या पक्षाला कोण मदत करणार? कदाचित या गोष्टीची पूर्ण कल्पना व्यापाऱ्यांना आणि पक्षांच्या नेत्यांना असावी आणि म्हणूनच एखादा पक्ष किंवा एखादे सरकार, या अशा व्यापारी लॉबीविरुद्ध जात नसावे किंवा गेलेच तरी सरकारचा विरोध अल्प काळात संपुष्टात येत असावा, असे नाही का तुम्हाला वाटत?

आता आपण खासगी कंपन्यांबद्दल जाणून घेऊ या. काही कंपन्या वेळच्या वेळी त्यांचा कर भरत नाहीत. कायद्यातील पळवाटा शोधून, काही असमाधानी उद्योजक (कंपनीचे मालक) कर भरत नाहीत. काही लोक बँकेकडून घेतलेल्या कर्जाचे हप्ते, वेळच्या वेळी भरत नाहीत. या सर्व गोष्टी सरकारला माहीत असूनसुद्धा, सहसा कुठलेही सरकार त्यांच्याविरुद्ध कडक पावले का उचलत नसतील? जसे, काही व्यापारी पक्षाला देणगी देत असतील. तसेच, काही उद्योजकसुद्धा काही पक्षाला देणगी देत असावेत. असे आपणास नाही का वाटत?

मीडिया म्हणा, सरकार म्हणा किंवा सामान्य जनता म्हणा, या सर्वांना या गोष्टी माहीत असूनसुद्धा ते जास्त काही करू शकत नाहीत. कारण अशा गोष्टी माहीत असूनसुद्धा कोर्टात हे सिद्ध करायचे म्हणजे तसे महाकठीण काम असते.

१) शेवटी मीडिया म्हणजे कोण, एक खासगी कंपनीच ना? जरी ते पत्रकारितेचे काम करतात तरी ते खासगीच आहे ना? (मी खासगी मीडियाबद्दल बोलत आहे, सरकारी मीडियाबद्दल नाही.) तुम्ही ज्या कंपनीत काम करत आहात, त्या कंपनीचा मालक किंवा तुम्ही ज्या माणसाच्या हाताखाली काम करत आहात, तो माणूस जे सांगेल तेच काम तुम्ही, आम्ही आपण सर्व जण करतो ना? तसेच मीडियाचे असावे, असे नाही का तुम्हाला वाटत? त्यांच्या कंपनीचा मालक किंवा त्यांचा साहेब त्यांना जे करायला सांगणार, तेच ते करणार ना? आता तुम्हीच सांगा, ज्या मीडिया कंपनीचे शेअर्स खासगी कंपनीकडे असतील, तर अशा वेळी त्या कंपनीविरुद्ध त्या मीडियाचा अँकर काय बोलेल?

२) हे झाले मीडियाबद्दल, आणि सरकारबद्दल तर तुम्हाला माहीतच आहे. निवडणुकीच्या वेळी कुठल्याही पक्षाला मदत हवी असते. अजून एक गोष्ट सांगावीशी वाटते, या मोठमोठ्या कंपनींच्या प्रभावाखाली भरपूर माणसे असतात. समजा, काही व्यावसायिकांनी त्यांच्या कर्मचाऱ्यांना खोटे सांगितले की मार्केट खराब असल्याकारणाने या वर्षी पगार वाढणार नाही आणि सरकारच्या चुकीच्या धोरणामुळे मार्केट खराब आहे, असं जर का ते (खोटे) बोलले तर मला तुम्हीच सांगा, व्होट करताना त्या कंपनीतील कर्मचारी सत्तेत असलेल्या पक्षाला व्होट

करणार का? (कर्मचारी आणि त्या कर्मचाऱ्याच्या बोलण्यावर विश्वास ठेवणारी सर्व माणसे सत्तेत असलेल्या पक्षाला व्होट करणार का?) अशा प्रकारेसुद्धा ते सरकारला ब्लॅकमेल करू शकतात. (मी एक शक्यता सांगत आहे, बंद खोलीत असेच होत असावे, असे मी म्हणत नाही.)

आता काळा पैसा भारतात परत आणण्यासाठी आणि भारतातच फिरणारा काळा पैसा कमी करण्यासाठी सरकार काही चांगली पावले उचलत आहे, ते काहींना आवडणार नाही. ते स्वत: जरी संख्येने कमी असले तरी त्यांचे बोलणे ऐकणारे भरपूर असू शकतात. ते असे नाही सांगणार की सरकारने काळ्या पैशांविरुद्ध पावले उचलली म्हणून मार्केट खराब आहे. ते काही तरी दुसरी खोटी गोष्ट सांगू शकतात. आता कोणाकोणाकडे काळा पैसा आहे, हे आपण सांगू शकत नाही. काळा पैसा असलेल्या माणसांना, दुसऱ्या कोणाकडे काळा पैसा आहे, याची माहिती असू शकते आणि ते सर्व मिळून खोट्या बातम्या पसरवू शकतात. हो की नाही?

काळा पैसा कमी करण्यासाठी सरकारने काही धोरणे आखली आहेत. जसे की अमुक एक रकमेच्या वर जर का एखादी गोष्ट तुम्ही विकत घेता तर तुम्हाला पॅनकार्ड दाखवावे लागेल. त्या पॅनकार्डची माहिती विक्रेत्याला त्याच्याजवळ ठेवावी लागेल आणि नंतर सरकारला ती माहिती द्यावी लागेल. गॅस सबसिडीसाठी आधार कार्ड जोडल्यामुळे त्यांच्या बँकेच्या खात्यातच (Account) अनुदान (Subsidy) मिळू लागले. काही शाळेत काय व्हायचे की शाळेत मुले जरी नसली तरी त्यांची नावे असायची आणि त्या शाळेतील माणसे सरकारकडून त्या बदल्यात अनुदानसुद्धा घ्यायची. सध्याच्या सरकारने काय केले? केंद्र सरकारकडून अनुदान मिळत असलेल्या शाळांना आधार कार्डच्या माध्यमाने जोडल्यामुळे, त्या शाळेत नक्की किती मुले येतात, याची माहिती सरकारला मिळू लागली. एकाच नावावर दोन ठिकाणी मुलांची नावे असल्यावर, ज्या शाळांनी त्यांच्याजवळील मुलांची आधार कार्डची माहिती दिली, त्यांनाच सरकारकडून अनुदान देण्यात आले. या आणि अशा विविध योजनेअंतर्गत भारत सरकारने ३६ हजार कोटी रुपये (जुलै २०१६ पर्यंत) वाचवले आहेत. ज्या ज्या लोकांचे अयोग्य अनुदान (Subsidy) बंद झाले आणि ज्या खासगी कंपनीवाल्यांना किंवा गुंतवणूकदाराला त्याचा काळा पैसा मार्केटमध्ये फिरवता येत नाही, त्यांचे नुकसानच झाले ना. मग जरा तुम्हीच विचार करा, ज्या माणसांचे पैसे मिळणे बंद झाले, ज्या माणसांचा मार्केटमध्ये फिरणारा काळा पैसा बंद झाला म्हणजेच ज्या ज्या माणसांचे नुकसान झाले, ते पुढील मतदानाच्या वेळी आता सत्तेत असलेल्या पक्षाला मत देताना दोनदा विचार करणार की नाही? अजून एक गोष्ट, या लोकांच्या प्रभावाखाली भरपूर माणसे असल्यावर त्यांना खोटे सांगू

शकतात, असे नाही का तुम्हाला वाटत? आणि कमाल म्हणजे या गोष्टीची पूर्ण कल्पना आताच्या भारत सरकारमधील पक्षांना असणारच. तरीही ते काळ्या पैसा असलेल्या माणसांविरुद्ध गाजावाजा न करता सक्त पावले उचलत आहेत, या गोष्टीचा विचार करून नवलच वाटते. म्हणजेच बघा ना, आपले पंतप्रधान दुसऱ्या देशाबरोबर करार करताना, सहसा या काळ्या पैशांचा किंवा कर चुकवणाऱ्या कंपन्यांचा उल्लेख करतातच करतात. फक्त उल्लेखच नाही, तर तसा करारसुद्धा केला जातो. असो. आपल्या पुस्तकाचा विषय राजकीय नाही, फक्त राजकारणाचा किंवा राजकीय पक्षाचा आपल्या जीवनावर कसा प्रभाव पडू शकतो, हेच मला सांगायचे आहे.

आधार कार्डचा अजून एक उपयोग होऊ शकतो. सध्याच्या आधार कार्डवर, पुरुष शुक्राणूंची (Male Sperm) आणि डीएनएची माहिती जोडण्यात आल्यावर गंभीर गुन्हा करणाऱ्या गुन्हेगाराला पकडण्यास सोपे जाऊ शकते. डीएनएच्या मदतीने खून, बलात्कार आणि अपहरणासारख्या गंभीर तक्रारी सोडवायला मदत होऊ शकते. सध्या एक डीएनएची चाचणी करण्यासाठी १९ हजाराच्या आसपास खर्च येतो.

जर का एकसाथ जास्त डीएनएची चाचणी करायची असेल तर त्याच्यासाठी कमी पैसे लागू शकतील. समजा, आपण गृहीत धरू या की एकसाथ डीएनएची चाचणी केल्यामुळे, एका चाचणीमागे दहा हजार खर्च होतो आणि आपणास पन्नास कोटी लोकांची माहिती या आधार कार्डमध्ये जोडायची आहे, तर त्याचा खर्च पाच लाख कोटी होईल. भारत सरकारचे, मागील आर्थिक वर्षातील उत्पन्न १२.५० लाख कोटी होते, पण जरी असे असले तरी लवकरात लवकर ही किंवा अशा प्रकारच्या योजनेची अंमलबजावणी झाली पाहिजे, असे नाही का तुम्हाला वाटत?

३) काही मोठे व्यावसायिक त्यांचा पूर्ण कर भरत नाहीत, काही वेळच्या वेळी बँकेकडून घेतलेले कर्जाचे हप्ते भरत नाहीत आणि या विरुद्ध मीडिया का आवाज उठवत नाही, ते आपण बघितले. आश्चर्याची गोष्ट (Surprisingly) म्हणजे आताचे केंद्र सरकार अशा मोठ्या व्यावसायिकांविरुद्ध कडक कारवाई करत आहे. पुढच्या लोकसभेच्या (२०१९) निवडणुकीच्या वेळी, राजकीय पक्षांना (केंद्रात सतत असलेल्या सर्व पक्षांना) अशा मोठ्या माणसांकडून येणाऱ्या देणगीची चिंता आता तरी दिसत नाही. कदाचित त्यांच्याकडे दुसरे काही मार्ग असू शकतात (निवडणुकीसाठी लागणारा पैसा जमा करण्यासाठी).

असो. सामान्य माणसाबद्दल बोलायचे म्हटल्याबद्दल, सहसा सामान्य माणूस पेपरात काय छापून येते, यावरच विश्वास ठेवतो. पेपरात छापून येते ते सर्वच खोटे असते, असे मी नाही म्हणत, पण सर्वच बातम्या खऱ्याही नसतात.

काही लोक, कर चुकवणाऱ्या माणसांविरुद्ध कोर्टात जातात. काही लोक याचा निषेधसुद्धा करतात. पण बहुतेक सामान्य माणूस, एखादी बातमी आल्यावर त्याच्याविषयी चार-पाच दिवस चर्चा करतो व नंतर दुसरी बातमी आल्यावर (किंवा मीडियाने जाणीवपूर्वक दुसऱ्या बातमीवर लक्ष केंद्रित केल्यावर) तो सामान्य माणूस, आधीची बातमी विसरतो.

तुम्हाला जर का आठवत असेल, मागील सरकारच्या काळात (साल २०११-१२च्या दरम्यान) दोनदा (एकदा नाही दोनदा, एकदा झाले असते, तर मी योगायोग म्हटलो असतो) सरकारच्या सतत होणाऱ्या मोठ्या घोटाळ्याची चर्चा मीडियावर होत होती. सामान्य जनतेलासुद्धा या गोष्टीचा फार राग आला होता आणि त्या दोन्ही वेळी आयपीएल (IPL)मधील भ्रष्टाचार बाहेर आला आणि जवळपास सर्व मीडियावाल्यांनी (मग ते वृत्तपत्र असो किंवा टीव्ही मीडिया) सरकारी घोटाळ्याच्या बातम्या देण्याचे थांबवून, आयपीएलबद्दलच्या बातम्या देण्यास सुरुवात केली. सर्व ठिकाणी त्याच गोष्टीवर चर्चा, सगळीकडे आयपीएलचीच न्यूज आणि जनतासुद्धा त्यानंतर आयपीएलबद्दलच बोलत राहिली.

अजून एक गोष्ट तुम्हाला आठवत असेल, ती म्हणजे जन लोकपाल विधेयक संसदेत मंजूर करण्यासाठी झालेले आंदोलन. श्री. अण्णा हजारेंसारख्या काही समाजसेवकांनी त्याविरुद्ध आवाज उठवला. त्यांच्या मागे पूर्ण भारत देश उभा राहिला. त्या चळवळीचा मुख्य उद्देश लोकपाल बिल आणणे, हा होता. त्या चळवळीच्या मदतीने काही लोक फार नावारूपाला आले. कोणी मुख्यमंत्री बनला, कोणी लेफ्टनंट राज्यपाल (Lieutenant Governors) तर कोणी एक मोठा उद्योजक. ज्या कारणासाठी ती चळवळ चालू झाली होती, संपूर्ण भारत देशातील जनता त्यांच्यामागे उभी होती (ते बिल काय होते, त्याने काय बदल होणार होता याची कल्पना नसतानासुद्धा जनता त्यांच्या मागे उभी होती), ते लोकपाल बिल काही बदलानंतर पास झाले. चांगली गोष्ट आहे, पण मला असे वाटते की त्या चळवळीच्या दरम्यान कुठल्यातरी मीडियावाल्यांनी लोकपाल बिलामध्ये काय आहे, त्याने काय बदल होणार आहे, याची सविस्तर माहिती त्या वेळी (चळवळीच्या वेळी) द्यायला पाहिजे होती. त्या वेळी नाही दिली किंवा कामाच्या गडबडीत राहून गेली, ठीक आहे, सर्व मान्य. पण ते लोकपाल बिल नक्की काय होते आणि आहे, याची आता तरी पूर्ण माहिती आपल्याला मिळायलाच हवी. हे सर्व यासाठी कारण त्या चळवळीच्या माध्यमाने जशी चांगली माणसे आपल्या देशाला मिळाली तशी काही अशीही माणसे पुढे आली की त्यांच्या एकूणच सर्व कामाच्या बाबतीत संशय निर्माण होऊ शकतो.

असो, आपण आपल्या मुख्य मुद्यावर येऊ या. जर का आपण चैनीच्या किंवा

विलासी गरजेबद्दल (Luxurious Goods) म्हणत असाल तर आपण सर्व त्या महागाईवाढीस कारणीभूत आहोत. जरा कुठे पगार वाढतो ना वाढतो, तोच आपण नवीन वस्तू विकत घेतो (आणि कधीकधी विकत घेतल्यावर विचार करतो, 'अरे, ही वस्तू विकत का घेतली?') म्हणजे कधीकधी मला प्रश्न पडतो की आपण कामाला का जातो? विकत घेतलेल्या वस्तूचे बिल भरण्यासाठी का? आणि ते भरून झाल्यावर, आपण दुसरी कुठची तरी वस्तू विकत घेतो. मी वस्तू विकतच घेऊ नका असे म्हणत नाही; कारण आपण वस्तू विकतच नाही घेतल्या, तर त्या कंपनीचा नफा कसा वाढणार? (ज्याची आपण वस्तू विकत घेतो त्या कंपनीचा) आणि नफा नाही वाढला, तर नवीन लोकांना रोजगार कसा मिळणार? पगार वाढल्यावर नवीन वस्तू जरूर विकत घ्यावी, कुठल्याही देशाची अर्थव्यवस्था त्यानेच तर चालते, पण नवीन वस्तू विकत घेण्याआधी आपला पगार मागच्या वर्षीपेक्षा किती वाढला आहे, आणि एकूणच महागाई किती वाढली आहे, मागच्या वर्षी किती बचत झाली होती, अन् आता महागाई आणि पगार या दोन्ही गोष्टी वाढल्याने आपल्याकडे मागच्या वर्षीपेक्षा जास्त बचत होणार आहे की कमी, या सर्व गोष्टींचा विचार करूनच पुढचे पाऊल टाकले पाहिजे, असे नाही का तुम्हाला वाटत? मी हा मुद्दा यासाठी मांडत आहे कारण नवराबायकोमध्ये होणाऱ्या भांडणाचा कधीकधी हाच मुख्य मुद्दा असतो.

मोबाइलचे कमी तीव्रतेचे असलेले नेटवर्क या समस्यांच्या मुळामध्ये, बेसुमार लोकसंख्या वाढ, असमाधानीपणा आणि प्रदूषण या तीन गोष्टींचा वाटा आहे का, ते बघू या.

भरपूर जणांची अशी तक्रार असते की त्यांच्या मोबाइलला नेटवर्कच नसते किंवा फोन करताना त्यांचा कॉल ड्रॉप होतो (मध्येच संपर्क तुटतो). असे का होते? चांगल्या मोबाइलच्या नेटवर्कसाठी आपण राहत असलेल्या किंवा काम करत असलेल्या ठिकाणी जास्त मोबाइल टॉवर्सची सुविधा असली पाहिजे. काही संस्था असा दावा करतात की या मोबाइल टॉवरमधून आपल्या शरीराला घातक अशा लघुलहरी निघतात आणि आपल्या शरीरावर त्याचा वाईट परिणाम होऊ शकतो जसे की डोकेदुखी, स्मृतिभंश किंवा स्मृती कमी होणे, शुक्राणूंची संख्या कमी होणे (Low Sperm Count), जन्मदोष आणि कॅन्सरसारखे आजार होऊ शकतात, असे काही संस्थांचे म्हणणे आहे. अर्थात, त्यातील काही संस्थांच्या विविध वस्तू आहेत आणि त्यांचे असे म्हणणे आहे की जर का तुम्ही आमच्या कंपनीच्या काही वस्तू तुमच्या घरात ठेवल्या, तर त्या वस्तूंमुळे तुमच्या घरातील किरणोत्सर्ग कमी होण्यास मदत होईल. काही वृत्तपत्रांनी दिलेल्या माहितीनुसार,

आपल्या मोबाइलमधून आणि मोबाइल टॉवरमधून रेडिएशन होत असते. पण त्याची मात्रता/ तीव्रता फार कमी असल्याकारणाने, त्यांचा आपल्या शरीरावर परिणाम होणार नाही.

मोबाइल टॉवरमधून रेडिएशन होत असते, या भीतीमुळे भरपूर माणसे त्यांच्या सोसायटी किंवा इमारतीच्या गच्चीवर मोबाइल टॉवर बांधायला परवानगी देत नाहीत. लोकांची भीतीही रास्त आहे. आता खरी गंमत तर इथे आहे. भारतात आज जवळपास शंभर कोटी चालू स्थितीतील मोबाइल फोन्स आहेत (याचा अर्थ शंभर कोटी लोकांकडे फोन आहे, असे नाही. कारण, काहींकडे दोन किंवा तीनसुद्धा फोन असू शकतात). म्हणजेच काय, एकाच वेळी भरपूर लोक मोबाइलचा वापर करतात म्हणून कॉल ड्रॉप (मध्येच संपर्क तुटणे), इंटरनेटचा कमी स्पीड अशा समस्यांना आपल्याला तोंड द्यावे लागते. म्हणजे मोबाइल टॉवरमधून प्रदूषण होते या कारणास्तव आपण आपल्या सोसायटीत मोबाइल टॉवर बांधण्यास परवानगी देत नाही आणि जास्त लोक मोबाइल वापरत असल्याकारणाने, कॉल ड्रॉप, इंटरनेटचा कमी स्पीड अशा समस्यांना आपल्याला तोंड द्यावे लागते. आपल्याला मोबाइलसारख्या गोष्टी हव्या आहेत, मग त्याच्यासाठी पायाभूत सुविधा (Infrastructure) नको का?

आता आपल्या सर्वांना मोबाइल तर हवा आहे, प्रदूषण होते की नाही आणि झाले तर त्याचा किती प्रमाणात होते हा एक वादाचा मुद्दा झाला. इथे आपण मोबाइल टॉवरसाठी उपग्रहांचा (Satellite) उपयोग करू शकतो, पण सध्या तरी ते फारच खर्चीक पडेल.

मोबाइल टॉवरचा शरीरावर दुष्परिणाम होत नाही, हे पटवण्यासाठी मोबाइल कंपनीच्या मालकांनी त्यांच्या बंगल्यावर किंवा इमारतीवर मोबाइल टॉवर लावल्यावर सामान्य जनतासुद्धा या गोष्टीवर पूर्ण विश्वास ठेवू शकेल, असे नाही का तुम्हाला वाटत? अर्थात, मोबाइल टॉवर चालू स्थितीतील असावे, नुसते लोकांना दाखवण्यासाठी बांधू नयेत आणि जर कोणी म्हणाले की त्यांच्या घराची शोभा जाईल तर त्यांच्या बंगल्याला शोभून दिसतील या तऱ्हेचे टॉवर त्यांनी त्यांच्या बंगल्यावर बांधावेत आणि त्या मोबाइल टॉवरची रेंजसुद्धा दुसऱ्या टॉवरएवढीच असावी (प्रत्येक टॉवरची कमी-जास्त रेंज असते. शहरात ज्या रेंजचे जास्त टॉवर आहेत, त्याच रेंजचे टॉवर त्यांनी ते राहत असलेल्या बंगल्यावर किंवा इमारतीवर बांधावे). असे केल्यावर साहजिकच आहे, सर्वच जण आपापल्या सोसायटीमध्ये मोबाइल टॉवर बांधण्यास परवानगी देतील. नाही का?

तसे आपण बघायला गेलो, तर जगातील बहुतेक समस्यांच्या मुळांमध्ये बेसुमार लोकसंख्या वाढ, असमाधानीपणा आणि प्रदूषण या तीन गोष्टींचा जास्त

वाटा असतो. आपण सगळ्याच गोष्टींची चर्चा इथे करू शकत नाही, पण जर का तुम्ही कुठलीही समस्या बघत असतील आणि जर का तुम्ही त्या समस्यांचे मूळ कारण किंवा ती समस्या का निर्माण झाली, याचा विचार केला तर तुम्हाला याच तीन गोष्टींचा जास्त वाटा दिसून येईल.

वस्तूंचा टिकाऊपणा

किंवा पूर्वी ज्या वस्तू जास्त वेळ टिकायच्या, आता त्याच वस्तू तेवढी वर्षे का टिकत नाहीत?

आपण एका उदाहरणाच्या माध्यमातून ही गोष्ट समजून घेऊ या. आपण असे समजू या की १, २ आणि ३ या तीन मोबाइल कंपन्या आहेत. या तिन्ही कंपन्यांचे धोरण (Startegy) आपण थोडक्यात समजून घेऊ या.

	कंपनी		
	१	२	३
मोबाइलची किंमत	१०,०००	१५,०००	२०,०००
मोबाइल किती वर्षे चांगला चालतो?	८ महिने	५ वर्षे	१५ वर्षे
किती वर्षांनंतर नवीन मोबाइलचे मॉडेल बाजारात येते?	६ महिने	३ वर्षांनंतर	१० वर्षांनंतर
एका वर्षात किती मोबाइल विकले जातात?	१०००	५००	१००
एका फोनमागे कंपनीला किती फायदा होतो?	१०००	३०००	५०००
एका वर्षात कंपनीला मोबाइल विक्रीतून होणारा फायदा	दहा लाख	पंधरा लाख	पाच लाख

मोबाइलची किंमत किती आहे, तो किती वर्षे चांगला चालू शकतो, एका कंपनीमागे मोबाइल कंपनीचा किती फायदा होऊ शकतो, याची माहिती वरील टेबलमध्ये आहे. (एका वर्षात कंपनीला मोबाइल विक्रीतून होणारा फायदा = एका वर्षात विकले जाणारे मोबाइल × (गुणिले) एका फोनमागे कंपनीला होणारा फायदा. १००० × १००० = दहा लाख, ५०० × ३००० = पंधरा लाख आणि

१०० × ५००० = पाच लाख)

दुसऱ्या नंबरच्या (कंपनीच्या) मोबाइलची वैशिष्ट्ये (Features) पहिल्या नंबरच्या मोबाइलपेक्षा जास्त आणि चांगली आहेत आणि तिसऱ्या मोबाइलमध्ये दुसऱ्या मोबाइलएवढीच वैशिष्ट्ये आहेत, पण या मोबाइलमध्ये दुसऱ्या मोबाइलपेक्षा जास्त सॉफ्टवेअर (Software) आहेत. दुसरी आणि तिसरी ब्रॅन्डेड कंपनी आहे, असे आपण गृहीत धरू या.

बहुतेक जण पहिला मोबाइल फोन विकत घेतील, काही जण दुसरा मोबाइल फोन, तर फारच कमी लोक तिसरा मोबाइल फोन विकत घेतील. आपण वर दिलेल्या तक्त्यात बघू शकता की कुठच्या कंपनीला किती फायदा होतो ते. पहिला मोबाइल फोन जरी सहा महिनेच टिकणारा असला तरी कमी किमतीमुळे भरपूर लोक तोच मोबाइल विकत घेतात. दुसऱ्या कंपनीत तिसऱ्या कंपनीपेक्षा कमी सॉफ्टवेअर आहेत. या मोबाइलमध्ये दर वेळी नवनवीन सॉफ्टवेअर येत असतात. त्यातील काही सॉफ्टवेअर फ्री (फुकट) असतात, तर काही सॉफ्टवेअरसाठी तुम्हाला पैसे द्यावे लागतात. म्हणजेच, कंपनी मोबाइलच्या विक्रीतून तर पैसा कमावतेच कमावते, पण सॉफ्टवेअरच्या विक्रीतूनसुद्धा भरपूर पैसा कमावते.

आता आपण तिसऱ्या मोबाइल कंपनीबद्दल बोलू या. तिसऱ्या कंपनीचा मोबाइल फोन भरपूर वर्षे टिकतो, पण जास्त किमतीमुळे तो कमी विकला जातो. आता प्रश्न असा उभा राहातो की त्या मोबाइलची किंमत जास्त का असते?

आपण जेव्हा कुठचीही वस्तू बनवतो तेव्हा त्याच्यासाठी नवनवीन प्रयोग करावे लागतात, नवनवीन शोध लावावे लागतात. नवनवीन संशोधनासाठी आणि विकासासाठी (R&D) जो खर्च असतो, तो या मोबाइलच्या विक्रीतून ही तिसरी कंपनी गोळा करते. आता ही तिसरी कंपनी जास्त आणि चांगली वैशिष्ट्ये देते. याचाच अर्थ, नवनवीन सॉफ्टवेअर शोधण्यासाठी त्यांनी भरपूर जास्त खर्च केलेला असतो (पहिल्या आणि दुसऱ्या कंपनीपेक्षा जास्त). नवनवीन संशोधन आणि विकासासाठी जास्त कौशल्याची माणसे लागतात आणि त्यामुळेच त्यांचा पगारसुद्धा जास्त असतो. आता बघा, पहिल्या दोन मोबाइल कंपन्यांपेक्षा या तिसऱ्या कंपनीचे कमी मोबाइल विकले जातात, त्यांचा नफा कमी होतो, पण कर्मचाऱ्यांना तर जास्त पगार द्यावा लागतो म्हणून अशा कंपन्या जास्त काळ या मिनिटा-मिनिटाला बदलणाऱ्या जगात जास्त वेळ तग धरू शकत नाहीत. आपण जरी हे मोबाइल कंपनींच्या बाबतीत बोलत असलो तरी हाच नियम बाजारात असलेल्या सर्वच वस्तूंवर लागू शकतो, असे नाही का तुम्हाला वाटत?

आता समजा, जगात फक्त शंभर लोकच मोबाइल फोन वापरत असतील आणि जर का त्यांनी असा मोबाइल फोन विकत घेतला की जो दहा वर्षे चालतो

तर पुढील वर्षी कोणीतरी मोबाइल फोन विकत घेतील का? आणि कोणी मोबाइल फोनच विकत घेतला नाही, तर त्या कंपनीचा फायदा होईल का? आणि कंपनीचा फायदा नाही झाला, तर कंपनीतल्या कर्मचाऱ्यांचा पगार कसा मिळणार? त्यांनी का नऊ किंवा दहा वर्षे घरीच बसावे? (नऊ किंवा दहा वर्षे म्हणजे जितकी वर्षे तो मोबाइल चालेल तितकी वर्षे नवीन मोबाइल विकत घेतला जाणार नाही.)

अर्थात, मी या गोष्टीचे समर्थन करत नाही, फक्त अशी गोष्ट का घडू शकते, हेच सांगण्याचा प्रयत्न करत आहे. आपण आपल्या आजूबाजूला बघितले तर आपणास अशा भरपूर गोष्टी दिसून येतील की पूर्वी ज्या वस्तू जास्त काळापर्यंत टिकत होत्या, त्याच वस्तू लागलीच निकामी होतात. म्हणायचेच झाले, तर आपल्या शहरातल्या रस्त्यांबद्दल बोलू या. जर का कंत्राटदाराने असा रस्ता बनवला की जो दहा वर्षे खराबच झाला नाही तर त्या कंत्राटदाराला पुढे नऊ वर्षे काही काम मिळेल का? कदाचित तुम्हाला अशा गोष्टी वाचून राग येत असेल, पण मी एक शक्यता बोलून दाखवत आहे.

समजा, कंत्राटदाराने असा रोड बनवला की तो दहा वर्षे खराबच झाला नाही, तर नऊ वर्षे त्या कंत्राटदाराचे काय होणार? त्याला काम कसे मिळणार? कदाचित म्हणूनच ते चांगले रोड बनवत नसावेत. तुम्हाला काय वाटते? नाही, नाही, असे नसावे. जेव्हा महानगरपालिका रोडच्या कामासाठी बोली लावते तेव्हा कुठचाही कंत्राटदार आपल्यालाच काम मिळावे म्हणून कमी बोली लावतो. आपण कामाला का जातो? आपल्याला पगार मिळावा म्हणूनच ना? कुणीही एखादा व्यवसाय करतो, तर तो व्यवसाय तो का करतो? तर, त्या व्यवसायातून त्याला फायदा व्हावा म्हणूनच ना? मग हा कंत्राटदारसुद्धा त्याचा जास्तीत जास्त फायदा कसा होणार तेच बघणार ना? माझ्या मते, महानगरपालिकेने बोली लावतानाच काम आणि त्याच्यावरच्या पुढच्या दहा वर्षांसाठीची मेन्टेनन्ससाठी बोली घ्यावी किंवा कंत्राटदाराला रोड बांधून झाल्यावर पहिल्याच वर्षी सर्व पैसे न देता, दर वर्षी रस्त्याची अवस्था बघून थोडे थोडे पैसे द्यावेत (कंत्राटदाराबरोबर रस्त्याचे काम करणाऱ्या सर्व लोकांचासुद्धा आपणास विचार करावा लागेल).

संसदेत असा कायदाच मंजूर झाल्यावर, सर्वच नगरपालिका आणि महानगरपालिकेला परत तशी नियमावली करायला लागणार नाही आणि त्यांना याप्रमाणेच वागावे लागेल. तुमचे काय मत आहे? रोड खराब का होत असतील?

जुन्या वस्तू जास्त वेळ टिकायच्या, पण आताच्या वस्तू तेवढी वर्षे टिकत नाहीत याला आपणच कारणीभूत आहोत. ज्या वस्तू जास्त वेळ टिकतात त्या वस्तू जास्त महाग असल्यामुळे आपण विकत घेत नाही, त्या कंपन्यांचा नफा कमी होतो आणि या अशा स्पर्धेच्या युगात त्यांचा टिकाव लागणे फार मुश्कील होऊन

जाते. (याचा अर्थ, सगळ्या महाग वस्तू चांगल्याच असतात असे नाही, नाहीतर काय होईल, हे पुस्तक वाचल्यावर तुम्ही फक्त महागच गोष्ट विकत घ्याल आणि मला बोल लावाल. वस्तू विकत घेताना खरंच आपल्याला त्याची गरज आहे का, महागाई कितीने वाढली आहे, आपला पगार कितीने वाढला आहे, विकत घेणारी वस्तू आपण किती वर्षे वापरणार आहोत, त्या कंपनीचे मागील रेकॉर्ड कसे आहे, वस्तू विकत घेतल्यानंतर जर का ती वस्तू खराब झाली तर ती कंपनी चांगली सेवा (Service) देते का, असे विविध प्रश्न स्वत:लाच विचारावे आणि मगच कुठलीही वस्तू विकत घ्यावी.) लोकांची मानसिकतासुद्धा बदलत चालली आहे. लोकांना एकच गोष्ट जास्त वेळ वापरायची इच्छा राहिली नाही, असे नाही का तुम्हाला वाटत?

लोकसभा आणि राज्यसभेवरील प्रतिनिधी निवड

(भारत सरकारने घेतलेला प्रत्येक निर्णय, हा आपल्या रोजच्या जीवनाशी निगडित असतो. त्यामुळे या गोष्टीची माहिती सर्वांना असली पाहिजे. काही महत्त्वाचे बिल पास करण्यासाठी भारत सरकारला राज्यसभेत आणि लोकसभेत बहुमत लागते. लोकसभेचे उमेदवार आपणच निवडून देतो. आता राज्यसभेचे उमेदवार कसे निवडले जातात, हे आपण बघू या.)

सांसद म्हणजे राष्ट्रपती, लोकसभा आणि राज्यसभाचे प्रतिनिधी. जेव्हा एखादे बिल लोकसभेत आणि राज्यसभेत बहुमतांनी पास होते आणि राष्ट्रपती ते बिल पास करतात तेव्हा एखादे बिल पास होऊन त्याचा कायदा बनतो.

सध्या (जुलै २०१६) राज्यसभेत २४५ प्रतिनिधी आहेत. १२ प्रतिनिधींची निवड भारताचे राष्ट्रपती करतात. (पण जेव्हा राष्ट्रपतीची निवडणूक असते तेव्हा हे १२ जण वोटिंग किंवा मतदान करू शकत नाहीत.) उरलेल्या प्रतिनिधींची निवड भारतातील राज्ये आणि केंद्रशासित प्रदेशात निवडून आलेले आमदार करतात.

प्रत्येक राज्यसभेच्या प्रतिनिधींचा कार्यकाळ सहा वर्षांचा असतो. दर दोन वर्षांनी ठरावीक प्रतिनिधींचा कार्यकाळ संपतो आणि त्या जागी नवीन प्रतिनिधी निवडले जातात. राज्यसभेत महाराष्ट्राचे १९ प्रतिनिधी आहेत. त्यातील सहा प्रतिनिधींचा (Representative) कार्यकाळ २०१६ साली संपला, सहा प्रतिनिधीचा २०१८ साली संपेल आणि सात प्रतिनिधींचा कार्यकाळ २०२० साली संपेल. प्रत्येक राज्यातून राज्यसभेवर निवडून जाणारे प्रतिनिधी, त्या राज्यातीलच असले पाहिजे असा काही नियम नाही. प्रत्येक पक्षाचे कार्यकारी मंडळ जो निर्णय घेईल, तोच निर्णय त्या पक्षाच्या नेत्यांना मानावा लागतो किंवा त्यांनाच ते निवडून द्यायचा प्रयत्न करतात.

महाराष्ट्रातील सहा प्रतिनिधींचा कार्यकाळ २०१६ साली संपला; त्यातील दोन प्रतिनिधी हे भारतीय राष्ट्रीय काँग्रेस (Indian National Congress किंवा काँग्रेस) या पक्षाचे, दोन प्रतिनिधी हे राष्ट्रवादी काँग्रेस (Nationalist Congress party)

या पक्षाचे व प्रत्येकी एक एक प्रतिनिधी शिवसेना आणि भारतीय जनता पार्टी या पक्षांचे होते. महाराष्ट्राच्या २२८ आमदारांनी त्यांच्या जागी, तीन भारतीय जनता पक्षाच्या आणि आणि प्रत्येकी एक एक शिवसेना, भारतीय राष्ट्रीय काँग्रेस आणि राष्ट्रवादी काँग्रेस या पक्षांच्या, प्रतिनिधींना निवडून दिले.

	२०१६ला निवृत्त झाले	**२०१६ला निवडून आले**
भारतीय राष्ट्रीय काँग्रेस	२	१
राष्ट्रवादी काँग्रेस	२	१
भारतीय जनता पार्टी	१	३
शिवसेना	१	१

आता तुमच्या मनात असा प्रश्न निर्माण झाला असेल की भारतीय राष्ट्रीय काँग्रेस आणि राष्ट्रवादी काँग्रेस या पक्षांचे प्रत्येकी दोन-दोन प्रतिनिधी निवृत्त झाले आणि भारतीय जनता पार्टीचा एक प्रतिनिधी निवृत्त झाला, पण महाराष्ट्राच्या २२८ आमदारांनी भारतीय जनता पार्टीचे तीन आणि भारतीय राष्ट्रीय काँग्रेस (किंवा काँग्रेस) आणि राष्ट्रवादी काँग्रेस या पक्षांचा प्रत्येकी एक-एकच प्रतिनिधी का निवडून दिला? किंवा काँग्रेसचे आणि राष्ट्रवादी काँग्रेसचे संख्याबळ कमी का झाले? आणि बीजेपीचे संख्याबळ का वाढले?

आपण एका उदाहरणातून समजून घेऊ या की राज्यसभेवर प्रतिनिधी कसा निवडला जातो. महाराष्ट्रातून सहा प्रतिनिधी निवडले जाणार होते व महाराष्ट्रात २८८ आमदार आहेत. तर प्रत्येक उमेदवाराला अठ्ठेचाळीसपेक्षा (४८) जास्त आमदारांनी मते दिली पाहिजेत. आता ४८ कसे आले? तर, २८८ भागिले सहा (२८८/६=४८). या निवडणुकीच्या वेळी आमदारासमोर सर्व इच्छुक उमेदवारांची नावे असतात. आपण जेव्हा अभियांत्रिकी (Engineering) कॉलेजसाठी फॉर्म भरतो ना, काहीशा तशाच प्रकारचे असते हे. म्हणजे आपण कसे आपल्या आवडीच्या कॉलेजसमोर पहिला क्रमांक लिहितो, तसेच आमदार, इच्छुक उमेदवारांसमोर पहिला, दुसरा, तिसरा असे क्रमांक लिहितात.

आता समजा, सहाऐवजी सात इच्छुक उमेदवार रिंगणात आहेत. पहिल्या पाच जणांना जास्त प्रमाणात पहिला नंबर मिळाला आणि उरलेल्या दोन्ही उमेदवारांसमोर आमदारांनी सारखीच मते दिली असल्यावर काय होणार? अशा वेळी कोण निवडला जाणार? तर, ज्या उमेदवारासमोर दुसरा असे जास्त लिहिले असेल, तो उमेदवार राज्यसभेसाठी निवडला जातो.

आपण लोकसभेत निवडून दिलेले सांसद पाच वर्षांसाठी असतात. आपण लोकसभेत सांसद निवडून देतो आणि ज्या पक्षाकडे बहुमत असते, तो पक्ष सरकार स्थापन करतो. जेव्हा निवडून आलेले सरकार लोकसभेत एखादे बिल ठेवते तेव्हा सहसा ते लोकसभेत पास होतेच होते. ज्या पक्षाकडे लोकसभेत बहुमत असते, तोच पक्ष सरकार स्थापन करतो. मग साहजिकच आहे, ते बिल लोकसभेत पास होणारच. काही लोक जाणूनबुजून सांसदच चालू देत नसतील, तर प्रश्न वेगळा असतो. जर सांसदच चालणार नाही तर कुठचेच बिल पास होणार नाही. जर कुठचेच बिल पास होणार नाही तर निवडून आलेले सरकार, जनतेसाठी बनणाऱ्या कायद्याची अंमलबजावणी करू शकणार नाही आणि पुढच्या निवडणुकीच्या वेळी त्यांनी काय काय कामे केलीत, याची उत्तरे ते जनतेला देऊ शकणार नाहीत. बरोबर ना?

(त्या पक्षाने किती विकास केला, तो पक्ष कसा चुकला या गोष्टींवर भर देण्यापेक्षा आम्ही आमच्या कालखंडात (Tenure) काय काय कामे केलीत हा मुद्दा जनतेसमोर मांडला पाहिजे. तो चुकला, हा चुकला असे सारखे बोलून चालणार नाही. कारण जरी तो चुकला असेल, म्हणून काय जनतेनी तुमच्या पक्षाला मते द्यावीत? म्हणजेच, पहिल्याने चुकी केली किंवा काही कामे केली नाहीत म्हणून दुसऱ्याला निवडून द्यावे आणि त्यांनीसुद्धा कामे केली नाही किंवा चुका केल्या म्हणून परत पहिल्या माणसांना किंवा पक्षाला निवडून द्यावे, आणि हे असे कधीपर्यंत चालत राहील?)

लोकसभेत बहुमत असल्याकारणाने एखादे बिल लोकसभेत पास होतेच होते. लोकसभेत पास झालेले बिल वरच्या घरात म्हणजेच राज्यसभेत पास करण्यासाठी दिले जाते आणि ते बिल राज्यसभेत पास झाले, तर राष्ट्रपतींकडे जाते आणि राष्ट्रपतींनी ते बिल पास केल्यावर त्या बिलाचे रूपांतर कायद्यात होते.

समजा, एखादे बिल लोकसभेत पास होऊन राज्यसभेत पास झाले नाही, तर भारत सरकार ते बिल राष्ट्रपतींकडे पाठवू शकते आणि राष्ट्रपती अध्यादेश काढून ते बिल तीन महिन्यांसाठी पास करू शकतात. पण तीन महिन्यांन्तर सरकारला परत ते बिल राज्यसभेत पास करावे लागते.

हे सर्व सांगण्याचे कारण म्हणजे आपण दिलेल्या मताची किंमत आपल्याला कळायला पाहिजे. आपण जेव्हा एखाद्या माणसाला मत देता तेव्हा त्याचा अर्थव्यवस्थेवर काय परिणाम होतो हे आपल्याला माहीत असायला हवे. मला काय त्याचे, असे म्हणून चालणार नाही कारण त्यांनी (राज्यकर्त्यांनी) घेतलेल्या प्रत्येक निर्णयाचा आपल्या जीवनावर फरक पडतो. म्हणजेच आपण मतदान केले किंवा योग्य उमेदवारास मतदान केले तर त्याचा फायदा आपल्यालाच होतो. म्हणजे आपल्या प्रगतीसाठी, विकासासाठी आपणच आपल्याला (मतदान करून) मदत केली पाहिजे

(Help Yourself).

समजा, एखाद्या ठिकाणी चाळीस टक्केच मतदान झाले आणि ज्या व्यक्तीला वीस टक्के जनतेची मते मिळाली, तो निवडून आला. याचाच अर्थ, आपण असे म्हणू शकतो की कमीत कमी ऐंशी टक्के लोकांना न हवा असलेला मनुष्य तिथून निवडून आला. म्हणूनच प्रत्येकाने आपला मतदानाचा हक्क बजावलाच पाहिजे. काही लोक मतदानाच्या दिवसाला जोडून सुट्टी घेतात आणि फिरायला जातात, असे नाही व्हायला पाहिजे.

समजा, दहा जण रिंगणात उभे आहेत, तर दुसऱ्यापेक्षा थोडातरी चांगला उमेदवार असणार ना? त्याला आपण मत दिले पाहिजे. जर का नागरिक योग्य माणसाला निवडून देत असतील तर प्रत्येक पक्षालासुद्धा हा संदेश जाईल आणि पुढच्या निवडणुकीच्या वेळी सगळेच पक्ष योग्यच उमेदवार देतील, असे तुम्हाला नाही का वाटत?

तुम्ही मतदान केले नाही किंवा चुकीच्या माणसाला मतदान केले तर काय होऊ शकते, ते आपण संसदेत पाहतोच. उदाहरणासाठी आपण सध्या चर्चेत असलेल्या जीएसटी (GST) विधेयकाबद्दल बोलू या. जवळपास सर्वच पक्षांचे असे म्हणणे होते की जीएसटी चांगले आहे म्हणून, तरी ते पास होण्यासाठी किती वेळ लागला? संसदेत एका चुकीच्या मतानेसुद्धा एखादे महत्त्वाचे विधेयक थांबू शकते किंवा संसदेचे कामकाज बंद पडू शकते. ज्या गोष्टीचा आपल्या रोजच्या जीवनाशी संबंध असतो त्या गोष्टीची आपल्याला माहिती असायला हवी की नको आणि जी माणसे हा निर्णय घेणार आहेत, ती योग्यच असली पाहिजेत, असे नाही का तुम्हाला वाटत? मला फक्त वाचकांना एवढेच सांगावेसे वाटते की छोट्याशा तत्कालीन लाभासाठी तुम्ही आपले मत अयोग्य माणसाला देऊ नका किंवा आपले मत योग्य माणसाला देण्याचे टाळू नका. तुम्ही ही गोष्ट तुमच्या परिजनांनासुद्धा पटवून द्यायला नको का? म्हणून परत एकदा सांगावेसे वाटते की शंभर टक्के मतदान व्हायला पाहिजे व ते योग्य उमेदवाराला कसे होईल, तेसुद्धा पाहिले पाहिजे.

प्रत्येक आमदाराने आपण पाच वर्षांत काय केले हे एकदाच पुढच्या निवडणुकीच्या वेळी विचारल्यावर सांगण्यापेक्षा, प्रत्येक महिन्याला आणि मी तर म्हणेल रोजच आपल्या कार्याचा आढावा (रोजची डायरी) जनतेसमोर ठेवला पाहिजे. आपण नाही का रोजची डायरी लिहितो किंवा झोपायच्या आधी दिवसात काय काय झाले, याची उजळणी करतो. त्याचप्रमाणे आपण निवडून दिलेल्या राज्यकर्त्यांनी फक्त निवडणुकीच्या वेळी, त्यांनी केलेल्या कामाची माहिती देण्यापेक्षा, दर महिन्याला काय काय कामे केलीत, याची माहिती जनतेला द्यावी. राज्यकर्त्यांनी स्वत: कामाची माहिती द्यावी असे मी म्हणत नाही. त्यांनी फक्त सोशल मीडियावर ही माहिती द्यावी. आजकाल

बहुतेक राजकारणी सोशल मीडियावर, त्यांनी केलेल्या कामाची माहिती देत असतात. फक्त त्याच्याजागी 'माझी डायरी' या नावाखाली दररोज केलेल्या चांगल्या आणि चुकून झालेल्या वाईट कामाचीसुद्धा माहिती जनतेला द्यावी. तसे बघितले, तर हे काही कठीण नाही. विधानसभा, विधान परिषद अशा ठिकाणी प्रत्येक दिवसात होणाऱ्या गोष्टीची नोंद होत असते. त्यातून ते आम्दार त्या दिवशी काय केले, याची माहिती जनतेला देऊ शकतात. बरोबर ना? हा नियम आम्दार, खासदार, नगरसेवक आणि ग्रामसेवक अशा सर्वांना लागला पाहिजे, असे नाही का तुम्हाला वाटत?

आपण नाही का आपल्या घरात, कोण काय काम करत आहे, मुले शाळेत जातात की नाही, अभ्यास करतात की नाही, त्यांना योग्य आहार योग्य वेळी मिळतो की नाही, वाईट संगतीच्या आहारी जात तर नाहीत ना, या गोष्टींचा जसा पाठपुरावा करतो, तसेच घरातल्या मुलामुलींचा आपल्या आईबापावर अयोग्य वर्तन न करण्याचा दबाव असतोच ना? आणि समजा तो नसेल, तर तो असावा असे नाही का तुम्हाला वाटत? त्याचप्रमाणे आपण निवडून दिलेले उमेदवार अयोग्य वर्तन करण्यास प्रेरित होऊ नये म्हणून त्यांच्यावरसुद्धा जनतेचा दबाव असावा, असे तुम्हाला नाही का वाटत? आणि हा दबाव आहे, याची जाणीव त्यांना असावी, हेच तुम्हालाही वाटते ना? आपण निवडून दिलेले राज्यकर्ते काय काम करतात, ही गोष्ट आपल्याला माहीत असायला हवी, असे नाही का तुम्हाला वाटत?

आपल्या देशातील राजकीय पक्ष

लोकांनी, लोकांच्या हिताकरता, लोकांकरता चालवलेले राज्य म्हणजे लोकशाही. आपल्या देशातील बहुतेक पक्षांचे राजकारण हे एका कुटुंबाभोवती फिरत असते. त्याच कुटुंबाचा सदस्य अध्यक्ष होत असतो. तेच कुटुंब त्या पक्षाचा कारभार सांभाळत असते. पक्षाच्या महत्त्वाच्या पदावर त्या कुटुंबाचे सदस्य असतात आणि सहसा कुठचाही महत्त्वाचा निर्णय घेताना त्या कुटुंबाचा फायदा किंवा त्यांना काय हवे आहे, हे नजरेसमोर ठेवूनच निर्णय घेतला जाणार, असे नाही का तुम्हाला वाटत? काही पक्षातील अध्यक्ष बिनविरोध निवडून येतात.

लोकसभेचे किंवा विधानसभेचे उमेदवार ठरवतानासुद्धा काहीसे असेच होत असावे. हो, इच्छुक उमेदवारांच्या मुलाखती होतात, पण काही ठिकाणी उमेदवारी देण्यासाठी, तो इतरांपेक्षा योग्य आहे की नाही यापेक्षा इतर गोष्टींना (पक्षासाठी किंवा एखाद्या व्यक्तीसाठी फंड मिळवून देणे वगैरे) महत्त्व दिले जात असावे, असे नाही का तुम्हाला वाटत? एका पक्षाने एकदा उमेदवारांची परीक्षा घेऊन उमेदवार निवडले होते. कदाचित या आधीही कुठल्या तरी पक्षाने असा प्रयोग केला असणार. पण बाकीच्या पक्षांचे काय?

आपल्या लिखाणाचा विषय राजकीय नाही. आपण महागाई का वाढते आणि ती कमी कशी करता येईल, या विषयी चर्चा करत आहोत, पण ज्या गोष्टीचा संबंध महागाईशी आहे, आपल्याला रोज पडणाऱ्या प्रश्नाशी आहे, त्या गोष्टी का घडतात, त्याच्या मागचे कारण शोधण्याचा आपण प्रयत्न करत आहोत. आपण म्हणजे मी आणि वाचणारे तुम्ही, आणि वाचल्यानंतर तुम्ही ज्यांच्याबरोबर या विषयावर बोलता किंवा ज्यांच्याबरोबर तुम्ही या विषयावर चर्चा करता आणि त्यांना आवडल्यावर ज्यांच्या ज्यांच्याबरोबर ते चर्चा करतील, ते सर्व जण. आपल्या सर्वांना या प्रश्नांची उत्तरे मिळायलाच हवी. नुसती उत्तरे मिळून चालणार नाही, तर सामान्य माणसाचे रोजचे जीवन सहज व सुखाचे कशाने होईल, अशी कामे करून घ्यायला हवीत, पटते आहे ना?

सहसा प्रत्येक गोष्टीमागे एक कारण असते आणि ते कारणच आपल्याला शोधून काढायचे असते. असे म्हटले जाते की एकदा का आपल्याला समजले की कशामुळे एखादी समस्या निर्माण झाली, तर पन्नास टक्के ती समस्या सोडवल्यात जमा होते. (A well defined problem is half solved.) मी असे नाही म्हणत की मी समस्यांचे मूळ शोधले आहे, पण जेव्हा तुम्ही या सर्व गोष्टी वाचाल, स्वत: त्या गोष्टींचा विचार कराल, त्याची दुसऱ्याबरोबर चर्चा कराल तेव्हा आणि तेव्हाच आपल्याला पडणाऱ्या प्रश्नांची उत्तरे आपल्याला मिळतील.

राजकीय पक्षांचा जमाखर्च

एक राजकीय पक्ष चालवायला काय काय खर्च होऊ शकतो आणि तो खर्च भागवण्यासाठी साधारण कुठूनकुठून पैसा येऊ शकतो, हे आपण इथे बघणार आहोत. एक राजकीय पक्ष चालवायला प्रामुख्याने दोन प्रकारे खर्च होऊ शकतो. कधीकधी होणारा खर्च आणि नेहमी होणारा खर्च. कधीकधी होणारा खर्च म्हणजे मतदानाच्या वेळी होणारा खर्च. नेहमी होणारा खर्च म्हणजे त्या पक्षाची कार्यालये (Office) चालवण्यासाठी होणारा खर्च.

अ शहरातील नगरपालिकेत ब पक्षाची सत्ता आहे, असे आपण गृहीत धरू या (अ हे एक शहराचे नाव आहे आणि अ शहराच्या नगरपालिकेत या ब पक्षाचे सरकार आहे, असे आपण गृहीत धरले आहे). तर मग ब पॅलिटिकल पार्टीला अ शहरात किती खर्च होऊ शकतो, याचा आपण विचार करू या.

ब पक्षाची अ शहरात दहा कार्यालये आहेत. एका कार्यालयात एका दिवसाला शंभर सामान्य माणसे भेट देतात. काही माणसे त्यांचे काम लवकर व्हावे म्हणून ते ब पार्टीच्या कार्यालयात येतात, तर काहींचे काम नियमात बसत नसल्याने, ते या ब पार्टीच्या कार्यालयात येत असतात. प्रत्येक जण वेगवगळ्या कारणासाठी या ब पार्टीच्या कार्यालयात येत असतो. (समजा, एका कार्यालयात एका दिवसाला भेट देणाऱ्या शंभर माणसांपैकी दहा जण चहा पितात आणि एक कप चहा दहा रुपयांना मिळतो. तसेच, कार्यालयातील माणसांना तीन हजार पगार दिला असे गृहीत धरले आणि वर्षाचा एकूण खर्च काढला, तर तो भरपूर जास्त येऊ शकतो. तसेच, जे कार्यकर्ते आपला पूर्ण वेळ पक्षाला देतात, त्यांचे घर कसे चालणार? ब पार्टीला दर महिन्याला नाही, तरी काही ठरावीक कालावधीनंतर या अशा कार्यकर्त्यांना पैशांच्या स्वरूपात मदत करावी लागणार आणि समजा त्यांना मदत नाही केली, तर घरच्या दबावापुढे त्यांना एकतर कुठे तरी काम शोधावे लागणार किंवा दुसऱ्या पक्षात जावे लागणार, असे नाही का तुम्हाला वाटत? आणि हा सर्व खर्च जोडल्यास ब पक्षाचा दर वर्षी भरपूर खर्च होईल.) माझा सांगायचा मुद्दा हाच

आहे की अ शहरातील लोक त्यांचे काम लवकर होण्यासाठी ब पक्षाच्या कार्यालयात जातात व त्याने ब पक्षाचा खर्च वाढतो.

जर का तुम्ही स्वातंत्र्य काळापासूनचा इतिहास बघितला तर तुम्हाला एक गोष्ट लक्षात येईल की निवडणूक कुठलीही असो, मुद्दा मात्र चांगला रोड, नियमित पाणी, नियमित वीज, कमी महागाई, कमी किंवा भ्रष्टाचार नसलेले सरकार, सुरक्षित शहर किंवा राज्य किंवा देश हाच किंवा अशाच आशयाचा मुद्दा असतो. म्हणजे मुद्दे तेच असतात, फक्त बोलणारे बदलतात. याचाच अर्थ, कुठलीही निवडणूक जिंकण्यामागे त्या पक्षाच्या कार्यकर्त्यांच्या मेहनतीचा मोलाचा वाटा असतो, असे नाही का तुम्हाला वाटत?

काहींना कदाचित असेही वाटत असेल की एकदा का लोकांना हव्या असलेल्या गोष्टी दिल्या, तर पुढच्या निवडणुकीत काय मुद्दा राहणार? काहींना आपले महत्त्व कमी होण्याची भीती तर नाही ना? लोकांना सुविधेपासून वंचित ठेवून लोकांचे राहणीमान (Standard of Living) उंचावू नये, अशी मानसिकता तर नाही ना? माणसाला नेहमी बदल हवा असतो आणि बदल हा होतच राहणार. कुठलीही गोष्ट ही कधीच परिपूर्ण नसते. काही वेळेला परिपूर्ण वाटणारी गोष्ट कालांतराने (काही वर्षांनंतर) कालबाह्य (Outdated) होऊ शकते. कायझेन (Kaizen - continuous improvement) या जपानी शब्दाचा अर्थ म्हणजे सतत सुधारणेसाठी प्रयत्न करणे. आपल्या जीवनाचेसुद्धा असेच असते, बरोबर ना? मग सतत सुधारणा केल्यावर लोकांना पुढच्या वेळेला काय आश्वासने द्यावीत, याची चिंता वाटून सुधारणाच द्यायची नाही, हे बरोबर आहे का?

राज्यकर्ते आपल्या मनाजोगे काम करत नाहीत, असे आपण सगळेच बोलतो. यासाठी आपण त्या राज्यकर्त्यांना बोल लावायचे, की त्यांना निवडून देणाऱ्यांना? निवडणुकीच्या रिंगणात उभे राहिलेले अण्णा हजारे, अविनाश धर्माधिकारी, खैरनार अशा माणसांना जनतेने निवडून दिले का? अशी माणसे निवडून नाही गेली, ही त्या सक्षम (Capable) माणसांची हार की आपली हार? तुम्हाला काय वाटते? या लोकांनी निवडणूक तरी लढवली, पण बाकी असे भरपूर सक्षम आहेत, याची आपणा सर्वांना पण खात्री आहे, त्यांना निवडणुकीला उभे राहण्यासाठी आपण विश्वास नाही का देऊ शकत?

असो, आता आपण ब राजकीय पक्षाला कुठच्या कुठच्या मार्गाने पैसा मिळू शकतो, ते बघू या.

अ शहरातील अनधिकृत दुकानदारांकडून, अ शहरातील अनधिकृत वस्ती, अ शहरातील रिक्षाचालकांकडून, शहरातील बिल्डर्सकडून, नगरपालिकेकडून रस्ता

दुरुस्तीचे कॉन्ट्रॅक्ट मिळवणाऱ्या माणसांकडून, अ शहरातील साफसफाईचे कॉन्ट्रॅक्ट मिळवणाऱ्या माणसांकडून, शहरातील गॅसचे कॉन्ट्रॅक्ट मिळवणाऱ्या माणसांकडून अशा विविध माणसांकडून ब पक्षाला निधी मिळत असावा. अनधिकृत दुकाने म्हणजे अनधिकृत हॉटेल, अनधिकृत कपड्याचे दुकान, तसेच वडापावची गाडी, चहाचे दुकान, छत्रीवाला, रस्त्यावर भाजी विकणारी माणसे इत्यादी किंवा आपण असेही म्हणू शकतो की ब पक्षाच्या ज्या नगरसेवकाच्या वॉर्डमध्ये जास्त अनधिकृत दुकाने आहेत त्या नगरसेवकाजवळ जास्त निधी जमा होत असावा.

ब पक्षाचे कार्यकर्ते ब शहरातील अशा छोट्यामोठ्या व्यावसायिकांकडून पक्षासाठी निधी जमा करत असावेत. पैसे घेताना प्रत्येकाकडून ते कार्यकर्ते जास्त पैसे घेत नसावेत, पण त्याने महागाईवाढीला हातभार लागू शकतो. यात सर्वच दोष ब पक्षाच्या राजकारण्यांचा आहे, असे मी म्हणत नाही. ते पैसे तरी कुठून आणणार? अर्थात, ब पक्ष करत असलेल्या विविध पार्टींवरील खर्च, महागड्या गाडीवरील खर्च असा अनावश्यक विविध खर्च ते कमी करू शकतात आणि जर का अ नगरपालिकेत योग्य वेळेत कामे झाली तर अ शहरातील माणसांना ब पक्षाच्या कार्यालयात जावे लागणार नाही. यामुळे ब पक्षाचा दर महिन्याचा भरपूर खर्च वाचू शकतो.

कदाचित या अशा गोष्टींमुळे इज ऑफ डुइंग बिझनेसच्या यादीत ब शहराचा खालचा नंबर लागू शकतो आणि या कारणामुळे ब शहरात नवीन कंपनी चालू करण्यापूर्वी कोणताही उद्योजक (Businessman) कमीत कमी दहा वेळा तरी विचार करू शकतो, असे तुम्हाला नाही का वाटत? (कारण ब पक्षाचे कार्यकर्ते, त्या कंपनीकडूनसुद्धा पैसे मागू शकतात, अशी भीती त्या कंपन्यांच्या मालकांना वाटू शकते.)

सरकारी कार्यालयात कामे एवढ्या संथ गतीने का होतात?

आपली आताची जी व्यवस्था आहे, त्या व्यवस्थेवर इंग्रजकालीन व्यवस्थेचा फार मोठा प्रभाव जाणवतो. एखाद्या विभागाची (Department) मान्यता मिळण्यासाठी त्या विभागाच्या प्रमुखाची म्हणजेच त्या विभागाच्या मॅनेजरची अनुमती लागते. म्हणजेच, फाइलवर त्या मॅनेजरची सही लागते. सहसा कुठचाही मॅनेजर आपल्या हाताखालील काम करत असलेल्या माणसांनी एखादे काम बघितल्याशिवाय किंवा फाइलवर त्यांची सही असल्याखेरीज स्वत: (मॅनेजर) कधीच सही करत नाही. तुम्ही खासगी कंपन्यांतील मॅनेजर बघा किंवा सरकारी कार्यालयातील मॅनेजर बघा, सहसा त्यांच्या हाताखालील माणसांनी ती गोष्ट नजरेसमोरून घातल्याखेरीज कुठलाही मॅनेजर ती गोष्ट किंवा ती फाइल मंजूर (Approve) करत नाही याची तुम्हालासुद्धा

कल्पना असणार. मॅनेजर जबाबदारी (Responsibility) घेण्यास टाळाटाळ करतो, असे मी म्हणत नाही. समजा, एका मॅनेजरच्या हाताखाली पाच माणसे आहेत आणि प्रत्येक माणसाकडे दहा-दहा प्रोजेक्ट्स आहेत. तर, मॅनेजरला काय पन्नासच्या पन्नास प्रोजेक्ट्समध्ये काय काम चालू आहे, याची पूर्ण माहिती असणार का? त्याला त्या प्रोजेक्ट्समधील काही महत्त्वाच्या विषयांचीच माहिती असते म्हणूनच जोपर्यंत कर्मचारी त्या प्रोजेक्टवर सही करत नाही तोपर्यंत कुठलाही मॅनेजर त्या फाइलवर स्वाक्षरी करत नाही.

आपण सरकारी कार्यालयातील एका विभागाचे (Department) उदाहरण घेऊ या. समजा, राम एक बिल्डर आहे. इमारत बांधण्यासाठी रामला भरपूर विभागांची मान्यता घ्यावी लागते, त्यातील एका विभागाबद्दल आपण बोलू या. त्या विभागात एक मॅनेजर, त्याचा एक सहाय्यक आणि आठ कर्मचारी (Staff) आहेत. म्हणजेच, त्या विभागात दहा माणसे कामाला आहेत. जोपर्यंत सर्वच्या सर्व आठ कर्मचारी फाइलवर सही करत नाहीत तोपर्यंत तो मॅनेजर त्या फाइलवर सही करणार नाही. म्हणजेच, त्या विभागाची मान्यता मिळत नाही. काय, बरोबर ना?

प्रत्येक टेबलवरून दुसऱ्या टेबलवर जेव्हा फाइल जाते, तेव्हा फाइलमध्ये हे कागदपत्र नाही ते नाही, असे सांगण्यात येते. त्यात त्या कर्मचाऱ्यांचा दोष नाही. ते सिस्टिमनुसारच त्यांची त्यांची कामे करत असतात.

प्रत्येक विभागात काम होण्यासाठी म्हणजेच मॅनेजरने त्या फाइलवर सही करण्यासाठी, कुठकुठली कागदपत्रे लागतील आणि समजा ती नसल्यावर कुणाला आणि कसा अर्ज (Application) लिहावा, याची माहिती त्या विभागाकडे असावी. जर का अशा प्रत्येक विभागाची माहिती आपल्या देशातील प्रत्येक गावात, प्रत्येक शहरात (शहरातील हजार माणसांमागे किंवा प्रत्येक शहरातील प्रत्येक वॉर्डमध्ये) असेल तर आपण सामान्य माणसाचा भरपूर वेळ आणि त्रास वाचवू शकतो. अर्थात, भारत सरकारने स्वत:चे प्रमाणपत्र (Self Certificate) देण्यास मान्यता दिली आहे, त्याचाही आपण उपयोग करू शकतो. आपण जर का ठरवले तर ही प्रोसेससुद्धा (सरकारी कार्यालयात कामे होण्याची) सहज सोपी होऊ शकते, असे नाही का तुम्हाला वाटत?

अर्थात, आपण दर वेळी इंग्रजांना दोष देऊ शकत नाही. कारण इंग्रज जाऊन आता जवळपास सत्तर वर्षे झाली आणि या व्यवस्थेत आपण सुधारणा केली नाही, ती आपलीच चूक आहे. बरोबर ना? एखाद्या व्यवस्थेत सुधारणा करण्यासाठी, ती सुधारणा संसदेत मंजूर झाली पाहिजे. संसदेत तसा कायदा बनल्यावरच तो अमलात येऊ शकतो. याचाच अर्थ, संसद चालली पाहिजे आणि त्यांनी योग्य वेळी योग्य निर्णय घेतला पाहिजे.

सरकार कसे निर्णय घेते, संसदेत कायदा कसा मंजूर केला जातो, अशा विविध गोष्टींची तोंडओळख आपण या लेखाच्या माध्यमाने केली. मी प्रत्येक विषयाच्या खोलात गेलो नाही; कारण आपला विषय महागाई आहे. महागाई कशाकशामुळे वाढू शकते यावर मी काही मतप्रदर्शन केले. हो, माझे काही विषय राहिलेही असतील, पण मी माझ्यापरीने सर्व विषयांवर प्रकाश टाकण्याचा प्रामाणिक प्रयत्न केला आहे.

स्मार्ट सिटी

आतापर्यंत आपण स्मार्ट सिटीबद्दल भरपूर काही ऐकले असेल. जवळपास देशातील सर्वच शहरांची बकाल स्थिती आहे. (शहराच्या बकालपणाला जसे शहरातील राज्यकर्ते जबाबदार आहेत, तसेच शहरातील माणसेसुद्धा जबाबदार आहेत, असे नाही का तुम्हाला वाटत? आपल्याला शहराचा बकालपणा घालवायचा तर आहेच, पण काही नवीन शहरेसुद्धा बनवायची आहेत, त्याच्याबद्दल जाणून घेऊ या.

आपल्याला स्मार्ट सिटीची गरज का वाटत आहे?

जवळपास कुठल्याही शहराजवळ पाच किंवा दहा वर्षानंतर आपले शहर कसे दिसणार आहे, आपल्या शहराची लोकसंख्या किती वाढणार आहे, याचा अंदाज नसतो किंवा एखादा कागद पण नसतो. पण याउलट खासगी मालमत्ता विकसकांना (Private Property Developer) कल्पना असते की शहर एवढे वाढेल, या दिशेने वाढेल. मग ते काय करतात? तर, तेथील जमीन विकत घेऊन तिथे इमारत उभी करतात. लोकसुद्धा तिकडील घरे विकत घेतात. तिथे रोड, पाणी, वीज इत्यादी मूलभूत गोष्टींचा अभाव असतो. का? कारण शहराच्या नेतृत्वाने तसा विचारच केलेला नसतो. (शहराच्या नेतृत्वाने म्हणजेच महापौर किंवा आयुक्ताने शहराचा विकास केलेला नसतो, तर मालमत्ता विकसकांनी त्यांच्या सोयीनुसार म्हणजे त्यांना जिथे जागा मिळेल तिथे आणि त्या दिशेने शहराचा विस्तार केलेला असतो.)

समजा, मुंबईत एक कोटी लोक राहत आहेत. मग त्यांना किती लिटर पाणी लागणार, किती वीज लागणार याची माहिती मुंबई महानगरपालिकेकडे असणार. आपण असे समजू या की दर महिन्याला मुंबई महानगरपालिकेला ३००० कोटी लिटर पाणी आणि ९० हजार मेगा व्होल्टची गरज असते आणि दर महिन्याला मुंबई महानगरपालिका लागणारी वीज आणि पाणी आपल्या नागरिकांना उपलब्ध करून देते. आता समजा, मुंबई शहरात दहा नवीन इमारती बांधल्या गेल्या व त्यात एक हजार माणसे राहायला आल्यावर, त्यांना मुंबई महानगरपालिका वीज आणि पाणी

कुठून उपलब्ध करून देणार? एकतर दुसऱ्या नागरिकांचा पुरवठा (Supply) कमी करून किंवा दुसऱ्या पाणबांधारातून म्हणजेच दुसऱ्या शहरासाठी किंवा गावासाठी राखून ठेवलेली वीज आणि पाणी मुंबई शहराकडे वळवून. बरोबर ना?

एखाद्या शहराची लोकसंख्या किती आहे आणि त्या शहरात पाणी, वीज, रस्ते, दळणवळणाच्या सुविधा कशा आहेत, या सर्व गोष्टींचा आढावा घेऊनच एखाद्या शहरात नवीन बांधकाम कारण्यास परवानगी द्यावी, असा कायदा संसदेत मंजूर झाला पाहिजे, असे नाही का तुम्हाला वाटत?

स्मार्ट सिटीमध्ये शहराचे नेतृत्व ठरवेल की शहर कसे असावे किंवा कुठच्या दिशेने वाढावे ते. पहिले रोड बांधले जातील, पाणी आणि वीज या सुविधा उपलब्ध केल्या जातील. समजा, पाणी आणि वीज दहा हजार माणसांसाठी उपलब्ध केले, तर शहरात नवीन दहा हजार माणसेच येतील, या हिशोबाने इमारतीला मान्यता दिली जाईल. स्मार्ट सिटीचा कारभार बघण्यासाठी केंद्र सरकारने एसपीव्ही ही एक संस्था स्थापन केली.

काय आहे हे एसपीव्ही? (SPV- Special Purpose Vehicle)

प्रत्येक स्मार्ट सिटीमध्ये एक एसपीव्ही असणार आहे. या एसपीव्हीचे नेतृत्व करण्यासाठी एक पूर्ण वेळ मुख्य कार्यकारी अधिकारी (CEO) असणार आहे आणि एसपीव्हीच्या बोर्डवर केंद्र सरकार, राज्य सरकार आणि त्या महानगरपालिकेचे प्रतिनिधी असणार आहेत. २०१३च्या कंपनी कायद्याअंतर्गत प्रत्येक एसपीव्हीची, एक लिमिटेड कंपनी म्हणून नोंद असणार आहे (Register under 2013 Companies Act). एसपीव्हीमध्ये राज्य सरकार आणि त्या महानगरपालिकेचे शेअर्स असणार आहेत. खासगी गुंतवणूकदारांचेसुद्धा शेअर्स एसपीव्हीमध्ये असू शकतात. स्मार्ट सिटीच्या नियमानुसार, राज्य सरकार आणि महानगरपालिकेचे समान शेअर्स असले पाहिजेत आणि दोघांचे मिळून पन्नास टक्क्यांपेक्षा जास्त शेअर्स असायला हवेत, जेणेकरून बहुमत सरकारकडेच असेल, खासगी गुंतवणूकदारांकडे नाही.

एसपीव्ही (SPV) कोणकोणती कामे करणार आहेत?

- शहर कसे असावे याचे नियोजन (Planning)
- त्यासाठी लागणाऱ्या सर्व गोष्टींकरता सरकारची मान्यता घेणे
- त्यासाठी लागणारा फंड गोळा करणे
- शहरांचा होणारा विकास मॉनिटर करणे, अशा विविध गोष्टी या एसपीव्ही करणार आहेत.

एसपीव्ही स्मार्ट सिटीसाठी फंड कसा जमा करणार?

- बॉन्ड, भाडे, कर्ज यांच्या मदतीने एसपीव्ही स्मार्ट सिटीसाठी फंड जमा करू शकते.
- एसपीव्हीचे शेअर्स खासगी गुंतवणूकदारांना विकून.
- पुढील पाच वर्षांसाठी भारत सरकारने या स्मार्ट सिटीसाठी ४८,००० कोटींचा निधी राखून ठेवला आहे.
- शहरी विकास मंत्रालय २०१६ साली, प्रत्येक स्मार्ट सिटीला २०० कोटी रुपये देणार आहे व पुढील चार वर्षांमध्ये प्रत्येक स्मार्ट सिटीला १०० कोटी रुपये देणार आहे.
- जेवढा निधी भारत सरकार आणि शहरी विकास मंत्रालय स्मार्ट सिटीला देणार आहे तेवढा किंवा त्याच्यापेक्षा जास्त निधी राज्य सरकारला त्यांच्या त्यांच्या राज्यातील स्मार्ट सिटीला द्यावा लागणार. जो निधी केंद्र सरकार एसपीव्हीला देणार आहे, तो निधी एसपीव्हीला वेगळा ठेवावा लागणार आणि केंद्र सरकारच्या सूचनेनुसार त्या निधीचा उपयोग त्यांच्या त्यांच्या स्मार्ट सिटीमध्ये करावा लागणार आहे.

आपण कुठल्याही शहराची रचना बघितल्यावर आपल्याला काय दिसून येते? बहुधा इमारती अन् फक्त इमारती. अरे, शहरात माणसे राहतात म्हणजे इमारतीच असणार ना? हो, बरोबर आहे. पण ती माणसे कामाला जातात, तेव्हा कंपनीत जाण्यासाठी किंवा कार्यालयात जाण्यासाठी त्यांना भरपूर प्रवास करावा लागतो. शाळेतील मुलांनासुद्धा भरपूर प्रवास करावा लागतो. सहसा कुठल्याही शहरात कॉलेज, (लग्न) मंडप हॉल, खुली मैदाने, गार्डन अशा बहुतेक गोष्टी लांबलांब असतात आणि सहसा कुठल्याही शहरात आपणास या ठिकाणी जाण्यासाठी भरपूर प्रवास करावा लागतो. आता प्रवास होणार म्हणजे खर्च वाढणार, तसेच पेट्रोल आणि डिझेल वापरले जाणार आणि त्याने प्रदूषणसुद्धा होणार. त्यात वाहतूककोंडी (Traffic Jam) आलीच. म्हणजे, मला एवढेच म्हणायचे आहे की आपल्या जीवनातला जवळपास निम्मा वेळ हा प्रवासात आणि कुठल्या तरी रांगेत उभा राहण्यात जातो. तुम्हाला काय वाटते?

शहर कसे असावे? आपल्याला हव्या असलेल्या गोष्टी हाकेच्या अंतरावर असल्या पाहिजेत. आता प्रत्येक नगरपालिकेत किंवा महानगरपालिकेत नगरसेवक असतात. तर, प्रत्येक नगरसेवकाने त्याच्या त्याच्या वॉर्डमध्ये लहान मुलांसाठीची शाळा चालू करण्यासाठी जागा उपलब्ध करून द्यावी. वॉर्डमध्ये एक मार्केट असावे जेणेकरून रेल्वे किंवा बस स्थानकाजवळ गर्दी होऊन वाहतूककोंडी होणार नाही.

प्रत्येक शहरातील दोन हजार माणसांमागे एक शाळा, मुलांना खेळायचे मैदान, दहा हजार माणसांमागे एक अग्निशामक दल, एक हॉस्पिटल, एक सिनेमागृह, गाड्यांना पार्किंगसाठी जागा, ठरावीक माणसांमागे पोहण्याचा तलाव (Swimming pool) इत्यादी गोष्टी असायला पाहिजेत, असे नाही का तुम्हाला वाटत?

आता आपण रिक्षा, खासगी वाहन (टू व्हीलर आणि फोर व्हीलर) आणि शहरातील बससेवा याबद्दल बोलू या.

सर्वांत प्रथम, आपण रिक्षाचालकांविषयी बोलू या. आपण जर का बारकाईने बघितले तर शहरात जशी जशी माणसे वाढतात तशा तशा रिक्षा वाढत जातात आणि अनधिकृत दुकानांमुळे व अपुऱ्या पार्किंगच्या सोयीमुळे माणसे रस्त्यातच त्यांची वाहने उभी करू लागले आणि रस्ता छोटा होत गेला, असे नाही का तुम्हाला वाटत? आता शहरात रिक्षा वाढल्या म्हणजे प्रत्येक रिक्षावाल्यांचा नफा कमी होणार. महागाईची झळ त्यांना पण बसतच असते. त्यामुळे आपल्याला जास्त भाडे कसे मिळेल यासाठी प्रत्येक रिक्षाचालकाची धडपड असते, पण म्हणून बेफाम होऊन रिक्षा चालवणे हा त्यावरील उपाय नव्हे. खरे ना?

माझ्या मते, प्रत्येक रिक्षाचालकाने दिवसभरात एकूण किती किलोमीटर रिक्षा चालवावी, यावर काही बंधने घातली, तर रिक्षाचालक असे बेफाम होऊन रिक्षा चालवणार नाहीत. शहरात जेवढ्या बसेस आहेत, त्याच्या तीस ते चाळीस पटच रिक्षा त्या शहरात असल्यावर, वाहतूककोंडी (Traffic Jam) कमी होईल, तसेच जी माणसे खासगी वाहनांतून प्रवास करतात तीसुद्धा स्वत:ची खासगी वाहने वापरण्याऐवजी बसमधून प्रवास करू शकतील, असे नाही का तुम्हाला वाटत? (अर्थात, एखादा रिक्षावाला या योजनेचा लाभ घेण्यासाठी एका रिक्षामागे तीन किंवा चार माणसे लावणार नाही, याचीसुद्धा आपणास खबरदारी घ्यावी लागेल.)

आता शहरात रिक्षा का वाढतात? याचे एक कारण म्हणजे जसजशी शहरात माणसे वाढत गेली तसतशी शहरात रिक्षांची गर्दी होत गेली. आपण आधीच्या उदाहरणात बघितले होते ना? अ शहरातील रिक्षाचालकांकडून ब पक्षाचे कार्यकर्ते निधी गोळा करायचे, तसेच कदाचित काही राजकीय पक्ष, पैसे मिळवण्यासाठी शहरात रिक्षा आणि अनधिकृत दुकानांच्या वाढीमागे असू शकतात, तुम्हाला जास्त माहीत.

एका पक्षाने नवीन रिक्षाच्या परवानगीला विरोध केला होता. विरोध करताना त्यांनी भरपूर कारणे दिली होती. एका शहरामध्ये सत्तर हजार रिक्षांना परवानगी मिळणार होती, तेवढ्या रिक्षांना पार्किंगसाठी जागा नसतानाही नव्या रिक्षा परवान्यांचे वाटप करण्याचे कारणच काय? त्या नेत्याने काही व्यक्तींवर थेट आरोपसुद्धा केले

होते, तो भाग जाऊ दे. पण नवीन रिक्षासाठी तेवढ्या पार्किंगसाठी जागा उपलब्ध असली पाहिजे की नाही? एका छोट्या बसमध्ये साधारणत: वीस ते पंचवीस माणसे आरामात प्रवास करू शकतात. म्हणजेच, सत्तर हजार रिक्षांऐवजी दहा हजार छोट्या बसेसना परवानगी देता येऊ शकली असती, नाही का? तुम्हाला काय वाटते? (छोट्या बसेस म्हणजे सोळा ते वीस बसण्याच्या जागा असलेल्या बसेस.)

खासगी वाहनांमुळेसुद्धा भरपूर मोठ्या प्रमाणात वाहतूककोंडी होत असते. हे टाळण्यासाठी आपण मोठ्या प्रमाणात बसची सुविधा वाढवू शकतो. बसची सुविधा वाढल्यावर वाहतूककोंडी कमी होईल. यामुळे लोकांचा वेळ वाचेल. रस्त्यावर कमी वाहने असल्याकारणाने, ध्वनी आणि वायू प्रदूषण कमी होईल, पण कदाचित खासगी वाहनांच्या (टू व्हीलर आणि फोर व्हीलर) विक्रीत घटसुद्धा होऊ शकते आणि समजा वाहनांच्या विक्रीत घट झाली, तर तुम्हाला नाही का वाटत की वाहन कंपनीत काम करत असलेल्या भरपूर जणांचा व ती वाहने भाडेतत्त्वावर वापरणाऱ्यांचासुद्धा रोजगार जाऊ शकतो? आता असे जर का असेल तर काही लोकांचा रोजगार महत्त्वाचा, की रस्त्यावरील वाहतूककोंडी कमी करून ध्वनी आणि वायू प्रदूषण कमी करायचे, हा तसा वादाचा मुद्दा झाला. माझ्या मते तरी, अशांना रोजगाराची नवीन संधी उपलब्ध होऊ शकते म्हणून आपण सर्वांत जास्त महत्त्व प्रदूषण कमी करणाऱ्या गोष्टीला दिले पाहिजे, असे नाही का तुम्हाला वाटत?

स्मार्ट सिटी बनवताना घेण्याची काळजी.

- स्मार्ट सिटी बनवताना ते घोस्ट सिटी बनणार नाही याची काळजी घ्यावी लागेल. (घोस्ट सिटी म्हणजे जिथे भरपूर इमारती आहेत, पण त्या शहरात राहणारी माणसे कमी आहेत. असे म्हटले जाते की चीनमध्ये जवळपास सहा कोटी आणि चाळीस लाख अशा इमारती आहेत की ज्या इमारतीत कोणीच राहत नाही.)
- तसेच, श्रीमंत माणसे या स्मार्ट सिटीचा उपयोग कर वाचवण्यासाठी करणार नाहीत, याचीही सरकारला काळजी घ्यावी लागेल.

◆